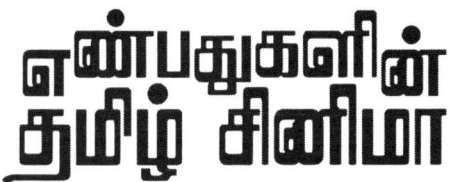

எண்பதுகளின் தமிழ் சினிமா

திரைப்படங்களின் ஊடாகத் தமிழ்ச் சமூக வரலாறு

ஸ்டாலின் ராஜாங்கம்

நீலம்

நீலம்

எண்பதுகளின் தமிழ் சினிமா | கட்டுரைகள்

ஆசிரியர்: ஸ்டாலின் ராஜாங்கம் | முதற் பதிப்பு: டிசம்பர் 2019
திருத்தப்பட்ட மூன்றாம் பதிப்பு : ஜனவரி 2023

நீலம் பப்ளிகேஷன்ஸ்,
முதல் தளம், திரு காம்ப்ளக்ஸ், மிடில்டன் தெரு,
எழும்பூர், சென்னை - 600008.
அட்டை வடிவமைப்பு: தாமோ நாகபூஷணம்
அட்டை ஓவியம்: த.ராமலிங்கம்

விலை ரூ.150.00

Enbathugalin Tamil Cinema | Essays

Writer: Stalin Rajangam | First Edition 2019
Revised Third Edition : January 2023

Published by : NEELAM PUBLICATIONS, 1st floor, Thiru Complex Middleton street, Egmore, Chennai - 600008.

Email : editor@neelampublications.com
Mobile : +91 63698 25175

Printed at: Sudarsan Graphics Pvt. Ltd., Chennai - 600041

INR: 150.00
ISBN: 978-81-944582-1-0

எண்பதுகளின் தமிழ் சினிமா

ஸ்டாலின் ராஜாங்கம்

திருவண்ணாமலை மாவட்டம், செங்கம் அருகிலுள்ள முன்னூர் மங்கலம் சொந்த ஊர். அடிப்படையில் தமிழிலக்கிய பேராசிரியராக விளங்கும் ஸ்டாலின் தமிழ்ச் சமூகத்தின் அரசியல், வரலாறு மற்றும் பண்பாடு சார்ந்து எழுத்து, பேச்சு எனப் பங்களித்து வருகிறார். ஆரிய உதடும் உனது திராவிட உதடும் உனது, தமிழ்ச் சினிமா: புனைவில் இயங்கும் சமூகம் ஆகிய திரைப்படம் குறித்த இரண்டு நூல்களின் தொடர்ச்சியில் மூன்றாவதாக இந்நூலை எழுதியிருக்கிறார்.

அயோத்திதாசர் : வாழும் பௌத்தம், எழுதாக் கிளவி, பெயரழிந்த வரலாறு : அயோத்திதாசரும் அவர் கால ஆளுமைகளும் உள்ளிட்ட நூல்களின் ஆசிரியர் இவர்.

உள்ளடக்கம்

	என்னுரை	07
1.	1980களின் தமிழ் சினிமா: கதையாடல்களாய் மாறிய உள்ளூர் வழக்காறுகள்	13
2.	நீலாம்பரியாக வடிவெடுத்த நீலி	40
3.	பாட்ஷாவாக மாறிய கண்ணகி	49
4.	பொதுமகளும் குலமகளும்: 1990களின் சினிமாக்களில் நடந்த ஊடாட்டம்	56
5.	தெய்வ நிலையும் - மனித நிலையும்	69
6.	ஆத்தாக்களான அம்மாக்கள்	78
7.	பட்லர்களைப் பரிகசித்த சினிமாக்கள்	85
8.	திரைப்படப் பாடல்களில் உள்ளூர்க் கதையாடல்கள்	95
9.	பாரதிராஜாவின் 'மண்வாசனை': ஒரு மீள் பார்வை	112
10.	1980களின் தமிழ் சினிமா: கிராமம் என்கிற களம்	124
11.	சாயாவனத்திலிருந்து புறப்பட்ட தேவர்மகன்	145

இசைஞானி
இளையராஜா
அவர்களுக்கு

என்னுரை

திரைப்படங்கள் நம் சமூகத்தில் செலுத்தும் தாக்கம் பற்றி, குறிப்பாக சாதி மனநிலையைத் தக்கவைப்பதிலோ கட்டமைப்பதிலோ செலுத்தி வந்த தாக்கம் பற்றி அதிகமாக எழுதி வந்திருக்கிறேன். அப்போக்கிலிருந்து சற்றே தலைகீழாகிச் சமூக அசைவியக்கங்கள் திரைப்படங்களில் தாக்கம் செலுத்தியமை, அவற்றைத் திரைப்படங்கள் தங்கள் 'எல்லைக்குட்பட்டு' பிரதிபலித்த விதம் பற்றிய கட்டுரைகள் இந்நூலில் இடம் பெற்றுள்ளன. இது திட்டமிட்ட முயற்சி அல்ல. பொதுவாக வெளியாகும் ஒவ்வொரு படத்திற்கும் தவிர்க்க இயலா சந்தர்ப்பங்கள் தவிர தனிவிமர்சனங்கள் எதுவும் நான் எழுதியதில்லை. திரைப்படங்களில் இழையோடும் ஏதேனும் ஒரு பொதுப்போக்கை அடியொற்றியே அதிகம் எழுதியிருக்கிறேன். அந்த வகையில் கடந்த இரண்டு, மூன்று ஆண்டுகளில் எழுதப்பட்ட சினிமா கட்டுரைகளின் மையமாகக் குறிப்பிட்டதோர் அம்சம் இழையோடி இருந்ததைப் பார்த்தபோது தொகுக்கும் எண்ணம் உருவானது. அதற்கேற்ப தனித்தனி படங்களுக்கென்று எழுதப்பட்ட அண்மை விமர்சனங்கள் விடப்பட்டுள்ளன.

1980களின் திரைப்படங்களே இந்நூலிலுள்ள கட்டுரைகளின் மையம். இதை மையப்படுத்த எனக்கு இரண்டு காரணங்கள் உண்டு. ஒன்று தனிப்பட்டது, மற்றொன்று சினிமா சார்ந்தது.

1980ஆம் ஆண்டு பிறந்த என் பால்யம் முழுக்க சினிமாவே நிறைந்திருந்தது. எல்லோரையும் போல எனக்கும் சினிமாக்களே ஒரே பொழுதுபோக்கு. நன்கு விவரம் தெரியத் தொடங்கிய எண்பதுகளின் மத்தியில் தொடங்கி 1990களின் இறுதிவரை வகைதொகை இல்லாமல் எல்லா சினிமாக்களையும் பார்த்துத் தள்ளியிருக்கிறேன். வீட்டில் அதிகம் பொய் சொன்னது சினிமா பார்க்கச்செல்லும்சந்தர்ப்பத்திற்காகத்தான். முதலில் ரஜினிக்கும் பின்னர் விஜயகாந்திற்கும் ரசிகனானேன். ஊரில் விஜயகாந்த் ரசிகர் மன்றம் ஆரம்பித்தபோது, அதில் உறுப்பினராய் ஆன வயதில் குறைந்தவன் நான் மட்டுமே. தெருக்கூத்தின் இடத்தைப் பிடித்து அப்போது செல்வாக்கு பெற்று வந்த 'வீடியோ ஓட்டுவது' என்ற நிகழ்வு ஊரில் எல்லா விசேஷங்களுக்கும் கட்டாயமானது. வீடியோ பார்க்கப் போவதிலும், இரவு முழுக்க விழித்திருந்து அதிக படங்கள் பார்ப்பதிலும் என் வயதொத்தவர்களிடையில் போட்டியே நடக்கும். என்னுடைய கிராமத்தில் மட்டுமல்ல சுற்றுவட்டாரத்தில் எங்கு வீடியோ ஓட்டினாலும் சென்றுவிடுவோம்.

இதற்கடுத்து என் கிராமத்திற்குக் கிழக்கிலும் மேற்கிலும் சமதொலைவிலிருந்த புதுப்பாளையம் செங்கம் என்கிற இரண்டு ஊர்களிலுமிருந்த தியேட்டர்களைச் சொல்லவேண்டும். குறிப்பாக, சிறுநகரமாக விளங்கிய புதுப்பாளையம் அரசுப் பள்ளியில் ஆறாவது முதல் பன்னிரண்டாவது வரையிலும் படித்தேன். அந்த ஊரில் இரண்டு டெண்ட் கொட்டகைகள். வெள்ளி, சனி, ஞாயிறுகளில் மட்டுமே மதியக் காட்சியோடு (மேட்னி) சேர்ந்து இரவுக்காட்சிகள் நடக்கும். மற்ற நாட்களில் இரவுக் காட்சிகள் மட்டுமே. என் பள்ளிக்கு நேரெதிரிலேயே ஒரு கொட்டகை இருந்தது. ஆரம்பத்தில் 'கட்' அடித்துவிட்டு வெள்ளிக்கிழமைகளில் மேட்னி பார்த்துவந்த நான், பிறகு இரவுக்காட்சிகளுக்குப் பழகினேன். ஒரு ரூபாய், ஒன்றரை ரூபாய்தான் டிக்கெட் என்பது இதற்கான பிரதானக் காரணம். புதுப்படங்கள் மட்டுமல்லாது சற்றே பழைய படங்களும் போடுவார்கள். பின்னால் சினிமா பற்றி எழுத ஆரம்பித்தபோது இந்த அனுபவத்தை எழுதுவதற்கான பின்புலமாக்கிக்கொண்டேன். பால்ய கால படங்கள் நனவிலியிலேயே படிந்துவிட்டன போலும். எழுதும்போது பார்த்த படங்கள் நினைவில் வந்து கைகொடுக்கும். சில வேளைகளில் மட்டும் சரிபார்த்துக்கொள்ள சமகால இணைய வாய்ப்பைப் பயன்படுத்துவேன்.

இரண்டாவது காரணமானது சினிமாவிற்குள்ளேயே இருக்கிறது. 1970, 80, 90 தமிழ்த் திரைப்பட வரலாற்றின் முக்கியமான காலம் எனலாம். இக்காலத்தில்தான் எதார்த்தத்துக்கு நெருக்கமான பேசுபொருள்களும் பாத்திரங்களும் மையமாயின. அதேபோல முக்கியமான கலைஞர்கள் வெளிப்பட்ட காலமும் கூட. வெகுஜன மொழியில் சமூக எதார்த்தங்கள் ஊடாட்டம் நடத்தின. சமூகத்தில் பரவிய பல்வேறு சமூக அரசியல் பண்பாட்டு மாற்றங்கள் உரையாடலுக்குள்ளாகித் திரைப்படங்களிலும் ஊடாடின. குறிப்பாக, கிராமங்கள் இந்தக் காலத்தில்தான் கதையாடலின் மையமாயின. இந்நிலையில் 1980களை ஆய்வது தமிழ்க் கலாச்சார ஆய்வின் முக்கியமான பகுதியாகிறது. 1980கள் என்பது 1989 டிசம்பர் 31 என்ற திட்டவட்டமான நேரடி எல்லையில் அடங்குவதல்ல. அச்சொல் ஒரு காலக்கட்டத்தின் போக்கை உள்ளடக்கியதென்ற முறையில் 1990களின் தொடக்கத்தில் வெளியான படங்களும் இதில் உள்ளடக்கப்பட்டிருக்கின்றன.

இருபதாம் நூற்றாண்டில் பல்வேறு சமூக மாற்றக் கருத்துக்கள் அடிமட்டம் வரை நுழையவும் நிலைபெறவும் முற்பட்டன. சாதி ரீதியாகவும் வர்க்க ரீதியாகவும்; பாகுபாடுகளைக் கொண்ட உள்ளூர்ச் சமூகங்களால் அவற்றைத் தவிர்க்க முடியவில்லை. தத்தம் நலனுக்கேற்ப அம்மாற்றங்களோடு முரண்படவும் உடன்படவும், சிறிது ஏற்றும் சிறிது மறுத்தும் இயங்க வேண்டியிருந்தது. மரபைக் கைவிடுவதிலும் புதியதை ஏற்பதிலும் விருப்பங்களும் மறுப்புகளும் ஊடாடின. சினிமாக்களில் உள்ளூர் மையமாக மாறிய இக்காலத்தில் உள்ளூர்ச் சமூகங்களின் அசைவுகள் வெகுஜன வணிகச் சட்டகத்திற்குட்பட்டு வெளிப்பட்டாலும் சமூக 'உள்மெய்'யைத் தானறியாமலே புலப்படுத்தியிருக்கின்றன. இவ்வாறு உள்மெய்யாகப் படிந்து கிடக்கும் தடயங்களை எடுத்தே இக்கட்டுரைகள் எழுதப்பட்டுள்ளன. ஒரு வகையில் திரைப் படங்களின் ஊடாகத் தமிழ்ச் சமூக வரலாற்றை எழுதிப்பார்க்கும் முயற்சி இது.

சாதி கடந்து காதலித்ததாலும் மணம் புரிந்ததாலும் கொல்லப்பட்டவர்கள் தெய்வமாக வணங்கப்படுவது சமூகத் தளத்தின் எதார்த்தம். அத்தகைய கதைகள் சினிமாவின் கதையாடலுக்குத் தோதானது என்ற முறையில் படங்களாக்கப்பட்டிருக்கின்றன. அதன்படி பிரச்சினைக்குக்

காரணமான சாதிய மீறல் வெளிப்படையாகவோ மறைமுகமாகவோ இப்படங்களில் தவிர்க்க இயலாமல் பதிவாகியிருக்கின்றன. இக்கதையாடல் வணிக வெற்றிக்கான மாதிரியாக ஆனபோது சாதி பற்றிய ஓர்மையில்லாதவர்கள் கூட இவ்வகைப் படங்களை இயக்கவும், நடிக்கவும் செய்தனர். இதுபற்றி எழுதப்பட்ட விரிவான புதிய கட்டுரை இத்தொகுப்பில் இடம் பெற்றிருக்கிறது. இதற்கடுத்து சில கதைகளே வெவ்வேறு வடிவங்களில் புதிய பின்புலத்தில் திரும்பத் திரும்பச் சொல்லப்படுவது பற்றிய கட்டுரைகள் உள்ளன. மரபின் தொடர்ச்சி சமூக நனவிலியில் ஊடாடுவதை அவை சொல்கின்றன. மூன்றாவதாக ஒரு விசயம் விவாதிக்கப்பட்டுள்ளது. சட்ட ரீதியாகவோ காலமாற்றம் காரணமாகவே சில விசயங்கள் மறைந்து போனாலும் பண்பாட்டு நிலையில் அழிந்துபடாமல் தொடர்ந்ததைப் பற்றி எழுதப்பட்டுள்ளது. கைவிடப்பட்ட பெண்கள், அவர்களுக்கான இசைப் பின்புலம், குடும்ப வெளியின் கட்டுப்பாடு, அப்பாக்களைத் தேடும் மகன்கள் என்கிற தொடர்ச்சியில் கைவிடப்பட்ட தேவதாசி மரபினர் குடும்பவெளிக்குள் பிரவேசிப்பதில் இருந்த பிரச்சினைகள் இதில் சொல்லப்பட்டுள்ளன. பொட்டுக்கட்டப்படாத பிற சமூகக் குழுக்களிலிருந்த அத்தகைய சிக்கல்கள் சினிமாக்களிலேயே சொல்லப்பட்டுள்ளன. இதன்படி சினிமா இங்கே வரலாற்றுச் சான்றுக்கான பிரதியாக மாறியிருக்கிறது.

புதிய நோக்குகள் பிறக்கும் என்ற முறையில் கோட்பாட்டு அணுகுமுறைகளை நான் மறுப்பதில்லை. ஆனால் கோட்பாட்டு மேற்கோள்களோடு அமையக்கூடிய எழுத்துக்களை எழுதும் அளவிற்கு அப்பயிற்சியை நான் மேற்கொள்வதில்லை. கோட்பாடே தேவையில்லை என்பது இதன் பொருளல்ல. மேற்கோள்கள் காட்டவில்லையே ஒழிய முன்னோடி சிந்தனையாளர்களின் தாக்கத்திலிருந்து உருவான கருத்துருக்களைச் சிந்தனை சட்டகமாக்கிப் பலவற்றை மதிப்பீடு செய்கிறேன். மரபான மதிப்பீடுகளும் நவீன கால மாற்றங்களும் சந்திப்பதால் நடக்கும் மாற்றங்கள், உள்ளூர் சமூகங்கள் உள்வாங்கும் விதம் பற்றி தொடர்ந்து எழுதிவந்திருக்கிறேன். இத்தொகுப்பிலும் அப்பார்வை நீண்டிருக்கிறது. அது அம்பேத்கரிடமிருந்து வரித்துக் கொண்ட பார்வையாகும். எனவே சில போக்குகளை இனங்காணவும், அவை சமூகத்தோடு இணையவும் முரண்படவும் செய்வதையும் சினிமாவின் சட்டகத்திற்குள்ளிருந்து விவாதிக்க முனைகிறேன்.

10

அதன் வழியாகவே சமூகப் பண்பாட்டு வரலாற்றைத் தொகுக்க முயற்சிக்கிறேன்.

இந்த எல்லாக் கட்டுரைகளின் வழியே எனக்குக் கிடைத்திருக்கும் முடிவு முக்கியமானது. சாதி பற்றியோ, தலித்துகள் பற்றியோ சினிமாவில் இப்போதுதான் பேசப்படுவதாகக் கருதுகிறோம். அது முழு உண்மையல்ல. தற்காலத்தில் அரசியல் ஓர்மையுடன் படங்கள் உருவாகியுள்ளன என்பதில் அய்யமில்லை. மற்றபடி தமிழ் சினிமாவில் தொடர்ந்து இடம்பெற்று வந்திருப்பது எதுவென்றால் சாதி முரண்தான். தொடர்ந்து தலித் பாத்திரங்கள் அல்லது அதை இணை செய்யக்கூடிய பாத்திரங்கள்தான் அதிகம் இடம்பெற்று வந்துள்ளன. 1930களின் பேசும் படக்காலத்திலேயே சமூகப் படங்களில் காந்திய அரிஜன உருவாக்கம் காரணமாக தலித் பாத்திரங்கள் இடம்பெற்றன. அடையாளம் மழித்த எம்.ஜி.ஆரின் அடி நிலை பாத்திரங்கள் ஒருவகையில் அடித்தளத்தினரைப் பிரதி செய்தவையே. 1980களில் பண்ணையார்களும் பணக்காரர்களும் ஏழையாயிருப்பதால் நல்லவனாயிருந்த நாயகர்களால் எதிர்கொள்ளப்பட்டனர். அதேபோலக் காதல்கதைகளில் படிநிலை தகர்ப்பு முக்கிய இடம் பிடித்திருந்தன. இவை எல்லாவற்றுக்கும் பின்னால் சாதி முரணும், அடிநிலை பாத்திரங்களுமே ஊடாடின. அதைத்தான் இத்தொகுப்பில் வரைந்துகாட்ட முயற்சித்திருக்கிறேன். ஒரே காலகட்டத்தைப் பற்றி எழுதியவை என்ற முறையில் வெவ்வேறு அர்த்தங்களில் ஒரே விஷயம் எடுத்தாளப்படும்போது சில இடங்களில் கூறியது கூறலைத் தவிர்க்க முடியவில்லை.

நான் எழுதிய நூலை எனக்கு அறிமுகம் இல்லாத ஒருவருக்கு முதன்முறையாக சமர்ப்பிக்கிறேன். ஆனால் அவரால்தான் பலரையும் போல என் அன்றாடமும் இளைப்பாறுகிறது. அதோடு 1980கள் பற்றிய இந்நூலைத் தவிர அவருக்கு சமர்ப்பிக்க வேறு பொருத்தமான நூல் இருக்கமுடியாது. ஏனெனில் 1980களின் படங்களில் முக்கியமான ஆளுமைகள் இயங்கினர் என்றாலும் 80களின் சினிமா என்றால் வேறு எவரையும்விட இவர் பெயரே முதலில் நினைவுக்கு வரும். இந்தக் கட்டுரைகளில் எடுத்தாளப்பட்ட படங்கள் அவரால் அர்த்தம் பெற்றவை. அவரில்லாவிட்டால் யோசித்திருக்க முடியாத, அவரை நம்பி உருவாக்கப்பட்ட கதைகளே இக்காலத்தில் அதிகம். அந்தக் கலைஞனை 80கள் என்ற குறிப்பிட்ட காலத்தின் நபராக அடக்குவது

என் நோக்கமில்லை என்றாலும் ஏதோவொரு வகையில் இக்காலக்கட்டத்தின் குறிப்பான கதையாடல்கள் உருப்பெற அவர் காரணியாக இருந்துள்ளார் என்பதால் சமர்ப்பணம் செய்கிறேன். அந்தக் காரணிகள் பற்றிய குறிப்பு இந்நூலில் உண்டு. எனவே இசைஞானி இளையராஜா அவர்களுக்கு இந்நூலை சமர்ப்பணம் செய்வதில் திருப்தி கொள்கிறேன்.

மின்னம்பலம், தி இந்தியன் எக்ஸ்பிரஸ் இணைய நாளிதழ், காலச்சுவடு ஆகிய இதழ்களில் இந்நூலிலுள்ள சில கட்டுரைகளை வெளியிட்ட டி.ஐ.அரவிந்தன், கவிஞர் சுகுமாரன், செந்தூரன், செய்யாறு பாலாஜி, சென்னை காரல் மார்க்ஸ் நூலக மாதக் கூட்டத்தில் அம்மன் கதைகள் பற்றிப் பேச அழைத்த தோழர் சீனிவாச ராமானுஜம், *பொதுமகளும் குலமகளும்* கட்டுரையை ஆங்கிலத்தில் மொழிபெயர்த்த ஆதவன், பேராசிரியர் அழகரசன், நண்பர்களான இயக்குநர் பா.ரஞ்சித், வாசுகி பாஸ்கர், தமிழ்ப்பிரபா, ஏபி ராஜசேகரன், சந்துரு மாயவன் ஆகியோருக்கு நன்றி. அட்டைப்படம் குறித்துத் திட்டமிடும் வேளையில் அக்கறையோடு ஆலோனை சொன்னதோடு மட்டுமில்லாமல் புனைவுகளிலிருந்து இந்நூல் உணர்த்தும் சாரத்திற்கேற்ப நேர்த்தியான ஓவியத்தைத் தீட்டிக் கொடுத்த கலை இயக்குநர் த. இராமலிங்கம் அவர்களுக்கும், அட்டைப்படத்தை வடிவமைத்த தாமோ நாகபூஷணம் அவர்களுக்கும் இரண்டாம் பதிப்பை மிகுந்த சிரத்தையுடனும் அக்கறையுடனும் பிழைத்திருத்தம் செய்த கிருஷ்ண பிரபு அவர்களுக்கும் நன்றி.

1980களைப் பற்றிய நூல் என்ற முறையில் பொருத்தம் கருதி '1980களில் தமிழ் சினிமா: கிராமம் என்கிற களம்" என்ற கட்டுரையை மட்டும் என்னுடைய முந்தைய நூலான தமிழ் சினிமா: புனைவில் இயங்கும் சமூகம் (பிரக்ஞை பதிப்பகம், ஜூன் 2016) நூலிலிருந்து எடுத்து இத்தொகுப்பில் இணைத்திருக்கிறேன். அதன் பதிப்பாளர் விலாசினிக்கும் இவ்வேளையில் நன்றி. மற்ற கட்டுரைகள் முதன்முறையாக இந்நூலுக்காகத் தொகுக்கப்பட்டுள்ளன. பூர்ணிக்கு என் அன்பு.

13.3.2020   இங்ஙனம்
மதுரை   ஸ்டாலின் ராஜாங்கம்

1980களின் தமிழ் சினிமா: கதையாடல்களாய் மாறிய உள்ளூர் வழக்காறுகள்

கணவனும் மனைவியும் கைக்குழந்தையோடு மாட்டுவண்டியிலிருந்து இறங்குவதாகப் படத்தின் காட்சி ஆரம்பிக்கிறது. அவர்கள் இறங்கும் அந்த இடம் ஒரு கோயில். கையிலிருந்த தங்களுடைய பெண்குழந்தைக்கு அக்கோயிலில் குடிகொண்டுள்ள ஆத்தாவின் பெயரான கஸ்தூரி என்ற பெயரைச் சூட்டி வணங்கி நிற்கிறார்கள். சாதி மீறிக் காதலித்து இக்கோயிலில் திருமணம் செய்துகொண்டு ஊரைவிட்டு வெளியேறி எங்கோ வாழப்போய்விட்ட அத்தம்பதியருக்குப் பிறந்த குழந்தைக்குப் பெயர்ச் சூட்ட இக்கோயிலுக்கு இப்போது வந்திருக்கிறார்கள். தாங்கள் வாழ உதவிய தெய்வம் என்ற முறையில் ஆத்தாவின் பெயரையே குழந்தைக்குச் சூட்டி நன்றியைச் சமர்ப்பிக்கின்றனர். 1991 ஆம் ஆண்டு வெளியான *ஆத்தா உன் கோயிலிலே* என்ற திரைப்படத்தின் முதல் காட்சி இது. சாதி மீறிக் காதலித்தவர்கள் வணங்கும் தெய்வமாக இக்கோயில் ஏனிருக்கிறது என்பதைச் சொல்வதாகப் படத்தின் கதை பின்னர் விரிகிறது.

ஊரில் பண்ணையார் என்ற அளவில் வாழும் ராமையா என்பவரின் மகள் கஸ்தூரி. ராமையா

தன் அண்ணன் மீது மதிப்புகொண்டவர். அவரின் அண்ணனை நாமம் போட்டவராகக் காட்டுவதின் மூலம் அக்குடும்பம் நாயக்கர் போன்ற சாதியைச் சார்ந்ததாகத் தெரிகிறது. மோசமான நடத்தையை உடையவனாக இருந்தாலும் மரபான உரிமை என்பதால் கஸ்தூரியை முறைமாமனுக்கு மணமுடிக்கப் பரிசம் போடுகிறார்கள். ஆனால் கஸ்தூரியோ தன் பண்ணையில் வேலை பார்க்கும் (மருத) வீரனை விரும்புகிறாள். வீரன் ஒடுக்கப்பட்ட வகுப்பைச் சேர்ந்தவன். தன் முறைமாமனோடு வீரனின் நல்ல நடத்தைகளை ஒப்பிட்டுப் பார்த்து அவனே தன் கணவனென்று முடிவெடுக்கிறாள். அவளின் விருப்பத்திற்காகவே வேறுவழியில்லாமல் பெற்றோரும் திருமணத்திற்குச் சம்மதிக்கிறார்கள். "ஆரு ஆரு, எங்கெங்கு இருக்கனுமோ அங்கங்கு இருக்கணும்" என எப்போதும் சாதிய வரையறையை வேறு வார்த்தைகளில் வலியுறுத்திக்கொண்டிருக்கும் ஊர்த் தலைவர் அழகர்சாமி கிராமத்தின்/ சாதியின் கௌரவத்திற்குக் கட்டுப்படுமாறு கஸ்தூரியின் குடும்பத்தை நிர்ப்பந்தப்படுத்துகிறார். ஊராரும்கூட இருவரையும் கொன்றுவிட வற்புறுத்துகின்றனர். அதுவும் முதலிரவு நடக்கும் முன்னரே விஷம் தந்து கொல்லச் சொல்கின்றனர். ராமையாவின் அண்ணனாகிய கஸ்தூரியின் பெரியப்பாவே அவளுக்குச் சோற்றில் விஷம் வைத்துத் தருகிறார். அதாவது அவர்களுக்குள் பாலுறவு தடுக்கப்படுவதன் மூலம் ரத்தக்கலப்பு நடைபெறாமல் போகிறது. வீரனோ அவளைக் காப்பாற்ற ஊராரின் உதவியை வேண்டுகிறான்; கதவுகள் அடைக்கப்படுகின்றன. வண்டிகள் வர மறுக்கின்றன; இறுதியில் கஸ்தூரி இறக்கிறாள். பிறகு அவள் சமாதியுள்ள இடத்தையே ஊரார் கோவிலாக வழிபடத் தொடங்குகிறார்கள். சமாதியின் மாடத்தில் எப்போதும் விளக்கு சுடர்விட்டு எரிந்துகொண்டிருக்கிறது. காதலிப்பவர்கள் தங்கள் திருமணம் கைகூட அவளை வணங்குகிறார்கள். பிறகு கதை வழக்கமான சினிமா சட்டகத்திற்கு உட்படுகிறது. எனினும் இறுதியில் சாதியை மீறிக் காதல் வாழ்வதாகப் படம் முடிகிறது.

1970களின் மத்தியில் தமிழ் சினிமாவில் முக்கிய மாற்றங்கள் நிகழ ஆரம்பித்தன. அதைத்தொடர்ந்து 1980களின் சினிமாக்களில் கிராமம் மையமானது. கிராமத்து நிலப்பரப்பு, மனிதர்கள், கதைகள், நடைமுறைகள் எல்லாம் துல்லியமாகவும் பரவலாகவும் இடம்பெற்றன. சமூக அநீதிகளைச் சாடிய படங்களில் ஆண்டான் அடிமை முறையை எதிர்கொண்ட கூலி மனிதர்களின் போராட்டங்களும் அதனூடான வெற்றிகளும் காட்டப்பட்டன. இது முதல் வகை. இரண்டாவதாக

ராபின்ஹூட் பாணியிலான நாட்டுப்புற நாயகர்களின் கதைகள் படமாயின. மூன்றாவதாக, காதல் கதைகள். பண்ணைக்காரர் அல்லது பணக்காரரின் தங்கையோ, மகளோ வீட்டில் பணிபுரியும் நல்லவனான ஏழைநாயகன் மீது காதல் கொள்வார். காதலுக்கு அந்தஸ்து (வர்க்கம்) காரணமாகவோ சாதி காரணமாகவோ எதிர்ப்பு எழும். நாயகன் போராடிக் காதலில் வெல்லுவான். அவன் காதலில் வெல்வதானது காதல் வெற்றியாக மட்டுமல்லாது சமூக ஏற்றத்தாழ்வையே காதல் மாற்றும் என்ற அர்த்தத்தையும் தந்தது. இந்த கிராமத்துக் கதைகளில் இரண்டு போக்குகள் இருந்தன. ஒன்று மண்வாசனையைப் பேசத் துவங்கி மெல்லமெல்ல சாதிப் பெருமையாக மாறியமை. மற்றொன்று காதல் கதைகளாக அமைந்தது மூலம் சமூக ஏற்றத்தாழ்வுகளைத் தாண்டும் கதைகள். இவ்விரண்டுமே இப்போக்கின் பலமும் பலவீனமும் ஆகும். இவ்விரண்டு போக்குகளும் 1990களுக்குப் பிறகு என்னவாயின என்பது வேறொரு தலைப்பிற்கான விசயம். 1980களின் கிராம மையக்கதைகளில் மூன்றாவதாக அமைந்த காதல் கதைகளையே இங்கு எடுத்துப் பேசுகிறோம்.

கிராம மையக் கதைகளின் தொடர்ச்சியில் மெல்ல மெல்ல உள்ளூர் அளவில் தெய்வமாகிவிட்டவர்களின் கதைகள் படமாகத் தொடங்கின. அந்தக் கதைகளின் குறிப்பான தன்மைகளே படமாவதற்குக் காரணங்களாக அமைந்தன. தமிழ் சினிமா கதையாடல்களின் மையமானது காதல் மற்றும் (அதற்கான) வீரம் (சாகசம்/சண்டை). எனவே திரைப்படச் சட்டகத்திற்கு இந்த எதார்த்தங்கள் தோதாக இருந்தன. பிறகு அதற்கேற்பக் கதைகள் திரைப்படங்களாயின. கதைகளில் அமைந்த சாகசங்களே நாயகன் என்பவனை அர்த்தப்படுத்தின. மற்றபடி அக் கதையாடல்கள் பெண்களைச் சார்ந்தே அமைந்திருந்தன. உள்ளூர்க் கதைகள் அந்தந்த நிலப்பரப்பின் பின்னணியிலேயே படங்களாயின. மேலே குறிப்பிட்ட *ஆத்தா உன் கோயிலிலே* படத்தில்கூட படம் ஆரம்பிப்பதற்கு முன் "மதுரை மாவட்டத்திலே மேற்கு மலைச்சாரலிலே மல்லிங்காபுரம் என்னும் சிறிய கிராமத்திலே சரித்திரமாய் வாழ்ந்து சம்பவமாய் மறைந்துவிட்ட ஒரு பெண் தெய்வத்தின் உண்மைக் கதைதான் இத்திரைப்படம்" என்று இயக்குநரின் குரல் ஒலிக்கிறது (1956ஆம் ஆண்டு எம்ஜிஆர் நடித்து வெளியான மதுரைவீரன் படமும் சரித்திர உண்மை என்று அறிவித்தே ஆரம்பிக்கிறது). இந்த விவரணையில் ஊரின் பெயரோ, மனிதர்களின் பெயர்களோ கூட மாறியிருக்கலாம். ஆனால் இதுபோன்ற சம்பவம் நடந்திருக்க முடியும் என்பதில்

அய்யமில்லை. தன் கதையாடலின் துல்லியத்திற்காக ஒரு நிலப்பரப்பை இந்த விவரணை வரைந்து காட்டுகிறது. மேலும் இந்தக் கதையை உண்மையில் நடந்ததென்றும் அந்த விவரணை சொல்லத் தவறவில்லை. இவ்வாறு கிராமம், வட்டாரம், உண்மைக்கதை போன்ற இணைவுகள் இக்காலக் கதைகளில் பயின்றன. இத்திரைப்படத்திற்கு முன்னரே கஸ்தூரி ராஜா *என் ராசாவின் மனசிலே* என்ற முதல் படத்தை இயக்கியிருந்தார். அப்படத்திலும் இறந்துபோன தன் மனைவி சோலையம்மாவைத் தெய்வமாக நினைத்து வாழும் மாயாண்டி என்பவன் தன் மனைவியின் தங்கை காதல் அந்தஸ்து காட்டித் தடுக்கப்படும்போது சண்டையிட்டுச் சேர்த்துவைக்கிறான். அப்படத்தின் தொடக்கத்திலும் "மதுரை மாவட்டம் பண்ணைபுரத்திற்கு அருகிலுள்ள சிறுகிராமத்தில் நடந்த உண்மை நிகழ்ச்சியை அடிப்படையாகக் கொண்டு எடுக்கப்பட்ட படம்தான் இந்தக் கதை" என்று கூறப்படுகிறது.

தொடர்ந்து *ராக்காயி கோயில்* (1992) என்றொரு படம் வெளியானது. ராக்காயி என்பது உள்ளூர் அளவில் வணங்கப்படும் பெண்தெய்வம். ராக்காயி கோயிலும் வழக்கமான சினிமா சட்டகத்தினாலான கதையே. பண்ணையாரான பொம்மு நாயக்கர் என்பவரின் மகள் பண்ணையில் வேலை பார்க்கும் சின்(ன)ராசு மீது காதல்கொண்டு ஊரைவிட்டு ஓடிப்போவதாகக் காட்டப்படுகிறது. அந்த ஊரில் பொம்மு நாயக்கரின் தந்தை அழகர்சாமி நாயக்கருடைய காலத்திலிருந்து நடந்துவரும் ஒரு வழக்கத்தையே இப்போது அவர் கையெடுக்கிறார். அதாவது இவ்வாறு சாதி தாண்டிக் காதலித்து ஓடிப்போய் கௌரவத்திற்கு பங்கம் விளைவிப்பவர்களைப் பட்டுப்போன பனைமரத்தில் கட்டிவைத்து எரிக்கும் வழக்கத்தைச் செயல்படுத்த முனைகிறார். ஒரு வழக்கமான காதல் கதை, அதில் நடக்கும் மீறல் என்ற அளவில் வழக்கமான கதையாக இருப்பினும் சாதிமாறிக் காதலித்தவர்களுக்கு கிராமங்களில் கொடுக்கப்பட்ட தண்டனை ஒன்றைத் தன் கதைக்காக இப்படம் விஸ்தரித்துக்கொண்டிருக்கிறது. பெண்தெய்வத்தின் பெயரைச் சூட்டிக்கொள்ளும்போது அது உள்ளூர் மரபோடு சேர்ந்து மேலும் பொருத்தம் பெறுகிறது.

இதற்கு முந்தைய ஆண்டு *நம்ம ஊரு பூவாத்தா(ள்)* (1990) என்றொரு படம் வெளியானது. ராக்காயி கோயில் படக் கதையின் பின்புலத்தையே இப்படமும் கொண்டிருந்தது. 'ராக்காயி கோயில்' படத்தில் சொல்லப்படாத ராக்காயிக்கான கதை இந்தப் படத்தில் சொல்லப்பட்டது. அதாவது

ராக்காயியைக் காதலித்த ராமதுரை என்பவன் அவளை மணந்துகொள்வதற்காகத் தாலி வாங்கி வரப்போவதாகவும் அக்கரையிலிருந்து திரும்பும்போது அவன் வெள்ளத்தில் அடித்துச் சென்றுவிட்டான் என்பது தெரியாமல் மழை வெயில் என்று தெரியாமல் காத்திருந்து காத்திருந்து சிலையாகி தெய்வமாகிப் போனதாகவும் அவளைப் பற்றிய துணைக்கதை ஒன்று படத்தில் சொல்லப்படுகிறது. உள்ளூர் அளவில் வணங்கப்படும் பளிச்சியம்மன் வழிபாடும் அவளைப் பற்றிய கதையொன்றும் இதேபோன்று உண்டு. இதில் சாதி கடந்த காதல் நிறைவேறாமல் போவதாகச் சொல்லப்படுவது இப்படக் கதையில் நினைவுப்படுத்தப்படுகிறது. காதல் மணம் புரிந்தவர்களுள் யாரேனும் ஒருவர் காரணமே தெரியாமல் 'மாயமாக' மறைந்துபோவது பல்வேறு வட்டாரத்திலும் புழங்கும் உள்ளூர்க் கதைகள் பலவற்றின் பொதுத்தன்மையாக உள்ளது. ஆனால் அது வரையறையைத் தாண்டிக் காதலித்ததாலும் மணந்ததாலும் நடந்த கொலையாகவே இருக்கும். அது மனிதர்களால் நடத்தப்பட்ட கொலை என்பதை மறைப்பதற்காகப் பின்னாளில் கதையாக மாற்றும்போது இத்தகைய 'மாயக்' காரணம் கற்பிக்கப்பட்டிருக்க வேண்டும்.

வடமாவட்டங்களில் நிலவும் பொன்னியம்மன் வழிபாட்டுக்கு ஒரு கதை வழங்கப்படுகிறது. ஐந்து அண்ணன் தம்பிகளைக் கொண்ட (செங்குந்த) முதலியார் வீட்டில் ஒவ்வொரு நாளுக்கு ஒவ்வொருவரின் மனைவி சமைக்கும் வழக்கமிருக்கிறது. அதில் கர்ப்பமாய் உள்ள கடைசி மருமகளின் முறை வருகிறது. அரிசிக்காக அவள் உரலில் நெல் குத்துகிறாள். அவளால் முடியாதபோது அவ்வழியே செல்லும் அவ்வூரின் சேரியைச் சேர்ந்த எட்டு வயது சந்திரன் என்ற சிறுவனை அழைக்கிறாள். நெல்லைக் குத்தித் தந்தால் எனக்குப் பெண் பிறந்தால் கல்யாணம் செய்து தருவேன் என்று கூறி உதவியைப் பெறுகிறாள். அவளுக்குப் பெண் குழந்தையே பிறக்கிறது. அவள் தான் தந்த வாக்குறுதியை மறந்துபோனாலும் சந்திரன் மறக்கவில்லை. பொன்னி என்ற பெயருடைய அக்குழந்தை வளர்ந்து நிற்கும்போது சந்திரன் வந்து வாக்குறுதியை நினைவுபடுத்திப் பெண் கேட்கிறான். சாதி வரையறைகள் தடுத்தாலும் வேறுவழியின்றி பெண் தரச் சம்மதிக்கிறார்கள். ஆனால் ஊராரும் சாதிசனங்களும் இதற்கு ஒத்துக்கொள்ளவில்லை. எனினும் சந்திரன் மணம் முடித்து ஏரிக்கரை வழியாகப் பொன்னியோடு திரும்புகிறான். அப்போது பொன்னி தாழம்பூ செடியோரம் ஒதுங்குகிறாள். நெடுநேரம்

ஆகியும் அவள் வராததால் சந்திரன் தேடிச்செல்லுகிறான். அங்கு பார்க்கும்போது பொன்னி சிலையாகி நின்றாளாம். அதாவது பொன்னியம்மன் என்ற தெய்வமாகிவிட்டாள். புதர் ஓரம் ஒதுங்கும்போது பொன்னியைச் சாதித்தாண்டி மணம் புரிந்ததைப் பொறுத்துக்கொள்ள முடியாத ஊராரோ, சாதியினரோ, கிராமத்தினரோ கொன்றிருக்க வேண்டும். பிறகு கழுவாய் தேட தெய்வமாக்கியிருக்க வேண்டும். அவளைப் பற்றிய கதையில் இக்கொலைப் பகுதியை மட்டும் மர்மப்படுத்துவதன் மூலம் அவள் கொலை செய்யப்பட்டாள் என்பதை மறைத்திருக்கிறார்கள் என்றே கொள்ள வேண்டியுள்ளது.

இந்தக் கதையை ஒத்த மாற்றுவடிவங்கள் பல இருந்திருக்கின்றன. செய்யாறு வட்டம் ஏனாதவாடியில் 18 வருடத்திற்கு ஒருமுறை திருவிழா நடத்தப்படும். அங்கு வணங்கப்படும் நீலி என்ற அம்மன் பற்றிய ஒரு கதை வழங்கப்படுகிறது. நீலி தன் ஏழு குழந்தைகளின் பசி தீர்க்க வயலுக்குச் சென்று கள்ளத்தனமாக நெற்கதிர்களை உருவிவந்து சோறு சமைத்துத் தந்து வருகிறாள். ஒருநாள் காவல் காக்கும் தோட்டி பார்த்துவிட்டுச் சென்று ஊராரிடம் சொல்கிறான். ஊராரோடு திரும்பிவந்து பார்க்கும்போது அவள் சிலையாகிக் கிடந்தாளென்று வழங்கப்படுகிறது. இதில் அவள் கொல்லப்பட்டிருக்க வேண்டும் என்பதே குறிப்பு. இக்கதை பல்வேறு வடிவங்களில் பல்வேறு இடங்களில் புழங்கியிருக்கிறது. அவற்றில் ஒன்றே ராக்காயி அம்மனின் கதை. அது நம்ம ஊரு பூவாத்தா படத்தில் ஒரு தகவலாகச் சொல்லப்பட்டுள்ளது. பூவாத்தாளைக் காதலுக்கான தெய்வமாகவே இப்படம் சுட்டுகிறது. ராக்காயி கோயிலில் பெண் ஒருத்தி செத்துக்கிடந்ததை ஒட்டி அக்கோயில் பூஜை இல்லாமல் பராமரிப்பின்றி விடப்படுகிறது. ஆனால் காதலுக்காகவே வாழ்ந்த ராக்காயி, பெண்ணின் சாவுக்குக் காரணமாயிருக்க மாட்டாளென்று நாயகன் நம்புகிறான். தன் காதலையும் நிறைவேற்றித் தரக்கோரி ராக்காயிடம் அவன் வேண்டுகிறான். பிறகு சிறைக்குச் சென்ற தன் காதலி பூவாத்தாள் திரும்பிவரும் நாள் வரையிலும் ராக்காயி கோயிலிலே ராக்காயியைப் போலவே காத்திருக்கிறான். இப்படத்தில் சாதி முக்கிய பேசுபொருளாக இல்லையெனினும் ராக்காயியை ஒத்த பிற பெண் தெய்வக் கதை வடிவங்களில் சாதி மீறல் முக்கிய அம்சமாக இடம்பெற்றுள்ளது. அதைப் பிரதானப்படுத்தாவிட்டாலும் திரைப்பிரதி காதலின் தெய்வமாக ராக்காயியைச் சொல்லத் தவறவில்லை.

இந்த இடத்தில் வேறொரு படம் முக்கியமானதாகிறது. அது 1980களின் இறுதியில் வெளியான *துளசி* (1987) என்ற படம். ஏறக்குறைய இந்த வகைமாதிரிக் கதையாடலின் தொடக்கப் படமாக இதுவே இருக்கலாம். அதேவேளையில் இப்படம் உள்ளூர் மரபின் சாதிமீறலையும் நவீன கருத்தாக்கங்களால் பிறந்த சமத்துவம் பற்றிய யோசனையையும் சேர்த்துக் கதைச் சரடாக்கியுள்ளது. இந்தப் படத்திலும் பொன்னி என்ற பெண் சாதி மீறிய காதலின் காரணத்தால் ஆதிக்க சாதி தரப்பால் கொல்லப்படுகிறாள். ஊர்க்கோயிலின் பூசாரியாகவும் நிலப்பண்ணையாகவும் உள்ள திருநாவுக்கரசு என்பவருக்கு சம்பந்தம், துளசி என்ற இரண்டு குழந்தைகள்; திருநாவுக்கரசு சாதிப்பற்று மிக்கவர். ஆனால் அப்பாவுக்கு உதவியாக இருக்கும் மகன் சம்பந்தம் பொன்னி என்ற தலித் பெண்ணைக் காதலிக்கிறான். வேறுவழியில்லாமல் அவளுக்கு மகனைத் திருமணம் செய்துவைப்பதாக ஒத்துக்கொள்கிறார் திருநாவுக்கரசு. ஆனால் மறுநாள் பொன்னி கிணற்றில் பிணமாக மிதக்கிறாள். அவரால் தந்திரமாக அவள் கொலை செய்யப்பட்டாலும் அவள் தானாக இறந்தவள் போலாக்கப்படுகிறாள். இதற்கிடையில் இப்பண்ணை பூசாரிக்குச் செருப்புத் தைத்துத் தரும் காளியப்பனின் மகனான படித்த பட்டதாரி சிவலிங்கம் மீது அவளின் மகள் துளசி காதல் கொள்கிறாள். ஊரார் முன் வேறுவழியில்லாமல் சிவலிங்கத்திற்குத் துளசியைத் திருமணம் செய்து தருவதாக ஒத்துக்கொள்கிறார். ஆனால் சாதி மீறிய இத்திருமணம் நடைபெறக் கூடாதென்று அவர் உள்ளுக்குள் திட்டமிடுகிறார். சிவலிங்கம் தன் மேற்படிப்புக்காக வெளியூர் சென்றிருக்கும் தருணத்தில் நோய்க்கு விபூதி கேட்டு வருபவருக்குப் பூசாரிக்கு பதிலாக துளசி தற்செயலாக விபூதி தந்து அனுப்புகிறாள். குழந்தை குணமாவதைத் தொடர்ந்து பலரும் அவளிடம் விபூதி பெற விரும்புகின்றனர். பூசாரி இத்தருணத்தைப் பயன்படுத்திக்கொள்ள யோசிக்கிறார். இத்தொடர்ச்சியில் ஊரில் அம்மை பரவுகிறது. துளசி பால்குடம் எடுக்கவேண்டுமெனத் திட்டமிடுகிறார். அதாவது அவளை அம்மனாக்குகிறார். மக்கள் அவளை அம்மனாகவே பார்க்கிறார்கள். அவளை அறியாமலேயே அவள் அம்மனுக்கான குறியீடாகிறாள். அம்மனாவது என்பது மனிதத் தன்மையிலிருந்து அவளை விடுவிக்கிறது. மனிதர்களுக்கு மேலானவளாக்குகிறது. இதன்படி அவள் மனிதர்களுக்குரிய காதல் உள்ளிட்ட சராசரி உணர்ச்சியைத் தாண்டியவளாகிறாள். எனவே

அந்நோக்கத்தில் அவளை யாரும் உரிமைகோர முடியாதநிலை உருவாகிறது. இதனால் சிவலிங்கம் என்ற 'அடிநிலைச்சாதி' மனிதனிடமிருந்து அவள் விலக்கப்படுகிறாள். அவள் தந்தை இதையே செய்யவிரும்பினார். அது கச்சிதமாகக் கைகூடியது.

ஒருவரைக் கொன்றுவிட்ட பிறகு அம்மனாக்குவது மூலம் சாதியுணர்ச்சி காரணமாகச் செய்த குற்றத்திலிருந்து கழுவாய்த் தேடி விடுபட நினைப்பது ஒருவகை. இதுவே பெரும்பான்மை. ஆனால் இந்தக் கதையாடல் இத்தளத்தில் நிகழும் வேறொரு தருணத்தைக் கவனப்படுத்துகிறது. உயிரோடு வைத்துக்கொண்டே அவளை அம்மனாக்குவது. அதாவது மனித இயல்பைக் அப்பால் ஆக்குவது. இயல்புக்கும் இயல்பு கடந்தமைக்கும் இடையிலான ஊடாட்டம் அது. படத்தின் இறுதியில் அம்மனாக்கப்பட்ட அவளை வைத்து அம்மன் பூஜை நடக்கிறது. அங்குவந்து காதல்கால நினைவுகளை மீட்டிப் பாடுகிறான் சிவலிங்கம். அவள் மெல்ல மெல்லத் தன் காதல் நினைவுக்குத் திரும்புகிறாள். அதாவது அவள் மனிதராகிறாள். இருவரும் ஊரைவிட்டு வெளியேறுகின்றனர். கடவுள் தன்மையையும் தாண்டிய ஆற்றல் கொண்டதாகக் காதல் இங்கு உருவகப்படுத்தப்படுகிறது. இப்படத்தைப் பற்றிப் பேசும்போது இதோடு மற்றொரு படத்தையும் ஒப்பிட வேண்டும். அது 1980களின் தொடர்ச்சியில் 1990களின் தொடக்கத்தில் வெளியான *தெய்வ வாக்கு* திரைப்படம். *கிழக்கு வாசல்* படத்தின் வெற்றியை மாதிரியாக வைத்து அதைத்தொடர்ந்து எடுக்கப்பட்ட படம் இது. *கிழக்கு வாசல்* படத்திலிருந்த பாத்திரங்கள், ஒத்த கதை, தொழில்நுட்பக் கலைஞர்கள் என்றமைந்த படம் தெய்வ வாக்கு. எனினும் *தெய்வ வாக்கு* படத்தின் கதை அதற்கு முன்பே வந்துவிட்ட துளசி கதையோடு நெருங்கியிருக்கிறது. *தெய்வ வாக்கு* (1991) படத்திலும் தலித் பாத்திரப் படைப்பு அம்மன் கதையோடு இணைகிறதென்பது குறிப்பிடத்தக்கது.

நீண்ட நாட்களாக மழையில்லாத ஊரில் ஊரார் மழைவேண்டி மாரியம்மனுக்கு வேண்டுகிறார்கள். அப்போது அங்கு வரும் அனாதைச் சிறுமி அம்சவள்ளி (சாதியில்லாதவள்) சொல்லும் வாக்கிற்கேற்ப ஓரிடத்தில் தோண்டுகிறார்கள். அங்கு நீரூற்று உருவாகிறது. பிறகு ஊருக்கே குறி சொல்லுகிறாள். ஊரே அவளைச் சாமியாகப் பார்க்கிறது. அந்த ஊரில் பண்ணையார் நிலையில் இருப்பவர் அவளுக்கு அடைக்கலம் தருவதன் மூலம் அவளின் 'தெய்வத் தன்மை'யைத் தக்கவைத்துப் பணம் ஈட்டத்தொடங்குகிறார். எனவே அவள் அம்மன் நிலையில்

நீடிப்பதும், மக்கள் அவளை அவ்வாறே நம்புவதும் அவருக்குத் தொடர்ந்து தேவைப்படுகிறது. அவளோ அந்த வாழ்வு தரும் சுமையிலிருந்து விடுபட்டு மனுஷியாக விரும்புகிறாள். எனவே ஊரின் பெரிய மனுஷனுக்கும் அவளுக்கும் முரண் உருவாகிறது. அதாவது அம்மன் நிலைக்கும் மனித நிலைக்கும் இடையே முரண் உண்டாகிறது. இந்தப் பிரச்சினையில் ஊரில் சாவுக்கு ஆடுகிற நல்ல மனம்கொண்ட அனாதை ஒருவனைத் துணைகொள்ள நினைக்கிறாள். (பண்ணையிடம் பணம்தான் கிடைக்கும். அன்பு கீழேதான் கிடைக்கும்).

சாவுக்கு ஆடும் வெட்டியான் என்பது கீழ்ச்சாதி நிலை. அவனை மேல் நிலையிலிருக்கும் பெரிய மனுஷன் வீட்டுப் பெண் சேர நினைக்கிறார். எனவே பெரிய மனுஷனுக்கும் வெட்டியானுக்கும் இடையிலான முரணாகவும் அது மாறுகிறது. இறுதியில் மேல்நிலையிலிருக்கும் பெண்ணைக் கீழ் நிலையிலிருக்கும் ஆண் சாதி மீறி மணப்பதன் மூலம் மீட்கிறான். அடிப்படையில் மரபார்ந்த தடை ஒரு சாதி தாண்டிய மணம் மூலம் உடைக்கப்படுகிறது. அவள் தெய்வ நிலையிலிருந்து மனுஷ நிலைக்கு மீட்டுவரப்படுகிறாள். துளசி படத்திலும் தெய்வ வாக்கு படத்திலும் அம்மன் நிலையிலிருந்து மனித நிலைக்கு அப்பெண்களை மீட்பவர்களாக ஒடுக்கப்பட்ட சாதி ஆண்களே இருக்கிறார்கள். இங்கு இந்நம்பிக்கைகளை ஓர் அரசியலாக வாசிப்போமெனில் அம்மன்கள் அடிநிலைச்சாதி ஆண்களையே விரும்புகிறார்கள் இது ஏன்?

ஆணவக் கொலையால் அம்மன்களாக்கப்பட்ட பெண்கள் பெரும்பாலும் ஆதிக்கச் சாதியைச் சேர்ந்தவர்களாகவும் ஆண்கள் ஒடுக்கப்பட்ட சாதியைச் சேர்ந்தவர்களாகவும் உள்ளனர். இவற்றிலிருந்து மாறி அமைவது சிறுபான்மையே. இதன்படி அம்மன்களின் இணைக் கடவுள்களாக இருப்பவை ஒடுக்கப்பட்ட பின்புலத்தைக் கொண்ட பிரதிகளே. அவற்றுள் பலவும் கணவன் நிலையிலானவை. எனவே அம்மன்களின் கணவர் நிலையை ஒடுக்கப்பட்ட ஆண்கள் அடைகின்றனர். இந்த அம்மன்களைப் பற்றி வழங்கப்படும் உள்ளூர்க் கதைகளிலும் சடங்குகளிலும் இவற்றைக் காணலாம். இந்தப் பின்னணியில் பார்க்கும்போது அக்கதையாடல்களைப் பிரதிபலித்த இத்திரைப்படங்களில் அம்மன் நிலையிலிருப்போருக்கு இணையாகவோ, அவர்களை மீட்பவர்களாகவோ ஒடுக்கப்பட்ட ஆண்களைக் கொண்டிருப்பது பொருத்தம் பெறுகிறது.

மதுரைவீரன் தொடங்கி பல கதைகளிலும் ஆண்கள் கொல்லப்பட்டாலும் பெண்கள் உடனிறந்து போகிறவர்களாக உள்ளனர். வேறுசில கதைகளில் இறந்துபோவதற்கு முன் கொலைக்குக் காரணமான தங்கள் குடும்பத்தையே சபித்துவிட்டுச் சாகின்றனர். தர்மபுரி வட்டாரத்திலுள்ள கொடைகாரியம்மன் கதையில் தான் காதலித்த பறையர் சாதி ஆண் கொல்லப்பட்டபோது அவனோடு சேர்ந்து சாகும் உடையார் சாதி கொடைகாரி சபித்துவிட்டுச் சாகிறாள். பொன்னியம்மன், நீலியம்மன் கதைகளில் ஒடுக்கப்பட்ட சாதி ஆண்களை மணந்ததால் பெண்களே கொல்லப்படுகின்றனர். சில கதைகளில் உயர்சாதி ஆண் அவன் சாதியினராலேயே கொல்லப்படும்போது ஒடுக்கப்பட்ட சாதிப் பெண் உடன் இறந்துபோகிறாள். முத்துப்பட்டன் என்ற பார்ப்பன ஆணுக்காக மனைவிகளான அருந்ததியர் பெண்கள் இருவர் இறந்துபோகின்றனர்.

இந்தவகை கதையாடல்களைப் படமாக்கியதில் கடைசிப் படமென்று சேரன் இயக்கிய *பாரதி கண்ணம்மாவை* (1997) கூறலாம். இரு வேறு தரப்புச் சமூக அரசியலாலும் இரு வேறு விதமாக எதிர்கொள்ளப்பட்ட படமாக அது இருந்துவிட்டது. சமூக நினைவுகளில் புதைந்துகிடந்த ஆணவக் கொலையையே வேறு விதமாக இப்படம் பிரதிபலித்தது. தன் பண்ணையில் வேலை பார்க்கும் நல் உள்ளம் கொண்ட பாரதியைப் பண்ணையாரின் மகள் கண்ணம்மா விரும்புகிறாள். அவனுக்குள் அதைப் பற்றிய விருப்பம் இருப்பினும் சாதிவரையறையையும் அதை ஒட்டிய பண்ணை மீதான விசுவாசமும் அதை ஏற்பதிலிருந்து அவனை விலக்குகிறது. அவளின் காதல் பாரதிக்கு மட்டுமே தெரிந்திருக்கிறது. தனக்கு வேறோர் இடத்தில் திருமணம் செய்துவைக்கப் போகிறார்கள் என்பதை அறிந்த கண்ணம்மா, தற்கொலை செய்துகொள்கிறாள். அவள் இறந்ததற்கான காரணத்தை அறியாத நிலையிலேயே ஊரார் அவள் சடலத்திற்குத் தீயிடத் தயாராகிறார்கள். அதுவரை தன் மனதில் பூட்டி வைத்திருந்த காதலால் அவளைத் தீயிட்ட சிதையிலேயே விழுந்து இறக்கிறான் பாரதி. பிறகுதான் ஊராருக்கும் பண்ணையாருக்கும் அது தெரிய வருகிறது. பிறகு அவர்களை நினைவில்கொண்டு வணங்கத் தொடங்குகிறார் பண்ணையார். உள்ளூர் ஆணவக் கொலைக் கதைகள் பலவற்றிலும் பெண்கள் தீயில்விழுந்து இறந்து போவதைப் பார்த்திருக்கிறோம். பாரதி கண்ணம்மா அதையே ஆண் இறந்துபோகும் கதையாடலாகச் சற்றே மாற்றியிருக்கிறது.

இந்தக் கதைகளில் வரும் ஆண்கள் பெரும்பாலும் பறையர் சாதியைச் சேர்ந்தவர்களாகவும் குறைவாக அருந்ததியர், வண்ணார் போன்ற சாதியைச் சேர்ந்தவர்களாகவும் உள்ளனர். திரைப்படங்கள் இக்குறிப்புகளை மென்மையாகவோ அழுத்தமாகவோ காட்டுவதுண்டு. இதில் மாரியம்மன் தெய்வத்தோடு இச்சாதிகளுக்கு உள்ள வழக்காற்றுத் தொடர்பு முக்கியமானது. மாரியம்மனைப் பறையர் வீட்டுப் பெண்ணாகவும், பறையர் பூசாரியால் தாலி கட்டப்படுபவளாகவும் பின்பற்றுகின்றனர். ரேணுகாம்பாளாக மாறிய புகழ்பெற்ற மாரியம்மன் கதையில் தலை வேறாகவும் முண்டம் வேறாகவும் ஒட்டப்பட்ட ரேணுகாம்பாளின் தலை பார்ப்பனப் பெண்ணுடையதாகவும் உடல் பறையர் பெண்ணுடையதாகவும் அறியப்படுகிறது (சில கதை வடிவங்களில் பறையருக்குப் பதில் அருந்ததியரும் உண்டு). இந்த அளவிற்கு மாரியம்மன் கதையோடு அடிநிலை சாதித் தொடர்பு வழக்காற்றில் உண்டு. இது அம்மனை விரிவாகவும், தொட்டுக்காட்டியும் எடுத்த எந்தப் படத்திலும் மறைமுகமாகவும் வெளிப்படையாகவும் வெளிப்பட்டிருக்கிறது. *சிதம்பர ரகசியம்* என்ற படத்தில் ஒரு வீட்டில் திருடு போய்விடுகிறது. திருடுபோன வீட்டில் திருடர்களின் தடயங்களைப் போலீஸார் தேடுகின்றனர். எந்தத் துப்பும் கிடைக்காத நிலையில் போலீஸ் அதிகாரி, வீட்டில் சமீபமாக வயர் பின்னப்பட்ட நாற்காலிகளைத் தற்செயலாகக் கவனிக்கிறார். வீட்டில் இருப்போரிடம் இந்த வயர் எப்போது பின்னப்பட்டது என்கிறார். பக்கத்துச் சேரியிலிருந்து வந்த கிழவியொருத்தி நேற்றொரு நாள் முழுக்கக் கூடவே இருந்து பின்னிக்கொடுத்துச் சென்றதாகக் கூறுகின்றார். அந்தக் கிழவி திருடுவதற்கான வழிவகைகளை நோட்டமிட்டு விட்டுச் சென்றிருக்க வேண்டுமென்று யூகிக்கிறார் அதிகாரி. கிழவி வாழும் சேரி எங்கிருக்கிறது என்று கேட்கிறார். அருகே உள்ள பகுதிதான் சேரி என்கின்றனர். சேரிக்குச் சென்றால் கிழவியை உடனே பிடித்துவிட முடியுமென்று நினைக்கிறார். சேரி என்றால் மாரியம்மன் கோயிலிருக்கும். அன்று ஆடி அமாவாசை என்பதால் சேரியில் மாரியம்மனுக்கு விழா எடுத்திருப்பார்கள். எனவே சென்று கண்டுபிடித்துவிடலாம் என்பது அவர் கணக்கு. இச்சித்திரிப்பில் திருடு என்பதோடு சேரியைச் சேர்த்துக் காட்டும் சிக்கல் இருக்கிறது. அதே வேளையில் மாரியம்மன் வழிபாடு சேரியோடு சேர்ந்ததென்ற பதிவையும் இது உணர்த்தியிருக்கிறதென்பது குறிப்பிடத்தக்கது.

அம்மன் வழிபாடு குறிப்பாக மாரியம்மன் வழிபாட்டில் அருள் இறங்குதல், சாமியாடுதல், நேர்த்திக்கடன் போன்றவை நடக்கும். அதிலும் குறிப்பாக வாக்கு கேட்டல் அல்லது குறி சொல்லுதல் முக்கியமாக இடம்பெறும். குறி சொல்லுபவர் மீது அம்மனே இறங்குவதாக நம்பப்படுகிறது. இதன்படி குறி சொல்லுபவர், சாமி ஆடுபவர் மனிதத் தன்மையைத் தாண்டி அம்மன் நிலையை அடைகிறார். மேலும் கணித்துச் சொல்வதென்பது ஒருவகை அறிவு மரபோடு இணைந்தது. உள்ளூர் அம்மன் கோயில்களில் பெரும்பாலும் இந்த மரபோடு அடித்தட்டுச் சாதியினரே பிணைக்கப்பட்டுள்ளனர். அருளை இறக்குவதிலும், சாமியை வரவழைப்பதிலும் இசை முக்கியமான இடத்தைப் பெறுகிறது. உடுக்கை, பறை போன்ற கருவிகளை இத்தருணத்தில் பயன்படுத்துவது தெரிந்ததே. எனவே இக்கருவிகளோடு இணைந்தவர்கள் சாமியை வரவழைக்கும் ஆற்றலோடு இணைகிறார்கள். அழைத்தால் சாமி வருகிறது எனும்போது அவர்கள் அம்மனுக்கு உறவாகிறார்கள். இப்பின்னணியில் பார்த்தால் துன்பத்திலிருந்து மீளக் கோருதல் - இசைபாடுதல் - ஒடுக்கப்பட்டோர் என்கிற இணைவு அம்மன் தொடர்பான இக்காலப் படங்களில் இடம்பெற்றிருப்பதைப் பார்க்கிறோம். இசை என்பது சினிமாவின் முக்கியமான கதைக்கச்சாவாக ஆனபோது அதை இசைப்பவர் ஒடுக்கப்பட்ட சாதியினராகவும், வர்க்க நிலையில் தாழ்ந்தவராகவும் சித்திரிக்கப்பட்டனர். ஏழையாகவும் நல்லவனாகவும் இருக்கும் அவன்மீது மேலே உள்ள பணக்கார பெண் காதல் கொள்வாள். இறுதியில் அவளுக்குக் காதலை நினைவுபடுத்தப் பாடுவதும், காதலர்கள் தங்கள் காதல் நிறைவேற அம்மனுக்குப் பாடுவதும் வகைமாதிரி சித்திரிப்புகளாகவே மாறின. அவர்களோடு மரபுரீதியாகவே இணக்கம் கொண்டிருந்த அம்மன் காதலைச் சேர்த்துவைக்க இறங்கி வருகிறாள் அல்லது அருள் தருகிறாள். நிறைவேறாத காதலில் ஆணவக் கொலை செய்யப்பட்ட அம்மன்கள் காதலர்களை இணைத்துவைப்பார்கள் என்று எதிர்பார்ப்பதில் என்ன பிழை இருக்க முடியும்? மரபுரீதியாகத் தங்கள் காதலர்களாயிருந்த, இசைத்துப் பாடி அருளிறங்க வைத்த ஒடுக்கப்பட்ட தன்னிலைகளுக்கு உதவ அங்கு அம்மன்கள் மனமிறங்குகிறார்கள். இப்போக்கு எப்போதிலிருந்து தொடங்கியதென்று துல்லியமாகச் சொல்ல முடியவில்லை. ஆனால் இப்போக்கு 1980களின் மத்தியில் தொடங்கி 1990களின் மத்தியில் மறைகிறது. ஏறக்குறைய பத்தாண்டு காலம் தமிழ் சினிமாவின் கதையாடல்களில் இப்போக்கு பிரதிபலித்தது.

1990ஆம் ஆண்டு வெளியான *கிழக்கு வாசல்* படத்தில் பண்ணைக்கார கௌவுண்டர் தனக்கான தாசியாகத் தாயம்மாள் என்ற பெண்ணை அழைத்துவந்து ஊரில் குடிவைத்துவிட்டு அவளின் ஒப்புதலுக்காகக் காத்திருக்கிறான். அவள் அந்தச் சுமையிலிருந்து விடுபட்டுக் குடும்ப அமைப்புக்கு மாறிவிடும் தருணத்திற்காக அவள் காத்திருக்கிறாள். அந்த ஊரில் வழிவழியாகக் கூத்துகட்டி ஆடும் குடும்பத்தைச் சேர்ந்த பொன்னுரங்கம் என்ற கூத்தாடியை அவள் துணைகொள்கிறாள். ஏறக்குறைய அடிநிலைச்சாதி அல்லது கீழ்வர்க்க நிலையிலிருப்பவன் பொன்னுரங்கம். இதனால் பண்ணைக்காரனுக்கும் கூத்துக்காரனுக்கும் இடையே முரண் வளர்கிறது. இறுதியில் தாயம்மாள் என்ற பெண்ணைக் கூத்துக்காரன் மீட்கிறான். அதில் தாயம்மாள் தெய்வ நிலையில் இருப்பவள் அல்ல. அதேவேளையில் வழக்கமான பெண் அல்ல. கடவுளுக்கு நேர்ந்துவிடப்பட்ட தாசிபோன்ற மகளிர்களை ஒத்தவள் என்பது குறிப்பிடத்தக்கது.

கிழக்கு வாசல் படத்தின் வகைமாதிரியில் அடுத்தபடம் *தெய்வ வாக்கு* (1991). இந்தப் படத்தில் அம்சவள்ளி அம்மன் நிலையில் இருக்கிறாள். மாரியம்மனுக்காக வாக்கு சொல்பவள். ஊராரால் ஆத்தா என்று அழைக்கப்படுகிறாள். அதன்படி அவளின் அம்மன் நிலையை மாரியம்மன் நிலை என்று கூறலாம். அம்மன் நிலையிலிருந்து இறங்கிச் சகமனிதர்கள்போல அவள் வாழ நினைக்கிறாள். அதற்கு அனாதையான தம்பிதுரை என்ற பெயரிலான நாயகனைத் துணைகொள்கிறாள். அவன் பிறப்பை அனாதை என்று மர்மப்படுத்தினாலும் அவன் சாவுக்கு ஆடுகிற வெட்டியானாகவும், அவன் அம்மாவை தாசி போன்றும் காட்டியிருக்கிறார்கள். இங்கும் மேலே உள்ள பெரிய மனிதருக்கும் கீழே உள்ள வெட்டியானுக்கும் இடையே முரண் எழுகிறது. இறுதியில் அவன் மீதுகொண்ட காதலால் தெய்வ நிலையிலிருந்து அவளை மனித நிலைக்கு நகர்த்துகிறது. அதாவது அம்மன் வெட்டியானை மணம் முடித்துக்கொள்ள தன் நிலையிலிருந்து கீழிறங்கி வருகிறது.

இந்தப் படத்தில் சுவாரஸ்யமான காட்சி வருகிறது. அதாவது குழந்தை ஒன்றைப் பாம்பு கடித்துவிடுகிறது. உடனே குழந்தையை ஆத்தாவின் அருள்வாக்குக்காகப் பெற்றோர் எடுத்து வருகிறார்கள். பெரிய மனுஷன் விதித்த தடையால் ஆத்தா வரத் தயங்குகிறாள். குழந்தையைக் கோயிலில் அம்மன் சன்னதிமுன் கிடத்திவிட்டு ஆத்தா வருவாளென்று காத்திருக்கிறார்கள். அவள் வரவில்லை.

வெட்டியான் தம்பிதுரை பேசுகிறான். அதாவது "கல்லா இருக்கிற இந்தச் சாமிக்கு சக்தினு ஒண்ணு இருந்தா, நான் பாடுற பாட்டைக் கேட்டு அந்த ஆத்தா இங்க வருவா. நிச்சயம் குழந்தை பொழைப்பதற்கு அருள் வாக்கு தருவா(ள்)" என்று சொல்லிவிட்டுத் தன் கூட்டாளிகளை நோக்கி "நம்ம ஆளுங்ககிட்ட சொல்லி மேளத்த கொண்டு வாங்கடா" என்கிறார். (பறை) மேளமடித்து அவன் பாடத் தொடங்குகிறான். பிறர் அவனைச் சுற்றிப் பறையடித்து ஆடுகிறார்கள். அம்மனை அவன் பறை இசையால்/ பாட்டால் அழைக்கிறான். "ஒரு பாட்டாலே சொல்லி அழைச்சேன், ஒரு பலன் கேட்டு கண்ணுமுழிச்சேன், அடி ஆத்தாடி உன்ன நெனைச்சேன், ஒரு அன்பாலே மெட்டு படிச்சேன், உன் சோகம் மறக்க என் பாட்டு விருந்து, அத கேட்டு மறந்தா(ல்) என் பாட்டு மருந்து, நீ கூட இருந்தா(ள்) அதுபோதும் எனக்கு, வாடி இருந்தா(ல்) துன்பம் எனக்கு" என்று தொடங்கிப் பாடிச் சொல்கிறான். அந்தப் பாடல் ஒரே நேரத்தில் அம்மனின் அருள்கோரும் பாட்டாகவும், காதலைக் கூறும் பாட்டாகவும் அமைகிறது. இங்கு அருள் என்பது மேளமடித்துப் பாடுபவனை நோக்கிய காதலின் குறியீடாக இருக்கிறது. பாடல் உச்சத்தை எட்டும்போது அம்மனுக்கான புடவையை அணிந்துகொண்டு அம்மனாகிய காதலி இறங்கி வருகிறாள். அது உள்ளூர் மரபுகளில் அருள் வரவழைக்கப்படுவதற்காக அடிக்கப்படும் பறை அல்லது உடுக்கையைக் குறிக்கிறது. அம்மன் கோவில் பூசாரியோ, குறி சொல்லுபவனோ மேளமடித்துப் பாடினால் வந்திறங்கும் அம்மனையும் குறிக்கிறது. அடித்தட்டுச் சாதி காதலனைப் பிரிந்து இறந்துபோன அம்மன்களின் குறியீடே இத்தகைய கதையாடலாக விரிகிறது எனலாம்.

இதே அம்சம்தான் இதற்கு முன்னால் வந்த துளசி படத்திலும் வேறுவிதமாக வெளிப்பட்டது. அம்மனாக்கப்பட்ட தன் காதலியை மீட்பதற்காக அருள் வேண்டும் பாடலைப் பாடாவிட்டாலும், காதல் நினைவுகளை மீட்டிப் பாடுகிறான் அடித்தட்டுச் சாதி நாயகன். அவள் அம்மன் தன்மையிலிருந்து மாறி மனிதத் தன்மையுடயவளாக, அதாவது காதலியாகத் திரும்பி அவனை வந்தடைகிறாள்.

இந்த அம்சம் 1980களின் இறுதியில் தமிழ்த் திரைப்படங்களில் முன் பின்னாக ஊடாடியுள்ளன. குறிப்பாக இசையைக் கதையின் மையமாகக் கொண்ட படங்கள் வரத் தொடங்கியதும் நடந்திருக்கின்றது. 1980களின் ஆரம்பத்தில் இசைக்குழுக்கள், இசைக்கலைஞர்கள் ஆகியோரைக் கொண்ட படங்கள்

வெளியாயின. அவற்றில் காதலை வேண்டும், காதலின் இழப்பைப் பாடும் பாடல்கள் இடம்பெற்றன. மைக் மோகன், மைக் முரளி என்ற அடையாளங்கள் உருவாயின. பிறகு மெல்ல மெல்லப் பாடலோடு தொடர்புடைய உள்ளூர்க் கதைகள் வரத் துவங்கின. அத்தகைய காலகட்டத்தின் பாடல்களே இவை. இந்தக் காலகட்டம் உள்ளூர் மரபிலான கதையாடல்களும், பாடல்களும் இளையராஜா என்ற உள்ளூர் மரபிலிருந்து உருவாகி வந்த கலைஞனை ஒட்டி, அவர் இசையை மனத்தில் வைத்தே மீட்டெடுக்கப்பட்டன என்பது இவ்விடத்தில் குறிப்பிடத்தக்கது. பிரிந்த காதலர்களைச் சேர்ப்பதற்கு, கீழ்நிலையில் இருந்ததால் வாழ்வு மறுக்கப்பட்ட காதலனைச் சேர மேல்நிலையிலிருந்து காதலி இறங்கி வருவதற்குப் பாடல்களே கருவியாக அமைந்தன. இவற்றில் உள்ளூர் மரபு நேரடியாகப் பிரதிபலித்தது என்று சொல்லமுடியாவிட்டாலும் உள்ளூர்க் கதையாடலின் தாக்கம் இச்சித்திரிப்புகளில் இருந்தன என்று கூறலாம். சில படங்களில் தனியாகவும் சில படங்களில் சாமிமுன், குறிப்பாகச் சாமியாடி சேர்வதாகவும் இருந்தன. இத்தகைய எல்லாக் கதைகளிலும் காதலன் அடிமட்ட நிலையில் இருப்பவனாகக் காட்டப்பட்டான். இவ்வாறான கதைகளில் சாதி வெளிப்படையாக இல்லாவிட்டாலும் ஊர் மரியாதை, தொழில், அந்தஸ்து, பணம் போன்ற பெயர்களில் சாதியச் சட்டகமே ஊடாடின. கீழ்நிலை, இசை (பாடல்), அம்மன் முன் வேண்டல் போன்ற பொதுத் தன்மைகள் இக்காதல் கதைகளில் இருந்தன.

சிறையில் பூத்த சின்னமலர் (1990) படத்தில் ஏழையொருவனைப் பணக்காரனின் தங்கை காதலிக்கிறாள். ஆனால் அவளின் அண்ணன் தங்களது அந்தஸ்தைக் காட்டி மறுக்கிறான். ஆனால் அதன் உள்ளீடு சாதிதான் என்பதை ஓரிடத்தில் வரும் வசனம் சொல்லிச் செல்கிறது. அவ்வூர் கோயிலில் ஒரு காதல் கல்யாணம், அதுவும் கலப்புக் கல்யாணம் நடந்தது என்பதால் அதை அவன் திறக்கவிடுவதில்லை என்கிறது ஓரிடத்தில் பூசாரியின் குரல். தொடர்ந்து அண்ணன் அந்தக் காதலனைப் பிச்சைக்கார பய, அனாதைப் பய, ஏழை என்றெல்லாம் வசைபாடி ஆற்றிலே தள்ளிவிடுகிறான். ஏறக்குறைய இது ஆணவக் கொலை எனலாம். பிறகு இந்தக் கதையின் மீது சினிமா புனைவு உருக்கொள்கிறது. அதாவது ஆற்றிலே தள்ளப்பட்டவன் உயிரோடு வருகிறான். மாடி வீட்டில் அடைத்து வைக்கப்பட்டிருக்கும் தன் காதலியை நோக்கிப் பாடத் தொடங்குகிறான். அதைக்கேட்டு அவள் கீழிறங்கி

வந்து அவனை அடைகிறாள். அதாவது பாட்டு அவர்களைச் சேர்த்து வைக்கிறது. தமிழ் சினிமா வரலாற்றில் மட்டுமல்ல கதையாடலிலும் உள்ளூர்த் தன்மையை வெற்றிகரமான மாதிரியாக மாற்றிய *கரகாட்டக்காரன் (1989)* படத்திலும் இதை ஒட்டிய குறிப்புண்டு. நாயகன் நாயகி இருவரும் கரகாட்டக் கலைஞர்கள். சமமான வர்க்க நிலையில் இருப்பவர்கள். அவர்களின் காதலைப் பிரிக்க நினைக்கும் ஊர்ப் பெரியவர் அவ்விருவரையும் அம்மன் விழாவில் தீயில் இறங்க வைக்கிறார். அம்மனை நோக்கிப் பாடி ஆடிச்சென்று தீயில் இறங்கும் இருவர் காதலையும் அம்மன் சேர்த்து வைக்கிறார். அவர்களின் ஆடலும் பாடலும் அவளின் கருணையை நோக்கியதாக இருந்தது.

இதற்கடுத்த ஆண்டு வெளியான *சின்னத்தம்பி* பாடல்களால் அமைந்த மற்றுமொரு வகைமாதிரி படம். இந்தப் படத்தில் அந்தஸ்து, சாதி வேறுபாடு போன்றவை கதையாடலின் பிரதான முரண்பாடுகளாகச் சொல்லப்படவில்லை. ஆனால் கதையாடலில் அவை நுட்பமாக ஊடுருவி நிற்கிறது. உண்மையில் கதையாடலின் முரணாகச் சாதியோ, அந்தஸ்தோதான் இருந்திருக்க வேண்டும். நாயகனின் கள்ளம் கபடமற்ற பண்பால் ஏற்படுகிற சிக்கலாக அதைத் திரைப்பிரதி மாற்றிக்கொண்டுள்ளது. சின்னத்தம்பி என்ற ஏழை சிறுவயதிலிருந்தே பணக்கார வீட்டு வேலைக்காரனாக இருக்கிறான். வீட்டின் 3 அண்ணன்களுக்கு இருக்கும் ஒரே தங்கையைப் பார்த்துக்கொள்வது அவன் பணி. பாடக்கூடியவன் என்பதே அவனுக்கான முதன்மை அடையாளம். பணக்காரத் தங்கை ஏழையான சின்னத்தம்பியின் தன்னலமற்ற அன்பால் ஈர்க்கப்படுகிறாள். தன்மீது கொண்ட மதிப்பைப் பயன்படுத்தி அவனைத் தாலிகட்ட வைக்கிறாள். ஒரு கட்டத்தில் உண்மை தெரியும்போது அவன் கொல்லப்படாமல் வெளியேற்றப்படுவதாக மாற்றிக் காட்டுகிறது திரைப் பிரதி. இப்போது அவள் தெய்வத்தின் முன் பாடவில்லை, தவிர அவன் திரும்பிவர வேண்டுமென்று பாடுகிறாள். அதன் விளைவாக அவன் திருப்பி அழைத்து வரப்படுகிறான். இங்கு அம்மனை வேண்டிப் பாடுவதாக இல்லையே தவிர அடிநிலை நாயகன், பாடக்கூடியவன், பாடலால் காதலர்கள் சேர்வது என்ற முந்தைய கதையாடலின் சிறிது மாறிய வடிவமாக இப்படக்கதை இருக்கிறது.

இவ்விடத்தில் மேலும் நான்கு படங்களைக் குறிப்பிடலாம். கார்த்திக் நாயகனாக நடித்த *பெரிய வீட்டுப் பண்ணக்காரன்*

(1990) படத்தில் பண்ணையார் மகள் பண்ணையில் வேலை பார்க்கும் அடிநிலையிருப்போன் மீது காதல் கொள்கிறாள். அவன் நன்றாகப் பாடக்கூடியவனும்கூட. அவளைக் கைப்பிடிக்க விரும்பும் அவன் மீனாட்சியம்மன் தேரில் ஒளித்து வைத்துவிட்டு ஆடிப்பாடுகிறான். இறுதியில் அவர்களின் காதல் நிறைவேறுகிறது. பேதங்கள் இல்லாத அன்பே காதல் என்ற பாடல் வரிகளோடு படம் நிறைவடைகிறது. சாதியைக் கடந்து காதல் கைகூடுகிறது. பாடகனாக இருக்கும் நாயகன் மீது நாயகி அந்தஸ்து கடந்து காதல்கொண்டு வெற்றிபெறும் நாடோடி பாட்டுக்காரன் படமும் இதே காலகட்டத்தில் வெளியானது. *பாட்டுக்கு நான் அடிமை* படத்தில் மருத்துவமனையில் சிகிச்சைபெறும் காதலியை அம்மன் சன்னதி முன் பாடும் காதலனின் குரல் எழுந்து வரவைக்கிறது. மரணத்தின் விளிம்பைத் தொடப்போகும் அவனை அவள் பாடும் மீதிப்பாடல் மீட்கிறது. அம்மன் சன்னதிமுன் பாடியவாறே இருவரும் சேருகிறார்கள். *வைகாசி பொறந்தாச்சு* படத்தில் பண்ணையாளின் மகனான நாயகன் பணக்கார நாயகியைக் காதலிக்கிறான். எதிர்ப்பினால் காதல் கைகூடாமல் போகும்போது மாலையம்மன் கோயில் முன்பு *'ஆத்தா உன் கோயிலிலே'* என்று தீயிலிறங்கிப் பாடி ஆடுகிறார்கள். பிறகு காதல் கைகூடுகிறது.

இவ்வாறு சாதிகடந்த காதல் மணம் குறித்த இக்கதையாடல் மெல்ல மெல்ல ஒரே சாதிக்குள் ஏற்படும் வர்க்க வேறுபாடு, உறவு பேதம் காரணமாக கைக்கூடாத காதல் கதைகளாக மாறுகின்றன. எனினும் சாதிகடந்த காதல்கதைகளின் தாக்கமும் வேறுபட்ட வடிவமும்தான் இக்கதைகள். தங்கமனசுக்காரன் (1992) படத்தில் ஊர்த்திருவிழாவிற்குப் பாடவரும் நாயகன் பணக்கார நாயகியின் சிறுவயதில் காணாமல்போன உறவுக்காரன், காதலர்களாக மாறும் அவர்கள் மீது ஏவப்படும் செய்வினையால் பிரிகிறார்கள். செய்வினையிலிருந்து மீளவும் காதல் கைகூடவும் நாயகன் அம்மன்முன் பாடி ஆடுகிறான். அதன் பிறகு சேருகிறார்கள். *செந்தமிழ்ச்செல்வன்* (1994) என்ற திரைப்படமும் இதன் தொடர்ச்சியேயாகும். இப்படத்தில் பாடல்கள் கதையின் அங்கமாக வருகின்றன. பாடல் முந்தைய நினைவுகளை, உறவுகளை மீட்டுவந்து தருகிறது.

ஆத்தா உன் கோயிலிலே படம் செருப்பு தைக்கும் ஒடுக்கப்பட்டவனை நல்லவிதமாகச் சித்திரிக்கிறது. படத்தில் இடம்பெறும் இரண்டு நாயகிகளில் ஒருத்தியின் அப்பா அவர். அதேவேளையில் அவர் நகைச்சுவைப் பாத்திரமாகக் (ஜனகராஜ்)

காட்டப்பட்டுள்ளார். ஆனால் அவரை எள்ளலுக்குரியவனாகக் கதை காட்டவில்லை. அவர் பாட்டுக்கட்டி பாடக்கூடியவன். பாடக்கூடிய அவர் வெறும் பாடகர் மட்டுமல்ல. பாட்டுக்கான வரிகளையும், அதில் அமைய வேண்டிய கருத்துக்களையும், மெட்டிற்கேற்ப வெளிப்படுத்த வேண்டியதையும் யோசிக்கிறவர். எனவே அது ஒரு அறிவார்ந்த செயல். இப்படத்தில் அவர் அறிவாளி. "பொம்பளய மதிக்கவேணும் முறைப்படி" என்று அறிவுறுத்திப் பாடுகிறார். பண்ணையார் வீசும் இழிசொல்லை மறுக்கும் கௌரவமானவனாக அவரைக் கதையாடல் நிறுவுகிறது. *ஆத்தா உன் கோயிலிலே*, *பாரதி கண்ணம்மா* ஆகிய இரண்டு படங்களிலும் நாயகர்கள் பண்ணையாட்கள். பண்ணை வீட்டுக்குக் கொட்டடித்து பாடக்கூடியவர்களாக இருக்கிறார்கள். கண்ணம்மா சாவிற்கு பாரதியே மேளமடிக்கிறான்.

தமிழ்த் திரைப்படங்களில் அண்ணன் - தங்கை பாசத்தைச் சித்திரிக்கும் படங்களும் இக்காலத்தில் வந்தன. *பாசமலர்* அதன் தமிழ் அடையாளமாகிவிட்டது. நாட்டார் கதைகளில் நல்லதங்காள் நல்லத்தம்பி பாசக்கதை உருக்கமானது. இவை தவிர தமிழ்த் திரைப்படக் காதல் கதைகளில் நாயகியின் அண்ணன் அல்லது அண்ணன்கள் என்கிற சித்திரம் முக்கியமானது.

தமிழ்த் திரைப்படங்களில் இரண்டுவகை அண்ணன்கள் காட்டப் பட்டுள்ளனர். ஒன்று தங்கை மீது பாசம் கொண்ட அண்ணன். தங்கையை வாழவைப்பதற்காகவும் அவளுக்கு ஏற்படும் இன்னல்களைத் துடைப்பதற்காகவும் பாடுபடும் பாசக்கார அண்ணன்கள் இவர்கள். இவ்வகை கதைகளில் பெரும்பாலும் தங்கை காதலித்து அதற்காக அண்ணன் வழிவிடுவது போன்ற கதைகள் அமைவதில்லை. மாறாகக் காதலிப்பவன் அல்லது முற்படுபவன் வன்முறையிலிருந்து கெட்டவனாகக் காட்டப்படும் அவளின் மீட்கும் அண்ணன்களாக இருப்பர். தங்கையின் அண்ணனாக நாயகனே இருக்கும்போது இவ்வாறு அமையும். இரண்டாவது வகை அண்ணன்கள் கதையில் தங்கையின் காதலுக்கு எதிராக அண்ணன்கள் இருப்பதுண்டு. இக்கதைகளில் நாயகன் அண்ணனாக இருப்பதில்லை. மாறாகக் காதலனே நாயகன். இந்த இரண்டாவது வகை அண்ணன் பாத்திரங்கள் பற்றியே இக்கட்டுரையில் சொல்லப்பட்டுள்ளது.

இந்தவகை கதைகளில் அண்ணன்கள் காதலுக்குத் தடையாக மாறுகிறார்கள். இதற்கான தடம் உள்ளூர்க் கதைகளில் இருக்கிறது. அவை சமூகப் பொது நினைவிலிருந்து திரைப்படக் கதையாடலுக்குப் பெயர்ந்திருக்கிறது. 'தூண்டி முத்து' கதையில் ஏழு அண்ணன்களைக் கொண்ட பொண்ணொருத்தி சாதி கடந்த காதலால் கொல்லப்பட்டு பின்னர் வணங்கப்பட்டதாகக் கூறப்படுகிறது.

பூச்சியம்மன் கதையில் தேவர்-தேவேந்திரர் காதல் சொல்லப்படுகிறது. அதில் பூச்சியம்மாள் ஏழு அண்ணன்களில் ஆறு பேரால் கொல்லப்படுகிறாள். அதில் ஆறு பேர் அடுத்தடுத்து இறந்து போகின்றனர். பெண் கொலை பற்றிய கதையில் மட்டுமல்ல ஆணவக் கொலை பற்றிய கதையிலும் அண்ணன்கள் உண்டு. முத்துபட்டனுக்கு ஆறு அண்ணன்கள் உண்டு. இதன்படி முத்துபட்டன் கொல்லப்பட்டது அண்ணன்களாலா? திருடர்களாலா? என்பதே ஐயமாகிவிடுகிறது. கதையாடலில் நடந்த மாறுதலாகவும் இது இருக்கலாம். தர்மபுரி கொடைகாரி தலித் இளைஞனைக் காதலித்தாள். அவளுடைய அண்ணன்களால் அவன் கொல்லப்பட்டான். அண்ணன்களைச் சபித்துவிட்டு அவனுடனே அவள் இறந்துபோகிறாள். பிறகு பிராயச்சித்தமாக வணங்கப்பட்டாள். *சிறையில் பூத்த சின்னமலர், பூந்தோட்டக் காவல்காரன், தெய்வ வாக்கு,* ஆகிய படங்களில் அண்ணன்களே காதலுக்கு எதிராக நிற்கிறார்கள். அண்ணன்கள் மேல்நிலையிலிருப்பவர்களாகவும் நாயகர்கள் கீழ்நிலையில் (சாதி, அந்தஸ்து) இருப்பவர்களாகவும் இருப்பதால் காதலை எதிர்க்கிறார்கள் என்பது இக்கதைகளின் பொதுத்தன்மை.

வீரமாகாளியம்மன் என்ற ஒரு வழிபாடு உண்டு. ஆறு அண்ணன் அண்ணிகளைக் கொண்ட குடும்பத்தில் கடைக்குட்டி அருக்காணி. அவளை வீட்டுக்கு வெளியேகூட விடாமல் பாசத்தோடு வளர்க்கிறார்கள். அவள் சாதி மீறிக் காதலித்ததை அறிந்து கௌரவத்தைக் காப்பாற்ற பாசத்தைக் கைவிடுகின்றனர். அவளைக் கொன்ற பிறகு நடந்த தீயவினைகளுக்கு அஞ்சி அவளை வீரமாகாளியம்மனாக வணங்குகின்றனர். இதைப் படிக்கும்போதே *சின்னதம்பி* படம் நினைவுக்கு வந்துவிடும். அக்கதை சிற்சில மாற்றங்களோடு படமாகியிருக்கிறது. சின்னதம்பியில் மூன்று அண்ணன்கள் தங்கையை வெளியேவிடாமல் வளர்க்கின்றனர். கதையின் இறுதியில் வெகுஜன சினிமா மொழிக்கேற்ற மாற்றங்கள்

இருக்கின்றன. சபித்துவிட்டுச் சாவதற்குப் பதிலாக அவள் முதன்முறையாக அண்ணன்களைப் பார்க்க மறுக்கிறாள்; வெறுக்கிறாள்; கோபம் அடைகிறாள். அறையைப் பூட்டித் தன்னைத் தனிமைப்படுத்திக்கொள்கிறாள். வெறிபிடித்தவள் போலாகிறாள். அவளின் காதலனை விரட்டியதற்காக இப்போது அண்ணன்கள் வருந்துகிறார்கள். பிராயச்சித்தமாக வெகுஜன திரைப்படச் சட்டகத்திற்கேற்ப அவனைத் திரும்ப அழைத்து வருகிறார்கள். இதன் பொருள் மேற்கண்ட கதைகளைக் கேட்டு திரைக்கதை எழுதினார்கள் என்பதல்ல. மாறாக, அந்தவகை கதைகள் நேரடியாகவோ மறைமுகமாகவோ வந்தடைந்திருக்கலாம் என்பதே. அத்தகைய கதைகள் வெவ்வேறு வடிவங்களில் சமூக நினைவுகளிலோ பேச்சுவழக்கிலோகூட உலவியிருக்க முடியும். அதுதான் பண்பாட்டு வடிவங்களின் தன்மை.

இப்படங்கள் யாவும் 1980களின் இறுதியிலும் 1990களின் ஆரம்பத்திலும் வெளியானவை. 90களின் படங்களும் 80களின் தொடர்ச்சிதாம். 1980களில் தமிழக உள்ளூர்களிலிருந்து இயக்குநர்கள் புறப்பட்டு வந்தனர், லட்சியவாதத்தின் கடைசி தலைமுறையினர். நவீன கருத்துகள் - கருவிகள் வருகையால் ஏற்பட்ட மாற்றங்கள், இடஒதுக்கீடு, நவீன கல்வி என்ற போக்கினூடாக உருவாகிவந்த பிரிவினர். சமூகப் பிரச்சினை அதன் மீதான கேள்விகள் என்பவற்றை நம்பி ‘சமூக மாற்றம்’ என்பதை ஏதோவொரு வகையில் ஏற்றவர்கள். இப்பின்புலத்தில் அவர்கள் பார்த்த பாத்திரங்களும் மனிதர்களும் கதைகளாகினர். இவ்வாறுதான் 1980களின் தமிழ் சினிமாவில் கிராமம் மையமானது. ஒரே நேரத்தில் கிராமப்புற மரபான அடையாளங்களும் அதன் மீதான மாற்றங்களும் பதிவாயின. அதாவது கிராமங்கள் மீது சுமையாக அழுத்தியுள்ள மரபார்ந்த நடைமுறைகள் நவீனத்தின் வருகையால் கேள்விக்குள்ளாயின. மற்றொருபுறம் லஞ்சம், வேலையின்மை, வறுமை, சட்டத்தின் ஓட்டை போன்ற நவீன அரச வடிவங்களும் விமர்சிக்கப்பட்டன. வட்டாரங்கள் சார்ந்து பண்ணையார், பணக்காரர்களுக்கு எதிராகக் கொள்ளையடித்த, கொலைசெய்த நாட்டுப்புற நாயகர் கதைகள் படமாயின. பின்னர் இவ்வாறான அடையாளங்களும் கேள்விகளும் தனித்தனியே பிரிந்து இருவேறு போக்குகளாயின என்பது வேறு விசயம்.

சினிமா கதைகளுக்கான மைய கச்சாப்பொருளாக எப்போதுமே காதல் இருந்து வந்திருக்கிறது என்றாலும்

1980களில் காதல் முக்கிய நிலையை அடைந்தது. வர்க்க ரீதியான, சாதி ரீதியான போராட்டங்கள் காதல் வடிவிலானதாகத்தான் படங்களில் வெளிப்பட்டன எனலாம். பண்ணையார் அல்லது பணக்காரன் என்போருக்கு எதிரான நாயகனின் போராட்டம் அந்த வீட்டுப்பெண் மீதான காதலுக்காக நடப்பதாகவே இருந்தன. காதலாக இருந்தாலும் அது அடிப்படையில் மேலாதிக்க எதிர்ப்பாகவும் இருந்தன. இந்த வகையில் 1980களின் சினிமாக்கள் சமூக மாற்றம் என்பதற்கான கருவிபோலக் காதலையே பிரதானப்படுத்தின. சாதி, மதம் ஆகியவற்றைக் கடந்து அந்தஸ்தை மீறி வருவது காதல் மட்டுமென்று வியாக்கியானங்கள் தரப்பட்டன. நம் வாழ்க்கையின் பொது அடையாளமாகக் காதலே முன்மொழியப்பட்டது.

இதுகாறும் விவாதித்தவற்றையெல்லாம் தொகுத்துப் பார்க்கிறபோது 1980களில் வந்த திரைப்படங்களின் மையக்கதையாடலாக சாதியே இருந்திருக்கிறது என்பதை அறிந்துகொள்கிறோம். அது சில வேளைகளில் நேரடியாகவும் பலவேளைகளில் வேறுபெயர்களிலும் ஊடாடியிருக்கின்றன. அவை சாதியை நேரடியாக விமர்சிக்கிற படமாக இல்லாதிருக்கலாம். அதில் சாதி இருப்பது கூட அறியாமல் போகலாம். ஆனால் கதையோட்டத்தில் அதையொத்த கூறுகள் சாடப்பட்டன. அந்த வகையில் இக்காலகட்டத்திற்கு இணையாகச் சாதி பேசுபொருள் ஆன காலம் வேறில்லை எனலாம். அக்காலகட்டத்தின் சமூக மற்றும் அரசியல்புரிதல் அவை எனலாம். சமூகச் சுமைகளைப் பாரமாகக் கருதப்பட்டு பாரம்பரிய மதிப்பீடுகள் கேள்விக்குள்ளானதின் பின்புலத்தில் சாதியப் பாகுபாடுகளை வெவ்வேறு மொழியில் வெவ்வேறு வார்த்தைகளில் மீறும் கதையாடல்கள் உருவாகியிருந்தன. அவர்கள் சொல்லிக் கொண்டதுமில்லை. பலவேளைகளில் தாங்கள் அதைப் பற்றித்தான் பேசிக்கொண்டிருக்கிறோம் என்பதை அவர்கள் அறிந்ததுமில்லை. அவர்களைப் பொறுத்தவரை அது ஒரு கதையாடல். இத்திரைப்படங்கள் பலவற்றில் காட்சித் துல்லியங்களோ அடையாளத் துல்லியங்களோ இருந்ததில்லை. தேர்ந்த சினிமா மொழிக்கு மாறாத வணிகப்படங்கள் அவை. அதேபோலச் சமூகத்தளத்திலும் எதிரும் புதிருமான அடையாள அரசியலும் உண்டாகியிருக்கவில்லை.

இக்கதைகள் இரண்டு பண்புகளைக் கொண்டிருந்தன. மரபாக உள்ளூரில் புழங்கிவந்தவையாக இருந்த வேளையில் பொதுவாகச் சாதிய மீறல் நிகழ்வதை நவீனத்தின்

கொடையாகவே கருதுகிறோம். நவீனகால மாற்றங்களை ஒட்டியே சாதிய வரையறைகள் எதிர்க்கப்படுவதாகவும் புரிந்துகொண்டிருக்கிறோம். இம்மீறல் ஓர் அரசியல் சிந்தனையாக இருபதாம் நூற்றாண்டில் உருப்பெற்றிருக்கலாம். சாதி ஒழிப்பு என்னும் கருத்தாக்கம் நவீனத்தின் யோசனையேயாகும். ஆனால் இதன்பொருள் சாதி எதிர்ப்பு அதற்கு முன்னர்வரை நிகழவேயில்லை. அது கேள்வியின்றி அப்படியே ஏற்கப்பட்டிருந்தது என்று பொருளாகாது. சாதி என்பது ஒரு வரையறை. உயிர் இயக்கத்துக்கு எதிரானது. அதுவொரு பண்பாட்டுக் கட்டுமானம் மட்டுமே. அதிகாரமே அதன் நோக்கம். அதன்படி அந்த வரையறை உருவான காலத்திலிருந்தே மீறப்பட்டுக்கொண்டும் இருக்கிறது. சாதியின் இருத்தலுக்குச் சான்றுகள் இருக்கின்றன. ஆனால் அதிகாரத்திற்கு எதிரானவை என்ற முறையில் சாதிய மீறல்களுக்கு வெளிப்படையான சான்றுகள் இல்லை. அதேவேளையில் அம்மீறல்களானது கதைகள், பாடல்கள், வழிபாடுகள், நம்பிக்கைகள் போன்ற பண்பாட்டு வடிவங்களில் தேங்கியிருக்கின்றன. பண்பாட்டு அடையாளங்கள் என்ற முறையில் அவை கண்ணுக்குப் புலப்படாதவை. இந்த வகையில் உள்ளூரில் நடந்த சாதிய மீறல்களுக்கான சான்றுகளாகவே இந்த அம்மன் கதைகளும், வழிபாடுகளும், நம்பிக்கைகளும் இருக்கின்றன. சாதிய வரையறையை மீறியதால் கொலை செய்தவர்களே, அதை வழிபாட்டு முறையாகத் தக்கவைத்தும் உள்ளனர். இப்பண்புதாம் இவற்றிலுள்ள மகத்தான முரண். கொன்றவர்களே எங்களை எதுவும் செய்துவிடாதே என்றும் தெய்வமாக மாற்றி எங்களைக் காப்பாற்று என்றும் எல்லா நல்லது கெட்டதிற்கும் சரண்கொள்ளும் விந்தையையும் கைக்கொண்டுள்ளனர். இம்மக்கள் சாதியை விட்டுவிட்டார்கள் என்பது இதன் பொருளல்ல. உயிர் பறித்த, ஒடுக்கப்பட்ட உடல்களிடமே உயிர்ப்பிச்சை கேட்டு நிற்கிறார்கள். அது மரபுக்குள்ளே சாதிய வரையறைக்கும் சாதிய மீறலுக்கும் இடையே நடந்த ஊடாட்டம். தாங்கள் செய்த பிழைக்குத் தாங்களே செய்துகொள்ளும் உளவியல் ஒத்தடம் அது. எனவே மரபு என்னும் சட்டகத்திற்குள்ளேயே வரையறையும் மீறலும் நடந்திருக்கின்றன. மரபு எல்லா நேரத்திலும் இறுக்கமானதல்ல. தனக்குத்தானே நெகிழ்வையும் இறுக்கத்தையும் தேவைக்கேற்ப கட்டமைத்துக்கொண்டிருக்கின்றன. அத்தகைய கதையாடல்களே உள்ளூரின் சாதிய மீறலில் உதித்த தெய்வங்கள்.

இப்புரிதலின் பின்புலத்தில்தான் மரபான உள்ளூர்க் கதைகள் ஏன் படங்களாயின? மரபான அடையாளங்களையும் நம்பிக்கைகளையும் சுமையாகக் கருதி கைவிடக்கோரிய கதைகள் உருவான காலத்தில் இந்தக் கதைகள் மீட்டெடுக்கப்பட்டது ஏன்? என்பன போன்ற கேள்விகள் முக்கியமானவையாகின்றன. நவீனகாலக் கருத்தியல் தாக்கத்தின் காரணமாகவே இந்த மரபான கதைகள் மீட்கப்பட்டன என்பதே இதிலிருக்கும் சுவாரஸ்யம். அதாவது அவை உள்ளூர்த் தன்மையைக் கொண்டிருந்த அதே வேளையில் நவீனகாலப் புரிதல்களையும் கொண்டிருந்தன என்பதே அக்கதைகள் படமாக்கப்பட்டதற்குக் காரணம். அதாவது எல்லோரும் ஓர் நிறை என்கிற சாதி மறுப்பு கருத்துக்கு அரண் செய்கிற நவீன கால பார்வைகள் காரணமாகவே இந்த சாதி மீறல்களைக் கொண்ட மரபான உள்ளூர் கதைகள் மீட்கப்பட்டன. படமாக்கப்பட்டன எனலாம். மரபின் சாதிய இறுக்கத்தையும் நெகிழ்வையும் நவீனகாலப் புரிதலின் காரணமாக நவீன மொழியில் பேசின. நவீனகால யோசனாமுறைகள் இல்லையெனில் இம்மரபு புதுப்பிக்கப்பட்டிராது. *ஆத்தா உன் கோயிலிலே* படம் சாதிய மீறல் காரணமாகக் கொல்லப்பட்ட பெண்தெய்வம் ஒன்றின் கதையாக இருக்கலாம். ஆனால், அது சாதிமுறை தவறானதென்று நம்பப்பட்ட காலத்தில்தான் மறுநினைவுக்குக் கொணரப்படுகிறது. "சாதிகள் இல்லையடி பாப்பா, குலத் தாழ்ச்சி உயர்ச்சி சொல்லல் பாவம்" என்ற பாரதியின் வரிகளை மேற்கோள்காட்டித்தான் அந்தப் படமே தொடங்குகிறது. இவ்வகையில் சாதிய மீறல் பற்றிய கதையாடல்களில் மரபு முற்றிலும் விலக்கி வைக்கப்படவும் இல்லை. எல்லாமும் நவீனத்திலிருந்தே உருவாக்கப்பட்டு விடவும் இல்லை.

இவ்வாறுதான் 1980களிலும் அதன் தொடர்ச்சியக 1990களிலும் உள்ளூர்க் கதைகள் திரைப்படங்களாயின. ஆனால் 1990களில் இருந்து இப்போக்கில் ஒரு மாற்றம் உருவாயின. அதாவது மரபில் சாதிய வரையறையும் மீறல்களும் இருந்தன. மெல்ல மெல்ல இம்மீறல்கள் மறைந்து மீண்டும் வரையறைப்படுத்துதலின் அம்சங்கள் தலையெடுத்தன. இப்போக்கிற்கான வேர் 1980களின் கிராமங்கள் மையமானதிலேயே இருந்தது. அது கிளைத்து 1990களில் வளர்ந்து நின்றது. இக்கட்டுரையில் ஏற்கனவே ஒருமுறை சொல்லப்பட்டதைப் போல் ஒரே நேரத்தில் 1980களின் போக்கு இரண்டு பண்புகளைக்கொண்டிருந்தது. வரையறையின் அடையாளம் மெல்ல எழுவதற்கான அரசியல்

1990களில் உருவாயின. அவற்றோடு இணைத்துத்தான் இவற்றைப் பார்க்க வேண்டும்.

பாரம்பரிய ஆதிக்கச் சாதிகளின் நிலவுடைமை அதிகாரம் பின்னுக்குப் போய் வட்டாரப் பெரும்பான்மை எண்ணிக்கையிலான சாதிகளின் அரசியல் அதிகாரம் முன்னெழுந்தது. ஏற்கனவே உள்ளூரில் பெற்றிருந்த சமூக அதிகாரத்தோடு அரசியல் அதிகாரம் சேர்ந்தபோது அவர்கள் புதிய அதிகாரச் சாதிகளாய் மாறினர். இந்தப் புதிய அதிகாரம் மூலம் மேலெழ முயன்ற தலித் சாதிகளை வன்முறை மூலம் ஒடுக்க முற்பட்டனர். இவை உள்ளூரின் பிரதான முரண்பாடாக மாறியது. தங்களுக்குக் கிடைத்த புதிய அதிகாரத்தைத் தக்கவைத்துக்கொள்ளும் பாரம்பரியத் தகுதிகளை இடைநிலைச் சாதிகள் கட்டமைத்துக்கொள்ள முயன்றனர். இதன்படி வன்முறை என்பது வீரமானது. அரிவாளும் மீசையும் அதன் அடையாளங்களாயின. இதற்கேற்ப தலித் சாதிகளின் எழுச்சியும் சமூகத்தளத்தில் நடந்தது. அந்த எழுச்சி தங்களை ஆண்ட சாதிகளாகக் கட்டமைத்துக்கொள்ள வேண்டிய நிர்பந்தத்தினை அதிகாரச் சாதிகளிடம் அதிகப்படுத்தின. இப்பின்னணியில் அதுவரை சமூக மாற்றத்தைப் பேசிய இயக்குநர்கள் கூட பண்பாட்டுப் படங்கள் எடுக்கத் திரும்பினர். உலகமயமாக்கமும் பாபர் மசூதி இடிப்பு வழியாக வலதுசாரி அரசியலும் பிற்படுத்தப்பட்டோருக்கான மண்டல் இடஒதுக்கீட்டுக் கோரிக்கையும் இதே காலகட்டத்தில் எழுந்தன.

புதுமைப்பெண், வேதம்புதிது, கண் சிவந்தால் மண் சிவக்கும், சிவந்த கண்கள், வறுமையின் நிறம் சிவப்பு, சட்டம் ஒரு விளையாட்டு, சட்டம் ஒரு இருட்டறை, இது எங்கள் நீதி, நியாயத்தராசு, நான் சிவப்பு மனிதன், எல்லோரும் இந்நாட்டு மன்னர், நீதிக்குத் தண்டனை, சாதிக்கொரு நீதி, நானும் ஒரு தொழிலாளி, உன்னால் முடியும் தம்பி, பசி, குடிசை போன்றவை 1980களில் வெளியான படங்களின் பெயர்கள். இப்பெயர்களும் கதைகளும் ஒரு விஷயத்தைச் சொல்கின்றன. புதிய, புது என்ற முன்னொட்டுக்கள் அதிகமாகக் கையாளப்பட்டுள்ளன. அதாவது பழைய வாழ்வியலும் மதிப்பீடுகளும் மாற வேண்டும் என்பதைக் கூறி புதுயுகம் பிறக்க வேண்டுமென்ற பொருளில் இவை அமைந்தன. அதற்கேற்ப பண்ணையடிமை முறை, முதலாளி/ பணக்கார வர்க்கம், மேல்சாதி போன்ற அடையாளங்களும் அடையாளம் கொண்டவர்களும்

எதிர்மறையாகவும் வில்லன்களாகவும் ஆக்கப்பட்டு அவற்றை நாயகன் எதிர்த்துப் போராடி ஜெயிப்பதாகக் கதைகள் அமைந்தன. மேலும் லஞ்சம், அதிகார வர்க்கத்தின் ஊழல், சட்டத்தின் ஓட்டை போன்றவற்றை விமர்சித்தும் படங்கள் வந்தன. மொத்தத்தில் நிலவும் அமைப்பின் குறைபாடுகள் பரவலாகச் சாடப்பட்டன. அவற்றை எதிர்க்கும் பிரதிநிதி சாகச நாயகனாக மாறிப் போராடினான். இந்தப் போராட்டத்திற்கான குறியீடாகவே இடதுசாரி அரசியலின் தொடர்ச்சியில் பிறந்த சிவப்பு என்ற சொல் அதிகம் கையாளப்பட்டது. அதோடு நியாயம், விடியல், நீதி போன்ற சொற்களும் கையாளப்பட்டன. இவ்வாறு 1980களில் மரபையோ, ஆதிக்கத்தையோ குறிக்கும் கதைகள் வெளியாயின.

இதன் தொடர்ச்சியில் 1990களில் வெளியான *சின்னக் கவுண்டர், தேவர் மகன், எஜமான், பெரிய கவுண்டர் பொண்ணு, சின்ன ஜமீன், உத்தமராசா, கட்டபொம்மன், மறவன், சாமுண்டி, எல்லைச்சாமி, மிட்டா மிராசு, ராஜகுமாரன், பசும்பொன், பாஞ்சாலங்குறிச்சி, சீவலப்பேரி பாண்டி, எங்க முதலாளி, சக்கரைத்தேவன், முறைமாமன், தாய்மாமன், நாட்டாமை, சூரியவம்சம்* போன்ற படங்களின் தலைப்புகளைப் பார்க்கலாம். 1980களிலிருந்து 1990களின் கதையாடல்கள் மாறிவிட்டதை இத்தலைப்புகளே சொல்லிவிடுகின்றன. இவற்றில் சாதிப்பெயர்கள் உள்ளன. அதிலும் அவை ஆதிக்கச்சாதி பெயர்களாக உள்ளன. பிறகு ஜமீன், முதலாளி போன்ற உடைமைப் பிரிவினர் குறிக்கப்பட்டுள்ளனர். வம்சம், மாமன் போன்ற ரத்த உறவுப் பெயர்களும் இருக்கின்றன. பசும்பொன் பாஞ் சாலங்குறிச்சி என்றெல்லாம் குறிப்பிட்ட இடப்பெருமையைக் குறியீடு ஆக்குகின்றன. இவையாவும் பெருமிதமானவையாக, கொண்டாடத்தக்கவையாக முன்வைக்கப்பட்டுள்ளன. இதன்படி பாரம்பரிய அடையாளங்களும் மதிப்பீடுகளும் தேடப்பட்டன; கொண்டாடப்பட்டன. இப்பின்னணியில் இக்காலகட்ட மாற்றங்களில் மூன்றை இங்கு கூற முடியும்.

ஒன்று 1980களின் கதைகளில் வில்லனாகக் காட்டப்பட்ட பண்ணையார்கள், மேல்சாதிக்காரர்கள், முதலாளிகள் ஆகியோர் அப்படியே தலைகீழாகி 1990களில் நாயகர்கள் ஆனார்கள். இது முக்கிய மாற்றம். இவை பாத்திரங்களின் பண்புகள் மட்டுமல்ல. மாறாக மாறிவந்த சமூக அமைப்பின்/ சமூக மதிப்பீட்டின் குறியீடுகளுமானார்கள். அவர்களை எதிர்ப்பதோ ஆதரிப்பதோ அவர்கள் மூலமான இந்த

அம்சங்களை ஆதரிப்பதும் எதிர்ப்பதுமாகும். இதன்படி இவர்களை நாயகர்களாக்கியதன் மூலம் அவர்கள் மூலமான சமூக அர்த்தங்களைக் கொண்டாடுவதாக இக்காலக் கதையாடல்கள் மாறின.

இரண்டாவதாக இக்காலகட்ட படங்களில் முறைமாமன் என்ற பாத்திரம் அழுத்தம் பெற்றது எஜமான், எங்க முதலாளி, முறைமாமன், தாய்மாமன், பசும்பொன், கிழக்குச் சீமையிலே முந்தைய படங்களில் முறைமாமன் என்பதன் ஆதிக்கத்திமிரில் அலைபவனாகவும் நாயகி அவனை விடுத்துக் குலவழி உறவுக்கு வெளியே ஒருவனைக் காதலிப்பாள். பின்னர் அதுவே கதையாடலின் முரணாக மாறும். அவ்வாறு காதலிக்கப்படுகிறவனே நாயகன். அவனை அவள் காதலிப்பதற்கு ஏழையாக இருந்தாலும் நல்லவனாக இருப்பதே காரணமாகும். தன் சாதியைச் சேர்ந்த முறைமாமனோடு ஏழை குணாம்சத்தை ஒப்பிட்டுப் பார்த்து அவள் நாயகனைக் காதலிப்பாள். எனவே அக்கதையாடல்களில் முறைமாமன் எதிர் நாயகனாக இருந்தான். நாயகனை நாயகி காதலிப்பது குலவழி உறவுக்கு வெளியே அமைகிறது. எனவே அது சாதிமீறிய காதல்தான். இவ்வாறுதான் அக்கதையாடல்கள் ரத்தஉறவை மறுத்ததின் மூலம் சாதி தாண்டிய மணஉறவின் பக்கம் நின்றன. முறைமாமனோடு நாயகன் கொள்ளும் முரண் முறைமாமனோடு சேர்ந்திருக்கும் சாதியாதிக்கம், பண்ணைச் சுரண்டல் போன்றவற்றை எதிர்த்துக் கீழ்நிலையிலிருந்து ஒருவன் வந்து ஜெயிப்பதாக அமைந்தன. ஆனால் 1990களின் படங்களில் மீண்டும் ரத்தவழி உறவைப் புதுப்பிக்கும் கதைகளாக மாறின.

மூன்றாவதாக நகைச்சுவை நாயகர்களைச் சித்திரித்த விதம் மாற்றம் பெற்றது. நகைச்சுவைப் பாத்திரம் எப்போதும் எள்ளலுக்குரிய அடையாளத்துடனும் பண்புகளுடனும் சித்திரிக்கப்பட்டு வந்திருக்கின்றன. ஆனால் இக்காலகட்டத்தில் நகைச்சுவைப் பாத்திரங்கள் சேவைத் தொழில் புரிவோர்களாகக் காட்டப்பட்டனர். இந்தச் சேவைத் தொழில்கள் பாரம்பரிய சமூக அமைப்பில் சாதிகள் ரீதியாக வரையறுக்கப்பட்டவை. அவற்றைச் செய்வோர் சமூகத்தின் விளிம்புநிலை பிரிவினர்களாகவோ அல்லது ஏதோவொரு வகையில் அதிகாரம் மறுக்கப்பட்டவராகவோ இருந்தனர். நகைச்சுவை பாத்திரங்களை அந்தத் தொழில்களைச் செய்வோராகக் காட்டும்போது அத்தொழில்கள் மீதும் தொழில்புரிவோர் மீதும் நகைக்கத்தக்க பார்வைகளே உறுதிபெறும்.

ஆடைவெளுப்போர், முடிமழிப்போர், செருப்பு தைப்போர், வீடுகளில் அடிநிலைப் பணியாளர்கள் என்றெல்லாம் கவுண்டமணி செந்தில் நகைச்சுவைப்பகுதிகள் அமைந்தன. 1980களின் சினிமாக்களில் ஏழையாக இருந்த நாயகர்கள் இவ்வாறான அடிநிலைப் பணிகளோடு சித்திரிக்கப்பட்டனர். ஆனால் அவை இழிவாகக் காட்டப்படவில்லை. எத்தொழில் செய்தாலும் நல்லவராக விளக்கும் பதிவாக அது இருந்தது. அதுமட்டுமல்லாமல் அவ்வாறு இருந்த நாயகர்களையே நாயகிகள் காதலித்தனர். ஆனால் அப்பணிகள் 1980களில் நகைச்சுவைப் பாத்திரங்களுக்குக் கைமாற்றினர். இந்த அளவில் ஆய்வை நிறுத்திவிட்டு 1990களுக்குப் பிந்தைய சினிமாவின் மாற்றங்களையும் இணைத்துப் பார்க்கும்போதுதான் ஒரு விரிந்த சித்திரம் கிடைக்கக்கூடும்.

நீலாம்பரியாக வடிவெடுத்த நீலி

திரும்பத்திரும்பச் சில கதைகளே வெவ்வேறு வடிவங்களில் (Version) அந்தந்தக் கால கருத்தியல், புரிதல், வாய்ப்பு ஆகியவற்றிற்கேற்ப மறுபடைப்புகளாக்கப்பட்டிருக்கின்றன. வழக்காறு - எழுத்து - காட்சி என்று ஊடகங்களுக்கேற்பவும் அவை வெளிப்பட்டிருக்கின்றன. தமிழில் சில திரைப்படங்கள் சூத்திரங்கள் கருதி மரபாக வழங்கப்பட்டுவந்த கதையாடல்களின் நவீன வடிவங்களாக இருப்பதைப் பார்க்க முடிகிறது.

ரஜினிகாந்த் நடித்த படையப்பா (1999) படம் அதற்கொரு சான்று. அதன் துணைப்பிரதியாக மன்னன் (1992) படத்தையும் சொல்லலாம். படையப்பா கே.எஸ்.ரவிக்குமார் இயக்கத்திலும் 'மன்னன்' பி.வாசு இயக்கத்திலும் வெளியானது. (கன்னட மன்னன் படமொன்றின் தமிழ் மீளுருவாக்க படம் என்கிறது விக்கிபீடியா) உச்ச நட்சத்திரங்களின் படங்கள் இயக்குநர்களின் படங்களாக இருப்பதைக் காட்டிலும் நாயகர்களின் படங்களாக இருப்பதே அதிகம். சந்தை மதிப்பு, ரசிகர்கள், அவருக்கிருக்கும் அரசியல் அடையாளம் ஆகியவை சார்ந்து அவை அமையும். அந்த வகையில் இந்த இரண்டு படங்களிலும் ஒரே மாதிரியான கதையாடல். அதாவது பெண் பாத்திரங்களை எதிர்மறையாக வைத்து அவற்றை அடக்கும் ஆண்மைய கதையாடல்கள். இது நாயக மையப் படங்களின் பொது அம்சம்.

குறிப்பாக நட்சத்திர அந்தஸ்தை எட்ட விரும்பும் நடிகர்கள் ஏதாவது ஒரு படத்திலாவது, ஒரு காட்சியிலாவது பெண்ணை அடக்கும் பாத்திரங்களில் நடித்திருப்பதைப் பார்க்க முடிகிறது. 1980களின் இறுதியிலிருந்தே படங்களில் ரஜினிகாந்தை அரசியலோடு இணைப்பதும் நிஜத்தில் அதை அவர் மறுப்பதும் நடந்து வருகின்றன. 1990களில் அதற்கான குறிப்பான எதிர்மறை சூழ்நிலை கிடைத்தபோது ரஜினியின் ஆண்மைய சொல்லாடல்கள், வெறும் திரைப்பிரதியாக மட்டுமல்லாது அரசியல்மயப் பிரதியாகவும் பார்க்கப்பட்டன. ஜெயலலிதா தலைமையிலான அதிமுக அரசு 1991ஆம் ஆண்டு முதல் 1996ஆம் ஆண்டுவரை ஆட்சியிலிருந்தது. ஜெயலலிதாவிற்கும் ரஜினிக்கும் உருவான அரசியல் எதிர்மறை ரஜினியின் திரைப்படங்களில் காட்சிகளாக - வசனங்களாக - பாடல்வரிகளாக விரிந்தன. எதார்த்தத்தில் உருவாகியிருந்த எதிர்மறையை ஊடகங்கள் வெகுஜன ஆவலாக மாற்றிக்கொண்டன. அந்த ஆவல் படங்களுக்கான கச்சா பொருளாகவும் எதிர்மறைகளுக்கேற்ப படைப்புகளாகவும் சிருஷ்டித்துக் கொள்ளப்பட்டன. அதேவேளையில் அவை வணிக சினிமாவிற்கான மொழியில் அமைந்தபோது பார்வையாளர்களும் அதோடு கலந்தனர்.

இவ்வாறு சமகால எதிர்மறையை மனதில்கொண்டு கதை உருவாக்கப்பட்டாலும் அது முற்றிலும் புதிதாகவும் இருந்து விடுவதில்லை. பார்வையாளர் ஒப்புதலைப் பெற ஏதோவொரு வகையில் சமூகப் பொது புத்தியைப் பிரதிபலிக்கும் மரபின் நனவிலியை அவை எடுத்துக்கொள்ளத் தவறுவதில்லை.

தமிழ்க் காப்பிய மரபில் பெண்களை மையமாகக் கொண்ட கதையாடல்களே அதிகம். கண்ணகி, மாதவி, தேவந்தி, பாண்டிமாதேவி, வேண்மாள், மணிமேகலை, சுதமதி, காயசண்டிகை, ஆதிரை, நீலி, குண்டலகேசி என்று இப்பாத்திரங்கள் நீள்கின்றன. புலவர்களாக ஔவை, காரைக்காலம்மை, ஆண்டாள் ஆகியோர் உண்டு. இவர்களைப் பற்றிய கதைகளில் சில ஒற்றுமைகளும் உண்டு. தெய்வம், பேய் என்ற இரண்டில் ஏதாவது ஒன்றாகவோ இரண்டும் கலந்ததாகவோ இவர்கள் படைக்கப்பட்டுள்ளனர். அதன் காரணமாக வணங்கப்படுகின்றனர். அதாவது அவர்கள் மனித நிலையைத் தாண்டியவர்களாகப் பார்க்கப்படுகிறார்கள். தெய்வமாகவோ, பேயாகவோ மாற்றப்பட்டபின், அவர்கள் மனிதர்களாக இருந்து நடத்திய செயல்பாடுகள் மனிதச் செயல்பாடுகளாகப் பார்க்கப்படுவதில்லை. அவர்களை

மனித நிலைக்கு மேலானதாக மாற்றியே இந்நூல்கள் பேசமுற்பட்டிருக்கின்றன. இது பொதுச் சமூகம் அவர்களை, அவர்தம் ஆற்றல்களை எதிர்கொள்ள முடியாததால் ஏற்படுத்திக்கொண்ட உளவியல் சமாதானம். பெண்கள் சமூகம் விதித்த எல்லைகளை மீறுகிறபோது அல்லது ஆண் சமூகத்தால் எட்டமுடியாத ஆற்றலோடு இருக்கும்போது அவ்வாறு ஆக்கப்படுகிறார்கள். இக்கதையாடல்கள் பிற்காலங்களில் மறுஆக்கம் செய்யப்பட்டபோது இந்தச் செயல்பாடுகள் பற்றிய புதுப்புது விளக்கங்கள் அளித்துக்கொள்ளப்பட்டு இந்த 'இயற்கை தாண்டிய' பண்பு அங்கீகரிக்கப்பட்டிருக்கின்றன.

திரைப்படங்கள் சமகாலத்தைப் படைத்தாலும் கடந்த காலத்தின் தொடர்ச்சியை ஏதோவொரு வகையில் பிதிபலித்தன. இவ்வாறு கூறுவதன் பொருள் இந்த இயக்குநர்கள் பழைய கதைகளைப் படித்துவிட்டு அதைப் போலவே இப்படக்கதைகளை உருவாக்கினார்கள் என்பதல்ல. மாறாக மீறலில் ஈடுபடும் பெண்களைப் படைக்கும்போது மரபின் புழக்கம் காரணமாக உருவான சமூக உளவியலுக்கேற்ப தொடர்ச்சி ஊடாடுகிறது.

படையப்பா படம் வெளியான காலத்தில் ஜெயலலிதாவுக்கும் ரஜினிக்கும் இடையேயான எதிர்மறை உணர்வின் கூர்மை குறைந்திருந்தது என்றாலும், எதிர்வுணர்வு கூர்மையாக இருந்த காலத்தில் வெளியான *மன்னன், அண்ணாமலை, பாண்டியன், முத்து* படக் கதையாடல்களின் திரண்ட தொடர்ச்சியாகவே இப்படமும் அமைந்தது.

படையப்பாவும் நீலாம்பரியும் ஒரே வர்க்க, சாதி நிலையில் இருக்கிறார்கள். படையப்பாவிற்கு இணையாகப் படித்தவள் நீலாம்பரி. பெண்ணுக்கான பாரம்பரிய மதிப்பீடுகளில் சிக்கியிருப்பவர் அல்ல. தன் துணையைத் தானே தேர்ந்தெடுக்கும் சுதந்திரம் உள்ளவள். அதன்படி, அவள் படையப்பாவைத் தேர்ந்தெடுத்துக்கொள்ள விரும்புகிறாள். ஆனால் இந்தப் 'பெண்தன்மை மீறிய பண்பின்' காரணமாக அவளை அவன் விரும்புவதில்லை. இதனால் இருவரிடையே முரண் உருவாகிறது. இதன் தொடர்ச்சியாக நீலாம்பரியின் வீட்டில் பணியாளராக இருப்பவரின் மகளான வசுந்தரா என்பவளைப் படையப்பா துணையாக்கிக் கொள்கிறான். பிறகு அவனைப் பழி வாங்குபவளாக அவள் மாறுகிறாள். அவளுடைய பழிவாங்கும் நடவடிக்கைகள் ஒவ்வொன்றிலிருந்தும் மீறி அவன் ஜெயிப்பதுதான் மிச்சக் கதை. இறுதியில் அவனைத்

தோற்கடிக்க முடியாத தோல்வியால் நீலாம்பரி தற்கொலை செய்துகொள்கிறாள்.

மன்னன் படமும் ஏறக்குறைய இதே கதைச் சட்டகத்தைக் கொண்டதே. தொழிற்சாலை ஒன்றைப் பெண்ணாக இருந்து திறம்பட நடத்தி வருகிறாள் சாந்திதேவி. அதில் தொழிலாளியாகச் சேரும் கிருஷ்ணாவுக்கும் அவளுக்கும் இடையே மோதல் எழுகிறது. அவன் தொழிலாளர் சங்கத்தின் சார்பாக நிற்கிறான். அவள் அவனை வீழ்த்த அவனையே திருமணம் செய்துகொள்கிறாள். பிறகு இருவருக்கும் இடையே எழும் முரண்களில் நாயகனே வெல்கிறான். ஆணுடைய சட்டகத்திற்குள் கட்டுப்பட்டிராதபோது தொழிற்சாலை ஒன்றை நிர்வகிக்கும் நிர்வாகியாகப் பெண் இருக்கிறாள். அவனிடம் 'தோற்று' அவன் கட்டுப்பாட்டிற்கு வந்த பின்னால் அவள் வீட்டிலிருந்து கொண்டு சமைத்து சாப்பாடு கொடுத்து அவனை 'மகிழ்ச்சி'யாக வேலைக்கு அனுப்புவதாகப் படம் முடிகிறது. அதாவது முன்பு சமூக வெளிக்குச் சென்ற அவள் இப்போது குடும்ப வெளிக்குள் நிற்கிறாள். அவளின் சமூகவெளிப் பயணம் குற்றமாக்கப்பட்டதுபோல் குடும்பவெளிக் கட்டுப்பாடு குற்றமாக்கப்படுவதில்லை. பிறகு ஆண் மட்டுமே சமூகவெளியில் பயணமாகிறான். "வினையே ஆடவருக்கு உயிர்" என்றும் "மகளிருக்கு அந்த ஆடவரே உயிர்" என்றும் சொல்லப்படும் சங்ககாலத் தொனி இங்கு நிழலாடுகிறது.

இரண்டும் தமிழில் வெற்றிகரமாக ஓடி வசூலைக் குவித்த படங்கள். வேறுபல நாயகர்களின் பெண்ணை அடக்கும் ஆண்மையவாதப் படங்கள் வெளியாயின என்றாலும் இந்தப் படங்கள் திரைக்கு வெளியே ரஜினியின் அரசியல் எதிர்மறையோடு சேர்த்து புரிந்து கொள்ளப்பட்டன என்பதுதான் இதிலிருக்கும் முக்கியத்துவம். ஜெயலலிதா தலைமையிலான ஆட்சி பற்றிய பிரச்சனை ஜெயலலிதா என்னும் பெண்ணின் பிரச்சினையாக சுருக்கப்பட்டது. பிறகென்ன அதிலிருந்து மீறுவதில்தான் (ஆட்சியை அகற்றுவது) ஆணின் வெற்றி அடங்கியிருப்பது போன்று இக்கதையாடல்கள் கூறின. இப்படித்தான் நிஜமும் பிம்பமும் ஒன்றாயின.

இவ்விடத்தில் கண்ணகி, மணிமேகலை, நீலி போன்ற காப்பிய பாத்திரங்களை எடுத்துக்கொள்ளலாம். இதில் கண்ணகி நேரடியாகவோ வேறுபெயரிலோ தமிழகத்திலும் தமிழகத்திற்கு வெளியிலும் தெய்வமாக வணங்கப்படுகிறாள். மணிமேகலை

வழிபாடு பூம்புகாரில் இருந்ததாகக் கூறப்படுகிறது. அம்மன் வழிபாட்டின் அன்னதானம் அவளின் அட்சயபாத்திரத்தின் நீட்சி என்றும் சொல்லப்படுகிறது. எனினும் கண்ணகி அளவிற்கு அவள் மக்கள் வழிபாட்டில் பரவவில்லை. அதேபோல இருபதாம் நூற்றாண்டு தமிழக அரசியல் பண்பாட்டு வெளியிலும் கண்ணகியே நவீன அரசியல் இயக்கங்களால் குறிப்பாக திமுகவால் பரவலாக மீள்பிம்பப்படுத்தப்பட்டாள். கண்ணகிக்கு மட்டும் ஏன் இந்த முக்கியத்துவம்? கதையம்சம் என்பதைத் தாண்டி வேறு காரணங்கள் இருக்கின்றனவா?.

கண்ணகியும் மணிமேகலையும் ஒரே மாதிரியானவர்களல்ல. இருவரும் காப்பியத்தில் ஒன்றுபோல் இயங்கியவர்கள் அல்ல. எனவே, இவர்களை ஒன்றுபோல் அணுகுவதில், நினைவுகொள்வதில் சமூக பொதுபுத்திக்குச் சிக்கல் இருக்கிறதென்பதை மனதில்வைத்தே இந்தப் பிரச்சினையை அணுக வேண்டும். மணிமேகலை குடும்ப அமைப்பிற்கு வெளியே சமூக வெளியோடு தொடர்புடையவள். ஆணுக்குப் புறம் (சமூக வெளி), பெண்ணுக்கு அகம் (வீடு, காதல்) என்றும் அதுவரை அறியப்பட்ட மரபை இவள் வாழ்வு தலைகீழாக்குகிறது. முதன்முறையாகத் தமிழ்மரபில் பெண்ணுக்கென்று 'நிர்ணயிக்கப்பட்ட' அகத்தை மறுத்து புறத்தில் நிற்கிறாள். குலவழித் தொழிலை வெறுக்கிறாள்; ஆண்களோடு 'சமயக் கணக்கர் தம் திறங்கேட்ட காதை'யில் வாதிடுகிறாள். இந்நிலையில் நவீன மதிப்பீடுகளைப் பேசிய சனநாயக அமைப்புகளால் அறிவை அடையாளமாகக் கொண்ட மணிமேகலையே மீள்பிம்பமாக்கப்பட்டு இருக்க வேண்டும். ஆனால் கண்ணகி மீள்பிம்பமாக்கப்படுத்தப் பட்டிருக்கிறாள்.

கண்ணகி குடும்ப வெளிக்குள் இயங்குகிறாள். கணவன் வேறு பெண்ணை நாடிவிட்ட போதிலும் குடும்ப அமைப்பைக் காத்து நிற்கிறாள். அவன் திரும்பி வந்து தன்னோடு மதுரைக்கு வா என்று சொன்னதும் கிளம்பிச் செல்கிறாள். மதுரையில் அவன் கொல்லப்பட்டதற்கு எதிராகவே முதன்முறையாகக் கோபம் கொள்கிறாள். இருபதாம் நூற்றாண்டில் கண்ணகி கொண்டாடப்பட்டபோது இவையெல்லாம் விவாதிக்கப்பட்டிருக்க வேண்டும். ஆனால் அவள் கொண்டாடப்பட்டதே பெண்ணிற்குரிய இத்தகைய மதிப்பீடுகளைக் காப்பாற்றியதாலேயே என்பதுதான் முரண். அவளுடைய பத்தினித்தனம் என்பதே 'பேசாமடந்தை'யாய்

இருந்ததும் கணவருக்காக என்னும்போது மட்டுமே ரௌத்திரம் கொண்டதாலும்தான் அர்த்தப்பட்டது.

கண்ணகி, மணிமேகலை பாத்திரங்களையும் அவை இருபதாம் நூற்றாண்டில் மீள்பிம்பப்படுத்தப்பட்டதையும் அப்படியே *படையப்பா*வின் நீலாம்பரி, *மன்னனின்* சாந்திதேவிப் பாத்திரங்களைப் புரிந்துகொள்ளவும் ஒப்பிட்டுக் கொள்ளலாம். நீலாம்பரி படித்தவள் அதுவும் ஆணுக்கிணையாக. தன்னைப் பற்றிய முடிவைத் தானே எடுப்பவள்; தைரியமானவள்; மொத்தத்தில் ஆணைச் சார்ந்திராதவள். ஏறக்குறைய இவளைக் காப்பியக் கால மணிமேகலை போன்றவள் எனலாம். இருபதாம் நூற்றாண்டு அறிவை முன்வைத்த நவீனச் சமூகமாக இருந்தாலும் பெண்ணை எவ்வாறு அணுக விரும்பியது என்பதற்கான குறியீடாகப் *படையப்பா* திரைப்படத்தைச் சொல்லலாம். இன்றைய பொதுச் சமூகம் காப்பியத்தில் மணிமேகலையையோ (படையப்பா என்னும் சமகாலத் திரைப் பிரதியில்) நீலாம்பரியையோ கொண்டாடவில்லை. ஆண் பாத்திரம் அவளையொத்த பாத்திரங்கள் மீதே கோபம் கொள்கிறது. அவளைத் தன்வழிக்குக் கொணர முயற்சிக்கிறது. இயலாதபோது நீலாம்பரி போலல்லாத உள்ளூரின் வீட்டுப் பணிப்பெண்ணான வசுந்தராவையே பெண்ணென்று ஏற்றுத் திருமணம் செய்து குடும்ப அமைப்பிற்குள் அங்கமாக்கிக்கொள்கிறது. இத்தகைய கதையாடல்களும் அவற்றின் வெற்றியும் தொடரும் தமிழ்ச்சமூக உளவியலுக்கான, பொதுப் புத்திக்கான அடையாளம்.

***

இந்த வரிசையில் இன்னொரு காப்பியப் பாத்திரமும் சேர்கிறது என்பதுதான் இங்கு குறிப்பிடத்தக்க விசயம். அது நீலி என்னும் பெண் பாத்திரம். நீலி என்ற பெண் பற்றிய கதை தமிழகத்தின் வெவ்வேறு பகுதிகளில் வழக்காறுகளாகப் புழங்குகின்றன. சில இடங்களில் அந்தந்த வட்டார தெய்வங்களோடு இணைந்தும் தனித்தும் புனிதமாக வணங்கப்படுகிறாள். சிலப்பதிகாரம், மணிமேகலை போன்ற காப்பியங்களில் ஒரு நீலி வருகிறாள். சம்பந்தர், சேக்கிழார் செய்யுட்கள், உமாபதி சிவாச்சாரியார் எழுதிய சேக்கிழார் புராணம், தொண்டைமண்டல சதகம், திருக்கை வழக்கம் நீலியட்ச கானம் போன்ற பிற்கால நூல்களிலும் நீலி குறிப்பிடப்படுகிறாள். இதில் பழையனூர் நீலி கதைதான் புகழ்பெற்ற கதையாடல். குமரி மாவட்டத்தில் நீலகேசி அம்மன் கோயிலே உண்டு. எல்லாவற்றையும்விட

நீலகேசி என்ற பெயரிலேயே தமிழ்ச் சமணக் காப்பியம் உண்டு. இவ்வாறு பிரதிகளிலும் வழக்காறுகளிலும் நீலி தமிழ்ச்சமூக நினைவுகளில் அழுத்தம் பெற்றிருக்கிறாள்.

இக்கதை பல்வேறு வடிவங்களாக இருந்தாலும் அவற்றில் ஒரு பொதுத்தன்மை உண்டு. அதாவது கணவனைக் கொன்றவள்; பேயாகத் திரிந்தவள் என்ற பண்புகளைக் கொண்டிருக்கிறாள். கதையில் பேயாகவும் சமூகத்தில் தெய்வமாகவும் மாற்றி வணங்கப்படுகிறாள். அவள் தெய்வமாக வணங்கப்படுவதுகூடப் பேயாக வந்து அச்சுறுத்தக் கூடாது என்பதற்காகத்தான். அவள் வணங்கப்பட்டாலும் குடும்ப அமைப்புக்குப் புறம்பானவளாகவே பார்க்கப்படுகிறாள். கதையிலே அவள் ஆண்வயப்பட்ட குடும்பவெளிக்கு வெளியே நின்றதால் கொல்லப்பட்டாள். அதாவது தெய்வமாக்கப்பட்டு தள்ளிவைக்கப்படுகிறாள். ஏனெனில், தன்னை மீறிய பெண்ணின் ஆற்றலைக் கண்டு ஆண் அச்சங்கொள்கிறான். எனவே அந்த ஆற்றலை இயல்பற்றதாக்கி விலகிக்கொள்ள அல்லது விலக்கிவைக்க முற்படுகிறான். காரைக்காலம்மை கதையில் கணவனுக்காக வரவழைக்கும் மாங்கனியின் மந்திரத்தன்மையைக் கண்டு கணவன் அவளைத் தெய்வமாக்கிவிட்டு விலகிக்கொள்கிறான். கடவுளின் மீது காதல்கொண்டதால் ஆண்டாளே தெய்வமாக்கப்பட்டாள்.

'படையப்பா'விலும் நீலாம்பரி தற்கொலை செய்துகொள்கிறாள். இருபதாம் நூற்றாண்டு சமூகம் கண்ணகியை மட்டுமே கொண்டாடியதுபோல், *படையப்பா* படத்திலும் பணிப்பெண்ணான வசுந்தராவையே கண்ணகியைப்போல் ஆக்கிக்கொண்டு, நீலாம்பரியை நீலியைப்போல் தள்ளியிருக்கிறது. நீலாம்பரி என்ற பெயரே நீலி என்ற பெயரின் மற்றொரு வடிவம்தான். நீலி கதையில் அவள் கணவனைக் கொல்வதில் விடாப்பிடியான வன்மத்துடன் இருக்கிறாள். *படையப்பா*விலும் படையப்பாவை அடையும் வரையிலும் அவள் வெறி அடங்குவதில்லை. ஆனால் கதையில் சிறுமாற்றமாக நாயக பிம்பத்தைக் காப்பதற்காக அவள் இறப்பதாக மாற்றப்பட்டுள்ளது.

மணிமேகலையின் செயல்களை மணிமேகலை என்ற காப்பியம் எதிர்மறையாக்கவில்லை. அவளுக்கான நியாயத்தைக் கதையின் வழியே பெற்றுத் தருகிறது. ஆனால், நவீனகால (திரைப்) பிரதியான *படையப்பா* நீலாம்பரியின் பக்கம் நில்லாமல், அவள் செயற்பாடுகளை எதிர்மறை

ஆக்குகிறது. வில்லியாக்குகிறது. கல்வி, சம வாய்ப்பு, சம உரிமை போன்ற நவீன கால மதிப்பீடுகள் பெண்களின் இருப்பை மரபான நெருக்கடிகளிலிருந்து மீட்டிருக்கின்றன. அதற்கு நவீனகாலத்தின் திரைப்படம் உள்ளிட்ட வடிவங்கள் துணை செய்திருக்க வேண்டும்.

மன்னன் படத்தின் சாந்திதேவியும், *படையப்பா* படத்தின் நீலாம்பரியும் படித்திருக்கிறார்கள், தனித்து நிற்பது, தீர்மானிக்கும் உரிமை கொண்டிருப்பது ஆகியவற்றால் ஆண்மையத்திலிருந்து விலகியிருக்கிறார்கள். இந்த நவீனகாலத்தின் பிரதிகளாக இப்படங்கள் அப்பண்புகளைக் கொண்டாடியிருக்க வேண்டும் அல்லது அவற்றைக் கதையின் வழியே நியாயப்படுத்தி இருக்க வேண்டும். ஆனால் அந்நோக்கில் எதுவும் நடக்கவில்லை. படைப்பாசிரியனின் தலையீடு கதையில் எங்குமே நடக்கவில்லை என்றால் இந்தக் கேள்விக்கே இடமில்லை. ஆனால் படைப்பாசிரியன் தலையீடு அவன் கருத்தியல் தேவைக்கேற்ப நடந்திருக்கிறது. அதாவது அவள் படிப்பையும், தனித்துவத்தையும் திமிர் என்கிறது. ஆணவம், அடங்காப்பிடாரித்தனம் என்கிறது. இதற்குக் காரணமான கல்வி, வேலை, உடை போன்றவற்றையும் எதிர்மறையானதாக்குகிறது.

இவை ஏன் திமிராகப் பார்க்கப்படுகிறது? பெண்ணுக்கான இந்த வாய்ப்புகள் அவளைக் குடும்பவெளிக்குள் நிறுத்தாமல் சமூகவெளிக்கு அனுப்புகிறது. அங்கே அவள் ஆணுக்குச் சமமானவளாகிறாள். ஆண்மையவாதத்திலிருந்து விலகிக்கொள்கிறாள். எனவே இந்த ஆண்மையப் பிரதிகள் அவளின் நடைமுறைகளைப் பார்வையாளர்கள் வெறுக்கும்படி தூண்டுகின்றன. அவ்வாறு பார்வையாளர்கள் வெறுக்க ஆரம்பித்தபின் அவளை எதிர்மறையாக்கும் கதைக்கான நியாயம் கிடைத்துவிடுகின்றது.

இதற்கு மாறாக, பெண்ணின் தனித்துவத்தை ஏற்கமறுக்கும் நாயகன் மீது நேர்மறை அம்சங்கள் ஏற்றி கூறப்படுகின்றன. பெண்ணை எதிர்மறைப் பாத்திரமாக்குவதற்காகச் சமூகத்தால் மேலானதாகப் பார்க்கப்படும் அம்சங்களை அவள் மதிக்காதவளாகவும் நாயகனோ மதிப்பவனாகவும் காட்டப்பட்டிருக்கின்றன. இதன் மூலம் கதையில் அவள் மீது அவன் அதிகாரம் செலுத்துவதற்கான நியாயமும் உருவாக்கப்படுகிறது. பார்வையாளர்களும் அவள்மீது வெறுப்பு கொள்ளும்போது அவன் செலுத்தும் அதிகாரத்தை

ஆதரிப்பவர்களாகிறார்கள். *மன்னன்* படத்தில் சாந்திதேவியின் பெண் என்னும் தனித்துவத்தைக் காணாமலாக்குவதற்கு அவள் தொழிலாளர் விரோதியாகவும், அவன் தொழிலாளர் பங்காளனாகவும் இருப்பதான சித்திரிப்பு வைக்கப்படுகிறது. *படையப்பா* படத்திலும் பணக்காரியான நீலாம்பரியை விடுத்து அவள் வீட்டுப் பணியாளர் பெண்ணை மணம் முடிக்கும் நல்லவனாக நாயகன் காட்டப்படுகிறான். இதனைத் திரைப் பிரதியே திட்டமிடுகிறது.

இது பார்வையாளன் மீது படைப்பாசிரியனும் பிரதியும் நிகழ்த்தும் கருத்தியல் ஆதிக்கம். பார்வையாளர் எவ்வாறு புரிந்துகொள்ளப்பட வேண்டுமென்று பிரதி வலிந்து திணிக்கிறது. கதையின் இறுதியில் அவள் விலக்கப்படுகிறாள் அல்லது இணங்கிவிடுகிறாள். *படையப்பா* படத்திலோ இன்னும் ஒருபடி மேலேசென்று இணங்கமுடியாத அவள் செத்துப்போகிறாள். அதற்குக்கூட ஆண் காரணமென்று பிரதி சொல்லுவதில்லை. மாறாக அவளின் தன்முனைப்புதான் அவளைத் தற்கொலை செய்துகொள்ளத் தூண்டுகிறது என்கிறது. பிறகு அவள் தெய்வமாகவோ, பேயாகவோ மாறுவதற்கு மரபான பிரதிகள் தந்த வாய்ப்பையும் இந்த நவீனகாலப் பிரதிகள் தருவதில்லை.

தி இந்தியன் எக்ஸ்பிரஸ் (தமிழ்)
அக்டோபர் 17, 2019
(இணைய நாளிதழ்)

பாட்ஷாவாக மாறிய கண்ணகி

சுரேஷ் கிருஷ்ணா இயக்கிய *பாட்ஷா* (1995) வெற்றிகரமான தமிழ்ப்படம். அடுத்த சில வருடங்களுக்கு இப்படத்தின் கதை தமிழிலும் தெலுங்கிலும் திரைக்கதைகளில் தாக்கம் செலுத்தி வந்தது. பலவேளைகளில் அதே படத்தைத் திரும்ப எடுத்தாற் போன்ற படங்களும் வெளியாயின. உச்ச நட்சத்திரமான ரஜினிகாந்த்தை நாயகனாகக் கொண்டிருந்தாலும் கதையும், திரைக்கதையும்தான் இப்படம் வெற்றிக்கான வகை மாதிரி கதையாக மாறியதற்குக் காரணம். *பாட்ஷா* படத்தின் கதைப் பரப்பு தமிழிலும் இந்தியிலும் ஏற்கனவே எடுக்கப்பட்டிருக்கின்றன என்றாலும் இப்படத்தில் கதை பின்னப்பட்ட விதம் சுவாரஸ்யத்தை ஏற்படுத்தியிருந்தது.

சென்னையில் தாய், தம்பி, இரண்டு தங்கைகள் என்று கீழ்நடுத்தர வாழ்க்கையை வாழ்ந்து வருகிறான் மாணிக்கம். ஆட்டோ தொழிலாளி, தம்பியைப் படிக்கவைத்து நல்ல வேலைக்கு அனுப்புவதும், தங்கைகளை நல்ல இடத்தில் திருமணம் செய்து வைப்பதும்தான் அவன் லட்சியம். அதற்காகக் கடுமையாக உழைக்கிறான். ஊரில் எந்த வம்புக்கும் போகாதவன். ஆட்டோ போகிற பாதையில் சிறுஅசம்பாவிதம் என்றாலும் அடுத்த தெருவில் போய்விடுபவன். ஆனால் ஒவ்வொருமுறையும் அவனைச் சீண்டும், கோபப்படுத்தும் சம்பவங்கள்

வந்து கொண்டேயிருக்கின்றன. அச்சிக்கல்களைப் பார்க்கும் பார்வையாளனுக்குச் சீண்டுபவர்களை அவன் அடிக்க வேண்டுமென்று தோன்றுகிறது. அதாவது அவன் பொங்கி எழ வேண்டுமென்ற எதிர்பார்ப்பைப் பார்வையாளர் தரப்பின்மீது ஓர் அழுத்தமாகத் திரைக்கதை கட்டமைக்கிறது.

ஆனால், மாணிக்கம் பார்வையாளர்களைத் தொடர்ந்து ஏமாற்றுகிறான். அதே நேரத்தில், அவன் யாருக்காக (தம்பி தங்கைகள்) மோதலுக்கான வாய்ப்புகளிலிருந்து விலகிச் செல்கிறானோ அவர்களையே வன்முறையின் கைகள் தீண்ட முயற்சிக்கின்றன. இதில் தன் அண்ணன் என்ன செய்துவிட முடியுமென்று எண்ணிவருகிற அவர்களே வியக்கும் வண்ணம் ஒரு காரியம் நடக்கிறது. அமைதியாகவே போகிறவன் என்று எண்ணப்பட்டுவந்த மாணிக்கம் ஒருநாள் முதன்முறையாகக் கொதித்தெழுகிறான். எல்லோரையும் அடித்து துவம்சம் செய்கிறான். இனி அவன் பாதைக்கே வன்முறையாளர்கள் திரும்பி வரமாட்டார்களென்ற அளவிற்குத் தாக்குகிறான். அதில் தங்கள் விருப்பம் நிறைவேறுவதில் பார்வையாளர்களுக்கு மகிழ்ச்சி. திரைப்பிரதிக்குள் மாணிக்கத்தின் தம்பி தங்கைகளுக்கும் ஊரார்களுக்கும் வியப்பு. படத்திற்குள் அவனின் வன்முறை முகத்தை அறிந்திராத பாத்திரங்களும் படத்திற்கு வெளியே பார்வையாளர்களும் ஒரே உணர்வு மட்டத்தை அடைகிறார்கள்.

இந்த வியப்பும் மகிழ்ச்சியும் ஏன் வருகின்றன? அவன் சண்டையிட்டான் என்பதாலா? அமைதியாக மட்டுமே இருக்க முடியும் என்று கருதப்பட்டவனிடம் இத்தகைய ஆவேசமும் போர்குணமும் வெளிப்பட்டது என்பதனால்தான். அவனுக்குப் பிரச்சினை ஏற்படும் இடங்களிலெல்லாம் தொடர்ந்து சண்டையிடுபவனாக இருந்திருந்தால் அதில் வியப்படைய புதிதாக ஏதுமிருந்திருக்காது. முன்னால் சண்டையிடாதவனாக ஒதுங்கிச் செல்பவனாக காட்டியதால்தான் அவன் பின்பு சண்டையிடுவது பொருள் பெறுகிறது. அவன் கோபம்கொண்டு தாக்குவது இங்கு செய்தியுமல்ல, வியப்புமல்ல. மாறாக அமைதியே உருவானவனென்று கருதப்பட்ட அவன் கோபம் கொண்டதுதான் புதுமை.

அதாவது சாது மிரண்டால் காடு கொள்ளாது என்ற பழமொழியின் திரைவடிவம்தான் இதன் செய்தி. இதில் இரண்டு செய்திகள் இருக்கின்றன. சாது மிரள்வது முதல் செய்தி, சாதுவாக இல்லாதவன் மிரண்டெழுவதைவிட

சாதுவாக இருப்பவன் மிரண்டெழுவதே கவனம் பெறும். அவ்வாறு மிரண்டெழுந்தால் சாதாரணமாகயிராது; அது கடும் சேதாரங்களை உருவாக்குமென்பது இரண்டாவது செய்தி. ஏனென்றால் நெடுங்காலமாக அழுத்தி வைக்கப்பட்ட கோபம் இப்போது மொத்தமாக வெடிக்கிறது. படத்தில் பங்கப்படுத்தப்படும் தங்கைக்காகக் கோபப்பட்டு மாணிக்கம் வெடிக்கும் போது அது சாதாரண தாக்குதலாக இல்லையென்பது குறிப்பிடத்தக்கது. தாக்கப்பட்டவர்களின் காயங்களைப் பார்த்து மருத்துவர்களே மிரண்டு நிற்கிறார்கள் என்று குறிக்கிறது திரைக்கதை.

இதை இங்கேயே நிறுத்திவிட்டு சிலப்பதிகாரத்தின் கண்ணகி கதைக்குத் திரும்புவோம். கண்ணகியின் கணவன் கோவலன் மாதவியோடு சென்றுவிடுகிறான். கண்ணகி அவனுக்காகக் காத்திருக்கிறாள். வாசகர்களின் கனிவும் அவள் மீதே அமைகிறது. அவனாகத் திரும்பிவரும் தருணத்திற்காகக் காத்துக்கிடக்கிறாள். ஒருநாள் கண்ணகியிடம் திரும்பும் அவன், அழைத்தான் என்பதற்காக எந்த மறுப்பும் சொல்லாமல் அவள் மதுரைக்குக் கிளம்புகிறாள்.

மதுரையில் கோவலன் குற்றம் சுமத்தப்பட்டு கொலை செய்யப்படுகிறான். இப்போது மேலும் அதிகமாகவே வாசக கவனம் கண்ணகிக்காக வருந்துகிறது. இளம்பெண்; மதுரையில் உற்றார் உறவினர் இல்லை; முன்பின் அறிந்த ஊராகவும் இல்லை. அதாவது அவள் தனித்து விடப்பட்டிருக்கிறாள்.

ஆனால் இந்தப் பிரச்சினையில் முக்கியத் திருப்பம் இப்போதுதான் நடக்கிறது. அமைதியே உருவாக இருந்த கண்ணகி யாரும் எதிர்பாராத வண்ணம் வெடிக்கிறாள். பாண்டியனின் அரசவைக்குத் தனித்தே சென்று கேள்விகள் எழுப்புகிறாள்; வழக்காடித் தன் கணவன் நிரபராதியென்று நிரூபிக்கிறாள். பாண்டியனும் அவன் மனைவியும் இறக்கக் காரணமாகிறாள். மதுரையே எரிய ஆணையிடுகிறாள். இது யாரும் எதிர்பார்த்திராத திருப்பம். புதுமை. வாசக மனம் அவளின் கோபத்தை அங்கீகரிக்கிறது. அதாவது சாது மிரண்டிருக்கிறது. சாது மிரண்டதால் மதுரை என்னும் காடு கொள்ளவில்லை. மதுரையைக் காக்கும் மதுரை மாதெய்வமே கீழிறங்கி வந்து கண்ணகியிடம் கோபத்திலிருந்து தணிய வேண்டுமென்று இறைஞ்சுவதாகக் குறிக்கிறது காப்பியப் பிரதி.

***

சிலப்பதிகாரமும், *பாட்ஷாவும்* வேறுவேறு பிரதிகள். வெவ்வேறு காலகட்டத்தைச் சேர்ந்தவை. வேறுவேறு வடிவங்கள். ஒன்று ஒரு மொழியின் மற்றும் பண்பாட்டின் செவ்வியல் அடையாளமாகவும், மற்றொன்று ஒரு மொழியின் வெகுஜனக் கலைப் பிரதியாகவும் பார்க்கப்படுகிறது. இதன்படி இரண்டையும் ஒப்பிடுவதைக்கூட விரும்பாதவர்களே அதிகமிருக்க முடியும். இரண்டும் ஒரே கதையல்ல. கதைகள் வேறாக இருந்தாலும் சொல்லல்முறையில் ஒரு பொதுத்தன்மை இருக்கிறது. வாசகர்களை / பார்வையாளர்களைப் படைப்பில் ஒன்றவிடுவதும், ஊடாட வைக்க வேண்டியதும் இப்பிரதிகளுக்குத் தேவைப்படுகின்றன. எனவே அதற்கான சொல்லல் முறை அவசியம். அதாவது கதை ஒருபுறமாய் இருக்க, கதையைச் சொல்லும் முறை அதிக முக்கியத்துவம் பெறுகிறது. வாசகனை அதுவே ஈர்க்கிறது. அதுவே வழிநடத்துகிறது.

மரபிலிருந்து காலத்தாலும், வடிவத்தாலும் வெகுதூரம் மாறி வந்துவிட்டதாக நினைத்தாலும் அவற்றின் தொடர்ச்சியிலிருந்து முற்றிலும் விடுபடுவதில்லை. அதன்படி ஒரு சமூகத்தின் உள்ளார்ந்த நனவிலியாகவும் இருக்கிறது. இதன்படி பார்த்தால் நாம் வெகுசில கதைகளையும் பாத்திரங்களையும் வகை மாதிரிகளையும்தான் திரும்பத் திரும்பக் கையாண்டு வருகிறோம். *பாட்ஷா* படத்தின் கதையாடல் அதற்கு முந்தியிருந்த சில படங்களிலிருந்து எடுத்துக்கொள்ளப்பட்டது என்று நினைக்கிறோம். அடிக்கத் தொடங்கும்போது பொறுமையாக அடி வாங்கிவிட்டு ஒரு கட்டத்தில் திருப்பித் தாக்கும் பாணி நம் நாயகர்களுடையது. சுவாரஸ்யத்திற்கான உத்தி அது. அதையொத்த சொல்லல்முறை நம் செவ்வியல் பிரதிகளிலும் இருக்கிறது. *பாட்ஷாவுக்கு* முன்மாதிரியாக அமைந்த படங்கள் அத்தகைய பிரதிகளின் தொடர்ச்சியாகவும் இருக்கலாம். எனவே இங்கு அசல், தழுவல் என்ற யோசனைகளே கேள்விக்குள்ளாகிவிடுகின்றன. ஒன்றின் வடிவம் மற்றொன்றின் மீதென்று மாறி மாறி கூட வரலாம்; வந்திருக்கிறது.

இவ்வளவு ஏன்? சிலப்பதிகாரம் என்னும் செவ்வியல் பிரதியேகூட அசலானதில்லை. கண்ணகி கதையின் மூல வடிவங்கள் மக்கள் வழக்காறுகளிலும், நற்றிணை போன்ற இலக்கியப் பிரதிகளிலும் இருந்திருக்கின்றன.

இங்கு பாத்திர வார்ப்பில் கண்ணகியும் பாட்ஷாவும் ஒன்றே. சாது மிரண்டு காடு கொள்ளும் பாத்திர வார்ப்பே இரண்டிற்கும் கையாளப்பட்டுள்ளது. இதை அழகியல்

முறைகளில் ஒன்றான உத்தியென்று சொல்லலாம். *பாட்ஷா* படத்தில் மாணிக்கம் மும்பையில் எளிய மனிதனாக இருந்தவன், மக்களுக்காகப் போராடியவன், தன் நண்பனை இழந்தவன், வேறுவழியில்லாமல் மக்களுக்காகப் போராடும் தாதா நிலையில் மாறிவிட்டிருந்தவன், ஒரு இக்கட்டான நிலையில் தம்பி தங்கைகளுக்காக மும்பை வாழ்க்கையை விட்டுச் சென்னையில் எளிய ஆட்டோக்காரனாக வாழ்கிறான் என்ற வரிசையிலேயே அவன் வாழ்க்கை அமைந்திருக்கிறது.

அந்த வரிசையில் இந்தக் கதை சொல்லப்பட்டிருந்தால் இந்தப் படத்திற்கு வாசக ஈர்ப்பே உருவாகியிருக்காது. எனவே கதையின் வரிசை மாற்றியமைக்கப்பட்டிருக்கிறது. அவன் சென்னையில் ஆட்டோ தொழிலாளியாக இருந்த வாழ்க்கை முதலில் சொல்லப்படுகிறது. அதன் மூலம் அவன் ஏன் தன்னை நோக்கிவரும் சிக்கல்களிலிருந்து விலகிச் செல்கிறான் என்கிற ஆர்வம் பார்வையாளர்களிடம் உருவாக்கப்படுகிறது. பார்வையாளர்களைப் பிரதிக்குள் ஊடாட வைக்கிற அவர்கள் நோக்கிலான ஒரு சொல்லல் முறை இது.

ஆனால் செவ்வியல் பிரதிகளிலும்கூட இதுவே நிகழ்ந்திருக்கிறது. சிலப்பதிகாரப் பிரதியில் கதையின் வரிசை மாற்றப்படவில்லை. மாறாக அதற்கீடான சுவாரஸ்யம் பாத்திரத்தைக் கட்டமைப்பதிலேயே ஏற்றி சொல்லப்பட்டிருக்கிறது. கண்ணகி கணவனின் தவறுகளை ஏன் தட்டிக் கேட்கவில்லை என்ற கேள்வி எழுகிறது. அக்கேள்வி முக்கியமானது. அதன் மூலம் கோவலனின் ஆண் தன்மையை மட்டுமல்ல, கண்ணகியின் பெண்ணடிமைத் தனத்தையும் தெரிந்துகொள்கிறோம்.

ஆனால் இத்தகைய விமர்சனம் நவீன மனநிலை சம்மந்தப்பட்டது. நவீன மனநிலையின் இக்கேள்விகள் அது இலக்கியம் என்பதையும் அதன் அழகியல் நேரடி பயன்பாட்டு நோக்கில் அமையாது என்பதையும் முற்றிலும் தள்ளி வைக்கின்றன. முற்றிலும் அரசியல் வாசிப்பு மட்டுமே இலக்கியப் பிரதியின் மீது நிகழ்த்தப்படுகிறது. கண்ணகி முன்பிருந்த நிலையின் தலைகீழ் மாற்றம்தான் காப்பியத்தின் முக்கியத் திருப்பம். அத்திருப்பத்தை நிகழ்த்துவதற்காக வாசகனோடு நிகழ்த்தும் விளையாட்டுதான் அவளை கதை முழுவதும் பொறுமைக்காரியாகக் காட்டுவதாகும். அத்துணை பொறுமைக்காரி கோபப்படும்போதுதான் அது புதுமையாகிறது. வாசகனும் அதோடு இணைகிறான். பாட்ஷாவில்

மாணிக்கத்திற்கும் இதுவே நிகழ்கிறது. சிலப்பதிகாரத்தில் பெண், பாட்ஷாவில் ஆண். பெண் பாத்திரமாக இருக்கும்போது அவளுக்கென்று சமூகம் விதித்திருக்கும் குடும்ப வெளிக்குட்பட்ட வரையறையைக் காப்பியம் மீறவில்லை என்பது உண்மை, மாறாக அந்த சமூக வரையறை காப்பிய அழகியலுக்காக பயன்படுத்திக்கொள்ளப்பட்டிருக்கிறது. எனவே இவ்விரண்டு பிரதிகளிலும் நிகழ்த்தப்பட்டவை எதார்த்தமல்ல. மாறாக படைப்புக்கான புனைவு.

உண்மையிலேயே கண்ணகி கதை நடந்திருக்குமானால் அவள் பேசாமடந்தையாய்த்தான் இருந்திருப்பாளா என்று தெரியவில்லை அல்லது அன்றைய சமூக அமைப்பு அவ்வாறு இருந்திருக்குமோ என்று சமாதானம் கொள்கிறோம். ஆனால் கண்ணகி கணவனுக்கு இணங்கியவள் என்ற சித்திரம் சிலப்பதிகாரக் காப்பியம் என்ற எழுத்துப் பிரதியின் உருவகம். எழுத்தில் இருப்பவையே சரியென்று நம்பத்தொடங்கிய நவீன கால சமுதாயத்திற்குப் பிறகுதான் இந்தக் காப்பிய கண்ணகி அழுத்தம் பெறுகிறாள். பிறகு காப்பிய கண்ணகியே ஒரே கண்ணகி போன்று ஆகிப்போனாள். அதன்பிறகு காப்பிய கண்ணகி வரலாற்றுக் கண்ணகியாகிவிட்டாள். காப்பியத்திலிருந்து விலகிய வழக்காற்றுக் கதைகளில் வெவ்வேறு கண்ணகிகள் இருந்தும் அவர்கள் யாரும் வரலாற்றுக் கண்ணகியாக மாறவில்லை.

பழங்கதையொன்றே சிலப்பதிகாரத்தின் மூலம் என்று தமிழறிஞர்கள் சொல்லியுள்ளனர். இதன்படி பார்த்தால் எத்தனையோ மாற்றங்களுக்குட்பட்டுதான் சிலப்பதிகாரம் என்னும் காப்பியப் புனைவு உருவாகியிருக்கும். ஒரு சம்பவம் புனைவாகும்போது அதன் முதல்வடிவம் மற்றொன்று ஆகிறது. பிறகு புனைவின் வடிவம் ஆதிக்கம் பெறும்போது அதுவே வரலாறாகவும் மாறுகிறது. நாளடைவில் நிஜம், புனைவு என்பவையெல்லாம் மயங்கிவிடுகின்றன. இன்றைய கண்ணகி கதை இவ்வாறு உருவாகித்தான் நிலைபெற்றிருக்கிறது.

அதேவேளையில் கண்ணகி பாத்திரம் மீதான இன்றைய பெண்நிலை நோக்கு விமர்சனங்களில் பொருத்தம் இல்லையென்று கூறுவதாக இதனைப் பொருள் கொள்ள வேண்டியதில்லை. கண்ணகியின் வாழ்வையே பெண்ணுக்கான முன்னுதாரண வரலாறாக (உண்மையென்று) நம்பும், பிரச்சாரம் செய்யும் சமூகத்தில் அவற்றைக் கட்டுடைக்கும் விமர்சனங்களும் இருந்தாக வேண்டும். ஆனால் கண்ணகி

பாத்திரத்தை ஆதரிப்போர் எவ்வாறு அப்பாத்திரத்தை வரலாறாகக் காட்டுகிறார்களோ அதைப்போல எதிர்ப்போரும் எதிர்ப்பின் வேகத்தில் அதை வரலாறாகவே கருதி விமர்சிக்கின்றனர். இரண்டு இடத்திலும் அது புனைவென்ற புரிதல் விடுபட்டுப்போகிறது. புனைவின் சாத்தியம், அது வரலாறாகக் கொள்ளப்படுவதால் உருவாகும் விளைவென்று அந்த விமர்சனங்கள் நீளாமல் போய்விட்டன. ஒருவேளை நீண்டிருக்குமானால் மோசமான அரசியல் பிரதிகள் அழகியலின் பெயரால் நியாயப்படுத்தப்படும் அரசியலை இன்னும் விரிவாகப் புரிந்துகொள்ள உதவியிருக்கக் கூடும்.

கண்ணகி, ஆணுக்குத் தோதான பெண் பாத்திரமென்பது காப்பியத்தை அப்படியே வரலாறாகக் கருதியதால் உருவான பார்வை. ஆனால் எழுத்துப் பிரதியான சிலப்பதிகாரத்தின் ஆசிரியன் அதை முக்கியமாகக் கருதவில்லை என்றே தோன்றுகிறது (மற்ற வகையில் பெண்ணைச் சாதகமாகப் பார்த்துவிட்டு அழகியலுக்காக மட்டும்தான் காப்பிய ஆசிரியன் இவ்வாறு பார்த்தான் என்பது இதன் பொருளல்ல) இலக்கியப் படைப்பில் அதற்கான அழகியலே முக்கியமாகத் தோன்றியிருக்கும். அந்த அழகியல் உருப்பெறுவதில் படைப்பாசிரியன் வாசகனையே மனத்தில் கொண்டிருக்கிறான். வாசகன் எதார்த்தத்தைத் தெரிந்து கொள்ள வேண்டும் என்பதைவிட, பிரதியோடு அவன் எவ்வாறு இணைய வேண்டும், எப்படி இணைவான் என்பதற்கேற்ற கற்பிதத்தை யோசித்திருப்பான். பார்வையாளன் பிரதியோடு கொள்ளும்/ கொள்ள வேண்டிய தொடர்பு முக்கியமாகின்றன. மாணிக்கம், கண்ணகி ஆகிய இரண்டு பாத்திரங்களும் இதன்படியே பின்னப்பட்டுள்ளன. இந்தப்போக்கு வணிக சினிமா காலத்தில் அதற்கான சட்டகமாகப் புதிதாக உருவானவையல்ல. நம்முடைய செவ்வியல் காப்பிய மரபிலேயே இருந்திருக்கிறது.

தி இந்தியன் எக்ஸ்பிரஸ் (தமிழ்)
நவம்பர் 05, 2019
(இணை நாளிதழ்)

பொதுமகளும் குலமகளும்: 1990களின் சினிமாக்களில் நடந்த ஊடாட்டம்

தமிழ் சினிமா கதையாடல்களில் காதலுக்கு அடுத்தபடியாக அனாதை என்ற அம்சத்திற்குத்தான் அதிக இடம் கிடைத்திருக்குமென்று எண்ணத் தோன்றுகிறது. அந்த அளவிற்கு அனாதை என்ற சொல்லாடலை மையப்படுத்திப் பாத்திரங்களும் கதைகளும் இடம்பெற்றிருக்கின்றன. இதன் தொடர்ச்சியில் இடம்பெற்ற மற்றொரு அம்சம் அப்பாவைத் தேடும் நாயகன். அனாதை என்பதைவிட அப்பாவின் பேர் தெரியாதவர் என்பதால் உருவாகும் கலாச்சார நெருக்கடி அழுத்தமானது. பெரும்பாலும் இத்தன்மை ஆணாகிய நாயகன் மீது வைத்தே சித்திரிக்கப்படும். நாயகன் தன்னைவிடச் சாதியாலோ வர்க்கத் தாலோ உயர்ந்த பெண்ணைக் காதலிப்பான். அக்காதல் கல்யாணத்தை எட்டும்போது நாயகியின் தரப்பிலிருந்து நாயகனின் அப்பா யார் என்பது பற்றி கேள்வி எழும். அப்போதுதான் தன்னுடைய தந்தையின் பெயர்கூடத் தனக்குத் தெரியாததை நாயகன் உணர்வான். அப்பாவின் பெயர் அறியாததால் தான் அவமானப்படுத்தப்பட்டதாக உணரும் நாயகன் உடனே ஓடிவந்து தன் அம்மாவிடமோ வளர்க்கும் எவரிடமோ முதன்முறையாக அப்பாவைப் பற்றி ஆவேசமாகக் கேள்வி கேட்பான். வேறுவழியே இல்லாமல்

அதுவரை மறைத்துவந்த ரகசியத்தைக் கண்ணீரோடு திருப்புக்காட்சியில் அவர்களும் சொல்லுவார்கள். அதில் அவனுடைய தந்தையும் தாயும் காதலித்ததாகவும் அதனால் அவர் கொல்லப்பட்டதாகவும் (இவற்றில் அதிகம் சாதிகடந்த காதல் காரணமாக இருக்கும்) பின்னர் அவள் குழந்தையை வளர்த்தெடுத்ததாகவும் சொல்லுவாள். பிறகென்ன அப்பாவைக் கொன்றவர்களைப் பழிதீர்த்து அம்மாவின் களங்கத்தைத் துடைப்பதே நாயகனின் வேலையாக முடியும். இத்தகைய கதைச்சரடை மையமாகக்கொண்டு முன்னும் பின்னுமாகச் சிற்சில மாற்றங்களைக் கொண்ட கதையாடல்களே இங்கு அதிகம் வெளியாயின.

அப்பா யாரென்று கேட்பதும் அவரைத் தேடுவதும் தமிழ் சினிமாவில் ஏன் தொடர்ந்து இடம்பெற்று வந்திருக்கிறது? ஒருவனுக்கு அல்லது ஒருத்திக்கு அப்பா என்று ஒருவர் இருப்பதுதான் முறையான — ஒழுக்கமுடைய வாழ்க்கையென்று ஆக்கப்பட்டுவிட்ட நிலையில் இக்கேள்வி தொடர்ந்து எழுப்பப்பட்டு அதற்கான விடையைச் சமூகம் கட்டமைத்திருக்கிற வழியில் சென்று தேடுவதில் முடிகிறது. ஒரு சமூகம் தந்தை வழியிலான ஆண்மையச் சமூகத்தின் பிடிக்குள் வந்துவிட்டமைக்கான அடையாளமே இது. இதற்குள் அடங்காதவர்கள் புறக்கணிப்பால் ஏற்படும் விளைவுகள் கருதி இதற்குள் தங்களை இருத்திக்கொள்வதற்காக நடத்திய போராட்டங்களையே இக்கதையாடல்கள் காட்டுகின்றன. அப்பா எனும்போது அங்கு திருமணம், கற்பு, சொத்து போன்ற குடும்பக் கூறுகளும் அவற்றுக்கான மதிப்பீடுகளும் வந்துவிடுகின்றன. அதாவது இந்தக் குடும்ப வெளிக்கு அப்பால் குழந்தை பெற்றவர்கள் தங்களை இந்த வெளிக்குள் பொருத்திக்கொள்ள முயன்றனர்; அல்லது அதற்கு நிர்ப்பந்திக்கப்பட்டனர். இவ்விடத்தில்தான் நாம் தேவதாசி மரபு என்பதையும் அது மறைந்து அம்மரபு குடும்ப அமைப்பின் முறைமைக்குள் நுழைவதையும் அப்பாவைத் தேடும் இந்த நாயகர்களின் கதைகள் தமிழ் சினிமா தனக்குரிய கதையாடல் சட்டகத்திலிருந்து பேசியிருக்கிறது என்பதையும் அறியமுடிகிறது. இப்போக்கு எப்போது தொடங்கியதென்பதைத் துல்லியமாகக் குறிப்பிட முடியாவிட்டாலும் 1980களின் இறுதி தொடங்கி 1990களின் மையப்பகுதி வரையிலும் அதிகமாக இருந்ததாகத் தெரிகிறது. இக்காலக்கட்ட படங்களைப் பார்ப்பதற்கு முன்னர் தமிழ் சினிமாவின் தேவதாசி மரபு பற்றிய பதிவுகளை மேலோட்டமாக நினைவுபடுத்திக்கொள்ளலாம்.

பாரம்பரியம் தந்த சுமையெனக் கருதப்பட்டு தேவதாசி மரபைக் கைவிடுவதற்கான போராட்டங்கள் நடந்துவந்த காலத்தில் தமிழ் சினிமா பேசத் தொடங்கியது. அரசியல் ரீதியான போராட்டங்களும் தடைச்சட்ட மசோதாக்களும் பிறந்த நிலையில் இக்குழுவினர் தங்களை புதியவெளிகளுக்குள் பொருத்திக்கொள்ள முயன்றனர். குறிப்பாகப் பொது ஒழுங்காகக் கட்டமைக்கப்பட்டிருந்த குடும்ப அமைப்பிற்குள் வருவதில் பெரும் சவால்களையும் புதிய அனுபவங்களையும் பெற்றிருப்பர். உருவாகிவந்த இந்திய ஆண்மைய தேசியவாதமும் தமிழ் அடையாளத்தின் கற்பு நெறி கூறலும் இச்சூழலில் எத்தகைய இடையீடுகளை நடத்தியிருக்க முடியும் என்பதைத் துல்லியமாகச் சித்திரிக்கும் புனைவுகளோ சினிமாக்களோ இல்லை. மாறாக தேவதாசி மரபை ஆண்மைய ஒழுக்கவாத தேசியத்தின் அச்சுறுத்தலாகக் கண்டு அவற்றை எதிர்மறையாகக் காட்டிய பதிவுகளே அதிகம் வெளியாயின. இதைத் தேவதாசி மரபைச் சேர்ந்தவர்களும் நவீன தேசியவாதச் சீர்திருத்தக் கண்ணோட்டத்தின் வழியாக ஏற்கவேண்டி இருந்ததால் எதிர்மறைப் பதிவுகளைத்தாண்டி வேறுகோணங்கள் வரவில்லை. மூவலூர் ராமாமிர்தம் அம்மையார் எழுதிய நாவலின் தலைப்பே கூட தேவதாசி மரபை எதிர்மறையாகக் குறிப்பிடும் வகையில் 'தாசிகளின் மோச வலை அல்லது மதிபெற்ற மைனர்' என்றே அமைந்தது. இவ்வாறுதான் தொடக்காலப் படங்களில் குடும்ப அமைப்பைச் சிதைப்பவர்களாகவும் வஞ்சகர்களாகவும் இம்மரபினர் சித்திரிக்கப்பட்டனர்.

தமிழ் சினிமாவில் தமிழ் அடையாளத்திற்காகவும் கருத்துகளுக்காகவும் பெயர்பெற்ற திராவிட இயக்கத்தினரின் படங்களிலும் இப்பார்வை பெரிதாக மாறவில்லை. கருணாநிதியின் வசனத்தில் வெளியான பராசக்தி படத்தில் நாயகனின் வீழ்ச்சி தாசி ஒருத்தியால் ஏமாற்றப்படுவதிலிருந்து தொடங்குகிறது. அவளின் செய்கையைப் பின்னால்வரும் புகழ்பெற்ற நீதிமன்றக் காட்சியில் ஜாலக்காரி, ஜாலி என்று நாயகன் சாடுகிறான். மனோகரா படத்தில் வசந்தசேனையின் வலையில் தமிழ் மன்னன் வீழ்கிறான். அவன் நாயகனின் தந்தை. அவளின் மயக்கத்திலிருந்து தந்தையையும் நாட்டையும் மீட்கும் தனயனின் வீரத்தையே கதை பேசுகிறது. திருவாரூர் தங்கராசு எழுதி எம்.ஆர். ராதாவால் நாடகமாகவும் திரைப்படமாகவும் நடிக்கப்பட்ட ரத்தக் கண்ணீர் பிரதியில் பெண்ணை நாடிச்சென்ற மோகனின் நடத்தை

பரிதாபத்திற்குரியதாகவும் ஈர்த்த காந்தாவின் செயல் வஞ்சகமானதாகவும் சொல்லப்பட்டது. இப்பிரதிகள் யாவற்றிலும் அப்பெண்கள் ஆடல் பாடல் கலையைக் குடும்ப வழியாகப் பெற்றிருப்பவர்களாகவும் அதன்வழியே ஆண்களை மயக்குபவர்களாகவும் காட்டப்பட்டுள்ளனர். இது ஆடல்பாடல் கலைகளில் சிறந்த குடும்பவெளிக்குள் இடம்பெற்றிராத தேவதாசி மரபைப் பற்றிய பொத்தாம்பொதுவான சித்திரத்திலிருந்து உருவானது. வடக்கேயிருந்து வந்த ஆரியர்கள் பெண்களின் உடலைக்காட்டியும் தமிழர்களை வஞ்சித்தனர் என்ற வர்ணணைகள் திமுகவினரின் மேடைகளில் இடம்பெற்றிருக்கின்றன. பின்னாளில் ஜெயலலிதா மீதான விமர்சனங்களும் அவற்றின் தொடர்ச்சியாய் மேடைகளில் வெளிப்பட்டன என்பதையும் இவ்விடத்தில் இணைத்துக்கொள்ளலாம்.

தமிழ் சினிமாவின் புதிய அலைக்குக் காரணமானவர்களுள் ஒருவரான பாரதிராஜாவின் சினிமாவிலும் இது மாறாமல் வேறுவகையில் பிரதிபலித்தது. உள்ளூர் அளவில் இப்பாத்திர வார்ப்பை அவர் காட்டினார். தமிழின் 'இனவரைவியல்' படத்திற்கான தொடக்கமாக அமைந்த அவரின் *மண்வாசனை* படத்தில் கதையின் சிக்கலாக அமைவது நாயகியின் தந்தைக்கு இருக்கும் வைப்பாட்டி பழக்கம்தான். பாரதிராஜாவினால் ஊக்கம்பெற்ற இயக்குநர்கள் சிலரின் படங்களிலும் இதேபோன்று இடம்பெற்றது. கே.ரங்கராஜின் *நினைவே ஒரு சங்கீதம்* படத்தில் நாயகியின் தந்தை தம் சொத்துகளைச் சீட்டாட்டத்திலும் அந்தியூர் சரோஜா என்பவரின் பழக்க தோஷத்திலும் கரைப்பவராகிறார். மனோஜ்குமார் இயக்கிய *பாண்டித்துரை* படத்தில் யாரையும் ஏறெடுத்தும் பார்க்காத கோடீஸ்வரரான மலைச்சாமி ஆட்டக்காரி சிந்தாமணியின் அழகில் மயங்குகிறார். பின்னர் அதுவே கதையாடலின் மையச்சிக்கலாக மாறுகிறது.

இப்பின்னணியில்தான் 1980களின் மத்தியிலிருந்து தாசித்தொடர்பு பற்றிய வேறுவிதமான பதிவுகளைத் தமிழ் சினிமாவில் பார்க்கிறோம். அவை அதற்கு முந்தைய பார்வைகளிலிருந்து மாறி பெண்கள் மயக்குபவர்களாக இல்லாமல் பிறருக்காக இரங்கக்கூடியவர்களாக, அன்பு செய்பவர்களாக, தனக்குப் பின்னர் இப்போக்கு மாற வேண்டுமென்ற விழைவு கொண்டவர்களாக, நம்பிக்கைக்குப் பாத்திரமானவர்களாக இருப்பதைப் பார்க்கிறோம். இவற்றைச் சித்திரிக்கும்போது அப்பாத்திரங்களின் மீது பெரும்

லட்சியவாதத்தையோ வலிந்த இழிவையோ இப்பிரதிகள் சுமத்தாமல் இயல்பாகச் சொல்ல முயன்றிருக்கின்றன. இது நிலவும் சினிமா மொழி என்னும் சட்டகத்தின் பாவனைகளைத் தாண்டி அவர்களைக் கௌரவப்படுத்தவே அவை முயன்றிருக்கின்றன.

பொதுவாக தேவதாசி மரபென்றால் பெருங்கோயில், வைதீக அமைப்புக்குட்பட்ட தொடர்பையே அதிகம் பேசுகிறோம். ஆனால் அதற்கு உட்பட்டும் விலகியும் இருந்த அதே போன்ற பிற பெண்களைப் பற்றிப் பேசுவதில்லை. இமையத்தின் ‘செடல்’ நாவலானது இந்த வகையில் கவனத்தில் கொள்ளப்படவேண்டிய பிரதி. இதுபோன்ற பெண்களே இக்காலக்கட்ட படைப்புகளில் கதையின் மையமாகவோ பகுதியாகவோ சிறுஉரையாடலாகவோ வந்து சென்றிருக்கிறார்கள்.

அந்த வகையில் *கிழக்கு வாசல்* (1990), *தெய்வ வாக்கு* (1992), *சின்னத்தாயி* (1992) ஆகிய படங்களை இங்கு பிரதானமாகக் கூறலாம். மூன்றுமே வெற்றிகரமாக ஓடிய படங்கள். வெளியான அடுத்த சில வருடங்களில் தமிழ்ப்படங்களின் திருப்பத்தை உருவாக்கிய படங்களாகவும் இவை விளங்கின. மூன்று பிரதிகளின் கதையாடலும் தாசிமரபை ஒத்து எழுதப்பட்டவை.

கிழக்கு வாசல் படத்தில் தாயம்மா என்ற அனாதைச் சிறுமி கசையால் தன்னையடித்துக் கொண்டு ‘கலை’யை நிகழ்த்தும் நாடோடிக் கலைஞர் ஒருவரால் அரவணைக்கப்படுகிறார். இருவரும் வீடுவீடாகப் பிச்சையேற்கச் செல்லும்போது ஆண்துணையின்றி வாழும் பெண் ஒருவர் இவர்களை ஆதரித்துத் தங்கவைத்துக்கொள்கிறார். அவர் சலங்கைகட்டி நடனம் ஆடுபவர். அவள் தாயம்மாளைத் தன் மகளாக வைத்துக்கொள்ள எண்ணி வளர்க்கிறார். ஆனால் வளர்ந்த பிறகுதான் தாய் அவ்வூர் பண்ணையாரின் ஆசைநாயகி என்பதைத் தாயம்மாள் அறிகிறார். எனினும் இந்த வாழ்வு தன்னோடு போகுமே தவிர தாயம்மாளைப் பற்றவிட மாட்டேன் என்று அத்தாய் கூறுகிறார். அதனையும் மீறித் தாயம்மாள் வெளியேற முயலும்போது தாய் மயக்கமடைந்து விழுகிறாள். பின்னர் மருத்துவமனையில் சிகிச்சை பலனில்லாமல் இறக்கிறார். சிகிச்சைக்கு வாங்கிய பணத்திற்கு ஈடாக இறந்துபோனவளின் மகளென்ற முறையில் தாயம்மாள் தன்னுடைய தாசியாக இருக்க வேண்டுமென்று நிர்ப்பந்திக்கிறார் பண்ணையார். விருப்பமில்லாவிட்டாலும் நிர்ப்பந்தத்தை

மீறமுடியாத வண்ணம் அவள் அங்கேயே இருக்கும்படி ஆகிவிடுகிறது. ஆனால் அவருக்கு இணங்காமல் நாட்களைத் தள்ளிபோட்டு வருகிறாள். அவள் இணங்கும்வரையிலும் பண்ணையார் காத்திருக்க விரும்புகிறார். எனினும் அவள் எப்படியேனும் இந்த தாசி வாழ்விலிருந்து வெளியேறிவிடும் தருணத்தை எதிர் நோக்கியே நாட்களைத் தள்ளிப்போட்டு வருகிறாள். அதாவது தன் தாயின் அடையாளம் தன் மீதும் தொடரக்கூடாது என்பதற்காக ஒருவருக்கு முறைப்படியான மனைவியாகிக் குடும்ப அமைப்பிற்குள் வந்துவிட விரும்புகிறாள். இச்சூழ்நிலையில்தான் அவ்வூரில் இட்டுக்கட்டிப் பாடி கூத்துக்கட்டும் இளைஞன் ஒருவனின் நற்குணங்களால் ஈர்க்கப்படுகிறாள். அவளின் நிலையைப் புரிந்துகொள்ளும் அவன் மனைவியாக்கிக் கொள்வதன் மூலம் அவ்விழிவிலிருந்து அவளை மீட்டெடுக்கிறான்.

இப்படத்தின் வெற்றியைத் தொடர்ந்து இதே கதையாடலைச் சிற்சில மாற்றங்களோடு அப்படியே மறுஆக்கம் செய்து *தெய்வ வாக்கு* என்ற படம் வந்தது. கதைப் பின்னணியும் பாத்திரவார்ப்புகளும் இப்படங்களிடையே ஏறக்குறைய ஒத்திருந்தன. இதில் ஊருக்கு அனாதையாக வரும் அம்சவள்ளி என்னும் சிறுமி ஊரார்க்குச் சொல்லும் குறி பலிப்பதால் தெய்வமகளாகக் கருதப்படுகிறாள். அவளின் வாக்கு தெய்வ வாக்காகக் கருதப்படுவதால் குவியும் வருமானத்தைக் கருதி அவளை எடுத்து வளர்க்கும் ‘அண்ணன்’ அவளைச் சாதாரண மனுஷியாக மாற்றாமல் தெய்வமாகவே தக்கவைப்பதில்தான் வருமானத்திற்கான எதிர்காலம் இருக்கிறதென்று கருதித் திருமணத்தைத் தள்ளிப்போட்டு வருகிறான். அதாவது அவள் யாரேனும் ஒருவனுக்கு மணம்முடித்துச் சென்றால் தெய்வம் என்னும் புனித நிலையிலிருந்து மாறிச் சாதாரண மனித உணர்ச்சி சார்ந்தவளே என்று கருதப்பட்டுவிடுவாள். அப்போது மக்கள் அவளைத் தேடிவர மாட்டார்களென்று அவன் கருதுகிறான். ஆனால் அவள் மற்ற எல்லோரையும்போல கணவன், குழந்தை என்றே வாழவிரும்புகிறாள். தன்னுடைய விருப்பம் பணத்திற்காக மறுக்கப்படுகிதென்று கருதுகிறாள். இக்கதை *கிழக்கு வாசல்* போன்று தேவதாசிமரபை நேரடியாகப் பிரதிபலிக்கவில்லையெனினும் கதையாடல் சட்டகத்தின் உள்ளார்ந்த தர்க்கத்தில் தேவதாசி மரபோடு பொருந்திப்போவதைப் பார்க்கலாம். தேவதாசி மரபில் கூறப்படும் தெய்வ மகளிர் என்ற தகுதியும் அவளைக் கையாளும் பெருந்தனக்கார ஆணின் இடத்தில் அண்ணனென்ற பாத்திரமும் இயைந்து

போவதைப் புரிந்துகொள்ளலாம். இரண்டு இடத்திலும் அவளின் பாலியல் தேர்வு கடவுளின் பெயரால் குறிப்பிட்ட ஆண்களின் கட்டுப்பாட்டுக்கு உட்பட்டதாக இருக்கிறது. இக்கதையில் நற்குணங்களோடு சாவுக்கு ஆடும் வெட்டியான் நிலையிலுள்ள தம்பிதுரை என்ற பாத்திரம் திருமணம் செய்வது மூலம் அவள் குடும்ப அமைப்பிற்குள் கொணரப்படுகிறாள்.

கிழக்கு வாசல் படத்தில் நாயகனால் பொட்டுவைக்கப் படும்போது விடுதலையுணர்வை அடைந்தவளைப் போல அவள் பாடும் 'வந்ததே ஓ... குங்குமம்' என்ற பாடலும் தெய்வ வாக்கு படத்தில் 'ஊரெல்லாம் சாமியாக பார்க்கும் என்னை ஒரு பெண்தான் என்று நீயும் எண்ணலாமே என்று வேண்டுவதாக அமையும் பாடலும் குடும்ப அமைப்பிற்கான அவர்களின் ஏக்கமாக அமைகின்றன.

மூன்றாவதாக *சின்னத்தாயி* படத்தைக் கூறலாம். தமிழில் வெளியான சமூகவியல் ஆவணத்திற்கான குறிப்பிடத்தக்க கலைப்பிரதியென்று இப்படத்தைக் கூறலாம். ஊருக்குப் பாடவரும் இசைக்கலைஞன் ஒருவனால் கர்ப்பமாக்கப்பட்டுக் கைவிடப்படும் ராசாம்மாள் பிறந்த பெண்குழந்தையோடு சண்டியரான சாமுண்டிக்கு வைப்பாட்டியாக அடுத்த ஊர்சென்று சேர்கிறாள். இந்நிலையில் வளரும் அவளின் மகள் சின்னத்தாய் ஊரின் சாமியாடியின் மகன் பொன்ராசு மீது காதல் கொண்டு கர்ப்பமாகிறாள். தன் மகள் தன்னைப் போலாகிவிடக்கூடாதென்று கருதும் ராசாம்மாள் சாமியாடியிடம் சாமியாடும்போதே சென்று நியாயம் கேட்கிறாள். சாமியாடியோ தன்னுடைய கௌரவம் கருதி மகனை வெளியூர் படிப்புக்கு அனுப்பிவைக்கிறான். பிறகு நோய்வாய்ப்படும் ராசாம்மாளை விடுத்து மகள் சின்னத்தாய் தனக்கு வைப்பாட்டியாகத் தொடரவேண்டுமென்று விரும்பும் சாமுண்டியோடு போராடும்போது குத்தப்பட்டு அவள் சாகிறாள். தன் காதலன் திரும்பிவந்து தன்னைக் கைப்பிடிப்பான் என்று நம்பிக்கையோடு காத்திருக்கும் சின்னத்தாயி குழந்தையைப் பெற்றெடுக்கிறாள். ஊருக்குத் திரும்பும் நாளிலேயே தந்தைக்குப் பதிலாக நாயகன் பொன்ராசு சாமியாடியாகி, சடங்கின்படி இரவு தனியாக வேட்டைக்குச் செல்கிறான். சாமியாடியாகி, குறிசொல்லும்போது மனிதன் தெய்வ நிலைக்கு மாறுகிறானென்ற குறியீட்டு அர்த்தம் இச்சடங்கில் நிலவுகிறது. இவ்வாறு சாமி வேட்டைக்குச் செல்லும்போது குறுக்கே யாரேனும் வந்தால் இறந்துபோவார்கள் என்ற நம்பிக்கை நிலவுகிறது. ஆனால் இதைத் தாண்டி

62

சின்னத்தாயியின் கணவன் தோற்றத்தில் நிற்கும் சாமியிடம் தன் குழந்தையைக் காட்டி முறையிடுகிறாள். "காதலித்தவன் கைவிட்டால்கூட வேறு கல்யாணம் செய்துகொள்ள முடியும். ஆனால் கைப்புள்ளையோடு நின்னா தாசியாகத்தான் போகவேண்டியிருக்கும்," என்று கூறித் தன் தாய் பெற்ற அடையாளத்தைப் பெறமறுத்து, தான் முறைப்படி மனைவியாக ஏற்கப்படவேண்டுமென்ற விருப்பத்தை வெளிப்படுத்துகிறாள்.

'பொம்பளைக்குத் துரோகம் செஞ்சுட்டு கடவுள்கூட நல்லாயிருக்க முடியாது' என்று கூறும் அவள் 'என்னைத் தேவடியாளா விட்டுட்டு தெய்வமாகத் தொடரப்போறீங்களா? உத்தமியென்று ஏற்று மனிதனாகப் போறீங்களா' என்று கேட்கும்போது அவனுக்குள்ளிருந்த தெய்வம் இறங்கிக் கணவன் என்ற மனிதன் உருக்கொண்டு எல்லாவற்றையும் அப்படியே போட்டுவிட்டு அவளைக் குழந்தையோடு அழைத்துக்கொண்டு செல்வதாகப் படம் முடிகிறது. அதாவது உள்ளூர்ப் பாரம்பரியம் மீது நவீனத்தின் மதிப்பீடுகள் நடத்தும் மோதலைக் காட்டும் இப்படத்தில் இந்தத் தலைமுறையைச் சேர்ந்த சின்னத்தாயும் பொன்ராசும் கடந்த தலைமுறை அடையாளங்களிலிருந்து விடுபடுகிறார்கள். சின்னத்தாய் அவளின் தாயைப்போல ஓடிப்போய் வைப்பாட்டியாக மாறவில்லை. பொன்ராசு தந்தையைப்போல் சாமியாடியாக நீடிக்கவில்லை. இவ்வாறு இக்கதையாடலில் 'தேவடியாள்', 'உத்தமி' என்ற இருமை நிறுவப்படுவதைப் பார்க்கிறோம்.

இம்மூன்று படங்களிலும் பல்வேறு அம்சங்கள் ஒத்திருப்பினும் மூன்றிலும் கடந்த தலைமுறை தாசி மரபோடு இணைக்கப்பட்ட குடும்பத்தைச் சேர்ந்த அடுத்த தலைமுறையினரின் கனவும் விருப்பமும் அவற்றை இழிவாகவும், மதிப்பற்றதாகவும் பார்த்து விடுபடுவதாக இருக்கிறது. பாரம்பரியத்தின் இவ்வகை அம்சங்களால் நலனைப் பெற்ற பொதுச் சமூகம் அதனை உடனே ஏற்காமல் மறுக்கிறது. இவ்விரண்டு தரப்பினருக்கிடையேயான மோதலும் குழப்பமும் இப்பிரதிகளில் எதிரொலிக்கிறது. தேவதாசி மரபு சட்டபூர்வமாகத் தடை செய்யப்பட்டதோடு நவீன சீர்திருத்தக் கருத்துகள் பரவலாகிவந்த பின்னணியில் பல்வேறு சாதிகளும் தங்கள் அடையாளத்தை மாற்றிப்பார்க்க மேற்கொண்ட முயற்சிகளோடு இவற்றை ஒப்பிடலாம். இரண்டாவதான ஒற்றுமை இப்பிரதிகளில் நாயகனென்ற பாத்திரம் இருப்பினும் இக்கதையாடல்கள் ஆணை மையமிடாமல் பெண்ணை மையமிட்டே அமைந்திருந்தன என்பது குறிப்பிடத்தக்கதாகும்.

இக்கதையாடல்களின் படைப்பாளிகள் ஆண்கள் என்பதைக் கவனத்தில் கொண்டாலும் அவை அக்காலச் சமூக விளைவை வெளிப்படுத்தின என்பதை மறுக்க முடியாது. மூன்றாவதாக இப்படங்களில் இசை, பாடல், நடனம் போன்ற கலைவடிவங்கள் கதையாடலின் பிரதான வடிவமாக அமைந்திருக்கின்றன. பிரதானப் பாத்திரங்கள் பாடுபவர்களாகவோ நடனமாடுபவர்களாகவோ குறிப்பாகவும் விரிவாகவும் சித்திரிக்கப்பட்டிருக்கின்றனர். ஒருவரின் அடையாளமாக இக்கலைகள் சொல்லப்பட்டுள்ள நிலையில் மற்றொருவரை ஈர்க்கவோ ஏமாற்றவோ அவை பயன்படுத்தப்படுவதாகக் காட்டப்பட்டுள்ளதைக் கவனிக்க முடிகிறது. இம்மூன்று படங்களின் இசையும் பாடல்களும் படத்திற்குப் பெருந்துணையாக அமைந்ததோடு இன்றளவும் புகழ்பெற்ற திரையிசைப் பாடல்களாகவும் விளங்கி வருகின்றன. இக்கதையாடல்களின் இணைச்சரடாக இசை இடம்பெற்றது. தேவதாசி மரபின் முக்கியக் குறியீடாக நடனமும் பாடலும் இசைத்தலும் அமைந்திருந்தன என்பதை இவற்றோடு பொருத்திப் பார்த்தால் இந்த ஒப்பீட்டைப் புரிந்துகொள்ள முடியும்.

தேவதாசி மரபை ஒட்டியமைந்த இத்தகு விரிந்த கதையாடலில் சிற்சில அம்சங்கள் அடுத்தடுத்த பாடல்களில் வெளிப்பட்டன. *சின்னபசங்க நாங்க* (1992) என்ற படத்தில் பண்ணையாருக்கும் முத்துக்காளை என்ற இளைஞனுக்குமிடையே பிரச்சினை நிலவுகிறது. இதில் பண்ணையாரின் தம்பியுடைய மனைவி முத்துக்காளையை ஆதரிக்கிறார். ஏனெனில் பண்ணையாரால் அவர் விதவையாக்கப்பட்டதுடன் தள்ளிவைக்கப்பட்டும் இருக்கிறார். தன் 'வர்க்க, சாதிய' கௌரவத்திற்கு ஏற்றவளாக இல்லாமல் சலங்கை கட்டிக் கரகம் ஆடிவந்தவள் தன் தம்பியை மயக்கி மணம்புரிந்து வந்தாள் என்று பண்ணையார் கருதுவதே இதற்குக் காரணம். இக்கூற்று ஒரே ஒரு இடத்தில் வசனமாக வருகிறது. பொதுவில் ஆடக்கூடிய மகளிரை மதிப்பில்லாமல் பார்க்கிற பார்வை இது. அத்தகு பெண்டிரை மணப்பது கௌரவத்திற்கு இழுக்காகப் பார்க்கப்படும் தொனியை இது காட்டுகிறது. இது நடனமாடும் பெண்ணையும் தேவதாசிமரபையும் இணைக்கும் பார்வையின் தொடர்ச்சியிலிருந்து பிறக்கிறது.

இப்பின்னணியிலேயே தந்தையைத் தேடும் நாயகனின் கதை அமைகிறது. இது மேற்கண்ட படங்களைப் போலில்லாமல் நாயக பிம்பத்தைச் சிதைக்காத வகையில்

சித்திரிக்கப்பட்டிருக்கிறது. தன் தாயின் மீது சுமத்தப்பட்டுத் தொடரும் பழியைத் துடைக்கும் நாயகனின் சாகசமாக இவை மாறுவதைப் பார்க்கிறோம். ரஜினிகாந்த் நடித்த *பணக்காரன்* (1990) மேற்கண்ட படங்களிலிருந்து மாறுபட்டது. அதற்கு உச்ச நடிகரின் நட்சத்திர அந்தஸ்து மட்டுமல்லாது அதற்கேற்ப நகரப் பின்னணிகொண்ட கதையாகவும் இருந்தது முக்கியக் காரணம். நகர்ப்புறச் சேரியில் வாழும் நாயகனுக்கு, தான் அப்பன் பேர் தெரியாதவன் என்பது தெரியவரும்போது மானவுணர்ச்சியால் இழிவைத் துடைக்கவும் தாயைத் தேடியும் வெளியே செல்கிறான்.

எஸ்டேட் முதலாளி ஒருவரிடம் வேலைக்குச் சேர்ந்து அவரின் நன்மதிப்பைப் பெறுகிறான். முதலாளி இளவயதில் பாடகி ஒருத்தியின் பாடல் மேல் விருப்புற்றுக் காதலாகி அவளை ஒரு குழந்தைக்குத் தாயாக்கிவிட்டுச் சூழல் கருதி பிரிந்துவந்தவர். சேர்ந்து வாழமுடியாவிட்டாலும் அதைக் குற்றவுணர்வாகச் சுமந்து நிற்கிறார். ஆனால் இப்போதோ திருமணமாகி நாயகனுக்கு இணையான வயதுடைய மகனோடு வாழ்கிறார். அப்போது காதலித்த பெண்ணிற்குப் பிறந்த குழந்தைதான் நாயகனே என்பதை ஒரு கட்டத்தில் அறிகிறார். பிறகு அம்மாவைக் கொணர்ந்து தந்தையோடு சேர்த்துவைத்துத் தன் பிறப்பு முறையானது என்பதை நாயகன் நிறுவுகிறார். இக்கதையிலிருக்கும் ஒரு விஷயம் இங்கு குறிப்பிடத்தக்கது. நாயகியின் அம்மா பாடகியாக இருக்கிறார். அதில் விருப்புற்றே எஸ்டேட் முதலாளி காதலிக்கிறார். பிறகு அந்தஸ்து காரணமாகப் பிரிந்து தனக்கிணையான பெண்ணை மணம் முடிக்கிறார். பாடகியாக உள்ள பெண் என்பதும் முறையான வழியில் கைப்பிடிக்க முடியாதிருப்பதும் அப்பன் பேர் தெரியாமல் குழந்தையைப் பெறுவதும் தாசிமரபு சார்ந்து சுமத்தப்பட்ட கடந்த கால சுமைகள் என்பதை நாம் அறியலாம். தன் அம்மாவால் இளவயதில் பாடப்பட்ட பாடல் நாயகனால் மறுநினைவுக்குக் கொண்டுவரப்படுகிறது. அம்மாவின் பாடல் அவனுக்குத் தந்தையைத் தேடுவதற்கான சாவியாகிறது.

தொடர்ந்து *மணிக்குயில்* (1993) என்ற படம். முத்துவேலு என்ற நாயகன் கிராமமொன்றில் தேன் எடுப்பவன். குடிசையில் வாழுபவன். சிறந்த பாடகன். நகரத்திலிருந்து வரும் நாயகி அவன் பாடலைக் கேட்டு அவனைப் புகழ்பெற்ற பாடகனாக மாற்றுகிறாள். அவன்மீது கொண்ட காதலைத் தந்தையிடம் சொல்கிறாள். அவனை ஏற்க இருக்கும் தருணத்தில் நாயகன்,

அப்பா பெயர் தெரியாதவன் என்பது தெரியவருவதால் திருமணத்திற்கு மறுக்கிறார். சாதி மதம் முக்கியமில்லை என்று தந்தை சொன்ன வார்த்தையை அவள் நினைவுக்குக் கொணர்ந்து நியாயம் கேட்கிறாள். ஆனால் கௌரவமே கூடாதென்று சொல்லவில்லையே என்கிறார் அவர். அதாவது கதையில் சாதி மதம் பார்ப்பதைவிடவும் அப்பாவின் பெயரை அறிவது முக்கியம் என்ற அம்சம் மேலோங்கியிருப்பதைப் பார்க்கிறோம். அதாவது அப்பா பெயர் தெரிவதுதான் கௌரவம் என்றாகிறது. இல்லாதபட்சத்தில் நாயகனின் அம்மா வேசியாகவும் நாயகன் வேசிமகனாகவும் மாற்றப்பட்டுவிடுவார்கள். ஆண்மைய நவீனச் சமூகத்தில் இந்த அடையாளம் வலியுறுத்தப்படுகிறது. எனவே நாயகன் அதைத் தேடத் துவங்கி வெற்றியடைவதாகக் கதை அமைகிறது. இதே பிரச்சினை *வைகாசி பொறந்தாச்சு* படத்தில் நாயகனின் மீது விழுகிறது. கதையின் இறுதியில் அவனும் தந்தையைக் கண்டடைகிறான். இவ்விரண்டு படங்களிலும் காதலிக்கும்போதே பிரிக்கப்பட்டதால் குழந்தைகள் தந்தையைத் தெரியாமலே வளர்க்கப்பட்டார்கள். மேலும் பிற படங்களில்போல் இல்லாமல், பாடுவது இங்கு தாய்களுக்கான அடையாளமாக இல்லாமல் *மணிக்குயில்* படத்தில் நாயகனின் ஆற்றலாகவும் *வைகாசி பொறந்தாச்சு* படத்தில் நாயகன் அம்மன் முன்பு பாடி ஆடி வேண்டுபவனாகவும் அமைகிறான். இவற்றில் கதை சற்றே மாறிவந்தாலும் கதையாடலில் இசை முக்கியத்துவம் பெற்று வந்திருக்கிறது. *அமைதிப்படை* படத்தில் பெண் பார்க்கப்போன இடத்தில் அப்பன்பேர் தெரியாதவன் என்று சொல்லப்பட்ட கூற்றை மாற்றுவதற்கான போராட்டமாகவே நாயகனின் தந்தைக்கு எதிரான போராட்டம் அமைகிறது.

இத்திசையில் *செந்தமிழ்ப்பாட்டு* (1992) படமும் *செந்தமிழ்ச்செல்வன்* (1994) படமும் குறிப்பிடப்பட வேண்டியவை. *செந்தமிழ்ப்பாட்டு* படத்தில் நாயகனின் தாய் கலைவாணி. அவள் பெயர்பெற்ற பாடகி. கிராமியப் பாட்டுக்காகப் பட்டம் பெற்றவர். வழக்கம்போல பெரிய வீட்டு மகன் அவளைக் காதலிக்கிறார். அவள் கர்ப்பமாகிறாள். ஆனால் ஏற்கெனவே நிச்சயிக்கப்பட்ட பெண்ணின் அண்ணன் இதனைக் கௌரவப் பிரச்சினையாகக் கருதி அவனைக் கொலை செய்கிறான். ஆனால் சாகும்போது தாலிகட்டிவிட்டுச் சாகிறான் என்ற சித்திரிப்பு நாயக மதிப்பு கருதி சேர்க்கப்பட்டுள்ளது. குழந்தையைக் காப்பாற்ற வேறு ஊருக்கு மாறுகிறாள். அவ்வூரில் பேராசிரியர் ஒருவர்

இவர்களை ஆதரித்து வாழ்வாதாரம் வழங்குகிறார். இவ்வாறு அவர் தங்குவதற்காகச் செல்லுகிற இடம் ஒரு முக்கிய குறிப்பைக் கொண்டிருக்கிறது. பேராசிரியர் ஒரு கோயில் நிர்வாகி என்பதால் கோயிலைப் பராமரித்துக்கொண்டு அங்கிருக்கிற வீட்டிலேயே தங்கிக்கொள்ள வாய்ப்பளிக்கிறார்.

அவள் ஒரு பாடகி, திருமணம் ஆகாமல் கர்ப்பம் ஆகிக் குழந்தை பெற்றவள், அவளை மணம்புரிவதை கௌரவக்குறைச்சலாக நினைத்தல் போன்ற குறிப்புகளோடு கோயிலைப் பராமரிக்கிறவள் என்று தரப்படும் பணி அவளைத் தேவதாசிமரபில் கொண்டு சேர்க்கிறது. *செந்தமிழ்ச்செல்வன்* படத்தில் நாயகனின் தாய் பண்ணை வேலையாளைக் காதலிப்பதால் நிச்சயிக்கப்பட்டவனால் வெட்டப்படுகிறான். பின்னாளில் இதை அறியநேரும் நாயகன் பழிதீர்த்துத் தன் தந்தையின் பெயரை மீட்ட மகனாகிறான். இப்படத்தில் தாய்க்கு இசை, நடனம் பற்றிய குறிப்பு இல்லையெனினும் மகனாகிய நாயகன் சிறந்த பாடகனாக இருக்கிறான்.

ஏறக்குறைய இதே தொடர்ச்சியிலேயே தாலியை முக்கிய அடையாளமாக நிறுவும் படங்கள் வெளியானதையும் தாய், தாய்மைக் கருத்துகள் அழுத்தம் பெற்ற படங்கள் வெளியானதையும் புரிந்துகொள்ள வேண்டும். ஏனெனில் திருமணச் சட்டகத்திற்கு வெளியே இருந்த பெண்கள் குடும்ப ஒழுங்கிற்குள் கொணரப்படும்போதுதான் கற்பு, ஒழுக்கம் போன்ற கருத்தாக்கங்களுக்கான தேவை கூடுகிறது. *சின்னத்தம்பி* படத்தில் தாலி பற்றியே அறியாதிருந்த நாயகனின் அம்மாவுக்கு மனநிலை பிறழ்ந்த ஒருவரை வைத்துத் தாலி கட்டவைக்க முற்படும்போதும் *செந்தமிழ்ப்பாட்டு* படத்தில் அம்மாவின் முடிவெட்டப்பட்டு அமங்கலம் ஆக்கப்படும்போதும் கிளர்ந்தெழுந்து நாயகன் காக்கவிரும்புவது தாய்மையை மட்டுமல்ல, அதனூடாகப் பொருள்பெற்று நிற்கும் அவள் மீதான கற்பு எனும் கோட்பாட்டையும்தான். 1950—60களின் லட்சியவாதப் படங்களைவிட உள்ளூர் எதார்த்தத்தில் வைத்து தேவதாசி மரபின் ஊடாட்டங்களைப் பேசிய இப்படங்களின் இம்முன்னெடுப்புகள் கவனிக்கத்தக்கதாக இருக்கின்றன. அதே வேளையில் இப்போக்கு மெல்லமெல்ல பிரதேச லட்சியவாதம் ஒன்றை நோக்கிச் செல்வதாக மாறியது. பெண்ணின் அடையாளமாகக் கற்பை நிறுவி அதன் மீது தமிழ் அடையாளத்தை வைத்தனர். தமிழ்ப்பெண், தாலி, கற்பு போன்ற கண்ணிகள் இத்தொடர்பில் இணைந்தன. *மண்வாசனை* படத்தில் மண்வாசனை என்று இயக்குநர்

எதைக் கூறவிரும்புகிறார் என்பதிலிருந்தே இதைத் தெரிந்துகொள்ளலாம். தாலியைக் கழற்றிவிட்டு வெளியேறும் நாயகியைப் *புதியவார்ப்புகளில்* காட்டிய பாரதிராஜா *மண்வாசனையில்* "இந்த மண்ணில் பிறந்த மகள் தான் எண்ணியவனைத் தவிர இன்னொருவனுக்கு மூச்சிருக்கும் வரைக்கும் முந்தி விரிக்கமாட்டாள். முத்துப்பேச்சி ஒரு தமிழச்சி. அவளின் கற்புள்ள கனவு கைகூடியதென்று காட்டியது உள்ளூர்க் கதையாடலின் இதற்கான தொடக்கம்போல் தெரிகிறது. இங்கு தமிழ், கற்பு, மண் போன்ற சொற்கள் பெறும் கலாச்சார அழுத்தங்களை அறியலாம். பாரதிராஜாவே பின்னாளில் அறுத்துக்கட்டும் வழக்கத்தைப் பசும்பொன் படமாக ஆக்கியபோது அதை விதவை மணம் என்ற பொதுவான சொல்லாடலுக்கு மாற்றி உள்ளூர்க் கலாச்சாரத் தனித்தன்மையைப் பின்தள்ளி வைத்ததைப் பார்த்தோம்.

இதன் தொடர்ச்சியில்தான் தாசிமரபு பற்றிய சொல்லாடல்கள் புழங்கியிருந்த காலத்தில் வெளியான *தமிழச்சி, சோலையம்மா* என்ற இரண்டு படங்களும் கற்பையும் பெண்ணையும் இணைத்துப் பார்ப்பதில் காட்டிய அழுத்தத்தையும் காண்கிறோம். தன் கணவன் சிறையிலிருக்கும் ஏழாண்டு காலமும் தன்னையும் வீட்டுச்சிறைக்குள் வைத்துக்கொள்ளும் தமிழ்ச்செல்வி என்ற பெண்ணின் கதையைத் தமிழச்சி என்று பெயரிட்டு படத்தின் கதையாகவும் என் தமிழ் மண்ணின் கற்புக்குத்தான் எத்தகைய தீமையையும் சாய்க்கவல்ல சக்தி இருக்கிறதென்று கண்ணகி சிலையைப் பின்புலத்தில் நிறுத்தி முடிவுரை கூறும் *சோலையம்மா* படத்தின் கதையையும் வளர்ந்துவிட்ட கற்புநெறி கதையாடலுக்கான பிரதிகளாகவே பார்க்க வேண்டும். இந்த விரிவான பின்னணியில்தான் அப்பன் பெயரைத் தேடிய நாயகர்களை இக்குறிப்பிட்ட காலப் படங்களில் அதிகமாகப் பார்க்கிறோம்.

காலச்சுவடு,
பிப்ரவரி, 2018

தெய்வ நிலையும் மனித நிலையும்

மூன்று படங்களின் கதைச்சுருக்கத்தைச் சொல்வதிலிருந்து கட்டுரையை ஆரம்பிக்கலாம். கே. சோமசுந்தரேஷ்வரின் மூலக்கதையைத் துளசி (1987) என்ற பெயரில் அமீர்ஜான் படமாக இயக்கினார். ஊரிலுள்ள கோயிலின் பூசாரியாகவும் பண்ணை என்ற நிலவுடைமைவாதியாகவும் இருக்கிறார் திருநாவுக்கரசு. ஊரே அவரைச் சாமியாகப் பார்க்கிறது. அவருக்குச் சம்பந்தம் என்ற மகனும் துளசி என்ற மகளும் இருக்கிறார்கள். மகன் தந்தைக்கு உதவியாக நிலத்தைப் பராமரிக்கிறான். முற்போக்குக் கருத்துகளில் பிடிப்புக்கொண்டவன். செருப்பு தைக்கும் காளியப்பனின் மகன் சிவலிங்கமும் படித்துவிட்டு வந்து நிலத்தில் உழைக்கிறான். சம்பந்தமும் சிவலிங்கமும் நண்பர்கள். இந்நிலையில் சம்பந்தம் சேரிப்பெண்ணான பொன்னியைக் காதலிக்கிறான். சாதியபிமானம் கொண்ட தந்தை திருநாவுக்கரசு கண்டிக்கிறார். அவளை மணந்துகொள்வதில் அவன் உறுதியாக இருக்கிறான். ஊரார் மத்தியில் தான் உள்ளொன்று வைத்துப் புறமொன்று காட்டிவரும் வேடம் கலைந்துவிடக் கூடாதென்று கருதி வேறுவழியில்லாமல் அத்திருமணத்திற்குத் திருநாவுக்கரசு ஒத்துக்கொள்கிறான். ஆனால் மறுநாள் பொன்னி கிணற்றில் காரணமே இல்லாமல் பிணமாக மிதக்கிறாள். அவளைத்

தற்கொலை செய்துகொண்டவள் போல் தோற்றம் ஏற்படச் செய்து கொலை செய்தவன் திருநாவுக்கரசு. இதற்கிடையே சிவலிங்கம் மீது திருநாவுக்கரசின் மகள் துளசியும் காதல் கொள்கிறாள். இதற்கும் ஊரார் மத்தியில் திருநாவுக்கரசு ஒத்துக்கொள்கிறான். பிறகு மேற்படிப்பு முடித்துவிட்டு வந்துவிடலாமென சிவலிங்கம் வெளியூர் செல்கிறான். இந்தச் சந்தர்ப்பத்தைப் பயன்படுத்தி ஒரு தந்திரம் செய்கிறார் பூசாரி. பூசாரியிடம் மந்திரித்த விபூதி வாங்கி நோய் தீர்ப்பது ஊர்மக்கள் வழக்கம். அன்றைக்கு மகள் துளசியிடம் விபூதி எடுத்துத்தரச் சொல்கிறான் பூசாரி. அவள் விபூதி கொடுத்த குழந்தை உயிர் பிழைத்துக்கொள்கிறது. மக்கள் அவளைப் பக்தியோடு நோக்கத் தொடங்குகிறார்கள். பூசாரி இதைப் பயன்படுத்திக்கொள்கிறான். துளசிமீதான மக்களின் பக்தியுணர்வை வளர்த்தெடுக்கும் வழிமுறைகளை அதிகப்படுத்துகிறான். பின்னர் மெல்ல மெல்ல அவளும் அம்மன் நிலைக்கு மாறுகிறாள். அம்மனாகிறபோது அவள் மனிதர்க்குரிய சராசரி உணர்ச்சிகளைத் துறக்க வேண்டியிருக்கிறது. மக்களும் அம்மனநிலையில்தான் பார்ப்பார்கள். அதனால் சிவலிங்கத்துடனான காதலை நினைவுபடுத்திக் கைப்பிடிக்க முடியாத இடத்தைத் துளசி அடைகிறாள். திரும்பிவந்த சிவலிங்கம் செய்வதறியாது திகைக்கிறான். இந்தக் கதை சத்யஜித் ரே இயக்கிய *தேவி* படத்தின் சாயலைக் கொண்டுள்ளது. எனினும் அதிலிருந்து இப்படம் விலகியும் உள்ளது.

எம்.எஸ். மது இயக்கத்தில் கார்த்திக் நடித்த படம் *தெய்வ வாக்கு* (1992). ஊரில் வருடக்கணக்காக மழையில்லை. ஊர் கூடி மாரியம்மனுக்குப் பூஜைவைத்து வேண்டுகிறது. அப்போது அங்குவரும் அனாதைச் சிறுமி அம்சவள்ளி ஓரிடத்தைக் குறிப்பிட்டுத் தோண்டச் சொல்கிறாள். தோண்டும்போது தண்ணீர் ஊற்று பீறிடுகிறது. பிறகு சிறுமி அம்சவள்ளியின் வாக்கு அருள்வாக்காகக் கிராமத்தாரால் நம்பப்படுகிறது. அன்றிலிருந்து அவள் அம்மனாகக் கருதப்படுகிறாள். அவளும் ஊரின் நல்லது கெட்டதைக் கணித்து அருள்வாக்கு சொல்கிறாள். இந்நிலையில் ஊரில் பண்ணையார் போன்ற தகுதியைக் கொண்ட பெரியமனுஷன் ஒருவன் அவளைத் தங்கையாக உரிமை பாராட்டி இடம்தருகிறான். அவளின் அருள்வாக்கினால் சேரும் பணம் அவனுடையதாகிறது. பணம் சம்பாதிக்க வேண்டுமானால் அவளின் அம்மன் தகுதி நீடிக்க வேண்டும். எனவே அவளைத் திருமணம், குடும்பம் என்ற மனிதவாழ்விற்குள் நுழைப்பது பற்றி

எண்ணாமலிருக்கிறான் அண்ணன். ஆனால் அவள் இந்த அம்மன் தகுதியைச் சுமையாகக் கருதி அதிலிருந்து விலகி மனித இயல்போடு வாழவிரும்புகிறாள். அதற்காக அவ்வூரில் சாவுக்குக் கொட்டடித்து ஆடிப்பாடிப் பிழைக்கும் வெட்டியான் நிலையிலுள்ள ஒருவனைத் துணைகொள்ள அவள் நினைக்கிறாள். அவனைக் காதலிக்கிறாள். ஒரு கட்டத்தில் அவனும் காதலிக்கிறான். பெரிய மனிதனுக்குச் சிக்கல் வருகிறது.

மூன்றாவது படம், கணேசராஜ் இயக்கத்தில் வெளியான *சின்னத்தாய்* (1992). இசைக்கலைஞன் ஒருவனால் கர்ப்பமாக்கப்பட்டுக் கைவிடப்பட்ட ராசாம்மாளுக்குப் பெண்குழந்தை பிறக்கிறது. அவ்வூருக்குக் கரிமூட்டம் போடவரும் சண்டியரான சாமுண்டிக்கு வைப்பாட்டியாக மாறுவதைத் தவிர அவளுக்கு வேறுவழியில்லை. தன் மகள் சின்னத்தாயை அழைத்துக்கொண்டு சாமுண்டியோடு அவன் ஊருக்கே போய் வைப்பாட்டியாக வாழ்கிறாள். ஊர்சாமியாடியின் மகனான பொன்ராசுவைச் சின்னத்தாய் காதலிக்கிறாள்; கர்ப்பமும் ஆகிறாள். வைப்பாட்டியின் மகளோடு உள்ள உறவைக் கௌரவக் குறைவாகக் கருதும் சாமியாடிக் குடும்பம் மகன் பொன்ராசுவை நிர்ப்பந்தித்து சின்னத்தாய் கண்ணில்படாமலே நகரத்திற்குப் படிக்க அனுப்புகிறது. தன்னை அவன் விட்டுச்சென்றாலும் தன் காதலை அவனிடம் சொல்லி அவனை மனம் திரும்பவைக்க முடியுமென்று காத்திருக்கிறாள் சின்னத்தாய். ஆனால் அவன் வரவே இல்லை. அவள் கர்ப்பம் வளர்கிறது. சாமுண்டியின் முரட்டுத்தனத்தால் அவள் அம்மாவும் செத்துப்போகிறாள். சாமுண்டி சிறைக்குச் செல்கிறான். வயிற்றில் கர்ப்பம், பொறுப்பேற்றுக்கொள்ள காதலன் வராத நிலை, உறவுகளற்ற தனிமை என்று சின்னத்தாய் தவிக்கிறாள். இதற்கிடையில் சுடலைமாட சாமிக்குத் திருவிழா வருகிறது. இத்திருவிழா நடக்கும்போது ஒருவர் சுடலைமாட சாமி வேடமிடுவார். அவரை அன்று ஊரே சுடலைமாடச் சாமியாகக் கருதும். அச்சாமி இரவில் தனியே வேட்டைக்குக் கிளம்பும். ஊர், சடங்குகள் நடத்திச் சாமியை அனுப்பிவைக்கும். சாமி வேட்டைக்குப் போகும்போது யாரேனும் குறுக்கே வந்தால் குறிப்பாகப் பெண்கள் வந்தால் சாமி அடித்துவிடுமென்ற நம்பிக்கை ஊரிலுண்டு. சாமி வேடம்தரித்து எல்லா ஆண்டும் பொன்ராசுவின் தந்தை சாமியாடியே வேட்டைக்குப் போவார். ஆனால் தனக்கு

வயதாகிவிட்டதால் சாமி வேடம்தரிக்க நகரத்தில் படிக்கும் தன்மகன் பொன்ராசுவைச் சாமியாடி வரவழைக்கிறார். இதற்கிடையில் சின்னத்தாய்க்குக் குழந்தை பிறக்கிறது. பொன்ராசு வரப்போகிறானென்று அவளுக்குத் தெரிகிறது. ஆனால் சாமியாடிக் குடும்பம் அவள் வெளிவரமுடியாத அளவிற்குக் காவல் விதிக்கிறது. அன்றிரவு பொன்ராசு தெய்வமாக மாறி வேட்டைக்குப் புறப்படுகிறான். காவலை மீறி பொன்ராசுவைப் பார்த்துவிட வேண்டுமென்று சின்னத்தாய் போராடுகிறாள்.

இம்மூன்று படங்களின் முடிவுகள் மேற்கண்ட கதைச் சுருக்கங்களில் சொல்லப்படவில்லை. ஆனால் படங்களின் கதைகளுக்கும் கதையின் மைய இழைக்கும் ஒற்றுமை இருக்கிறது. குறிப்பாக இம்மூன்றும் தெய்வ நிலைக்கு மாறும் மனிதர்களைப் பற்றிப் பேசுகிறது; எனினும் தெய்வ நிலையிலேயே நில்லாமல் மனித நிலைக்கு மாறவிரும்புபவர்கள் பற்றிய கதைகளாக உள்ளன. மனிதர்கள் தெய்வங்களாக மாற விரும்பும் காலத்தில் தெய்வங்கள் மனிதர்களாக மாற விரும்புகின்றன. முதலிரண்டு கதைகளில் பெண்களும் மூன்றாவது கதையில் ஆணும் தெய்வ நிலைக்கு உயர்த்தப்பட்டிருக்கிறார்கள். ஆனால் மூவரும் அதை விரும்பிச் செய்வதில்லை. அதிலிருந்து மீறிவந்துவிட வேண்டுமென்றே விரும்புகிறார்கள். மனிதர்களாயிருந்து படும் கஷ்டங்களைவிட தெய்வங்களாய் இருப்பதன் புனிதச்சுமை அவர்களை அழுத்துகிறது. ஆனால் அது எளிமையாக நடந்துவிடுவதில்லை. எனவே அவற்றிலிருக்கும் போராட்டங்களையே இக்கதைகள் பேசுகின்றன. அதாவது தெய்வ நிலைக்கும் மனித நிலைக்கும் இடையேயான ஊடாட்டம் இது.

மூன்றிலுமே தெய்வ நிலைக்கு உயர்த்தப்படுவதிலும், அதிலிருந்து மாறி மனித நிலையை அடையவிடாமல் தடுப்பதிலும் சாதி பிரதானக் காரணியாய் இருப்பதைப் பார்க்கிறோம். தெய்வம் என்பது மனித நிலையல்ல; அதனினும் மேலானது. மனிதர் தெய்வம் ஆக்கப்படும்போது மனித இயல்புக்கு அப்பாலானவர் ஆகிறார். அவ்வாறாகும்போது மனித உணர்ச்சிக்குட்பட்ட காதல், திருமணம், குடும்பம் என்ற எல்லைக்குரியவர்களாகப் பார்க்க முடியாதநிலை ஏற்பட்டுவிடுகிறது.

இதுதான் அவர்களைத் தெய்வமாக்கியோருக்கும் தேவைப்படுகிறது. அதாவது லௌகீக வாழ்க்கையில் தங்கள்

அதிகாரத்திற்கு ஏற்படும் சவாலை அலௌகீக வாழ்வு மூலம் எதிர்கொள்ள விழைகிறார்கள். *துளசி* படத்தில் துளசியை ஒடுக்கப்பட்ட சாதியைச் சேர்ந்தவனுக்குத் திருமணம் செய்து கொடுக்கக் கூடாது என்பதற்காகவே தந்திரமாக அம்மனாக்கப்படுகிறாள். ஊரிலிருந்து திரும்பிவரும் தன் காதலனை அவள் உணர்ந்துகொள்ள மறக்கிறாள். எனவே அவளை மீண்டும் மனித நிலைக்குக் கொணரப் போராடுகிறான் அவன்.

தெய்வ வாக்கு படத்தில் அம்மனாக்கப்பட்டதில் இருக்கும் தந்திரத்திலிருந்தும் சுரண்டலிலிருந்தும் விடுபட அம்சவள்ளி விரும்புகிறாள். அதனை அண்ணனே தடுக்கிறான். *சின்னத்தாய்* படத்தில் சற்று வேறுபாடாக ஆண் தெய்வ நிலைக்கு உயர்த்தப்படுகிறான். வேசி என்று கீழ்ப்பட்ட தகுதியில் வைத்துப் பார்க்கப்படும் பெண்ணைத் திருமணம் செய்துவிடக்கூடாதென்று விரும்பும் சாதி எண்ணமே அவனைச் சாமியாக ஆக்கிவிட்டால் பழையபடி அவள் நியாயம் கேட்டுவரமாட்டாள் என்று நினைக்க வைக்கிறது. இவ்வாறு சாதி தாண்டுவதால் ஏற்படும் சிக்கல்களே மூன்று கதைகளிலுமுள்ள ஒற்றுமை.

எனவே மூவரும் தெய்வ நிலையைவிட்டு வெளியே வர வேண்டும். அதற்குக் காரணமாகக் காதல் இருக்கிறது. இம்மூவரும் தெய்வ நிலையிலிருந்து எவ்வாறு வெளியே வருகிறார்கள் என்பதுதான் இப்படங்களிலிருக்கும் அடுத்த சுவாரஸ்யம். இம்மூன்றிலுமே இவர்களை ஒடுக்கப்பட்ட வகுப்பினரே மீட்கிறார்கள், மனித நிலைக்குக் கொணருகிறார்கள் என்பதுதான் முக்கியமானது. மூன்றிலும் தெய்வ நிலைக்கு உயர்த்தப்படுபவர்கள் ஏதோவொரு வகையில் சமூகத்தில் உயர்தகுதியோடு தொடர்புடையவர்கள்.

இங்கு தெய்வ நிலை என்பது ஆதிக்க வகுப்பாகவும், மனித நிலை என்பது ஒடுக்கப்பட்டோர் வகுப்பாகவும் பொருள் பெறுகிறது. ஆதிக்க வகுப்பின் பிடிமானங்களைச் சுமைகளாகக் கருதி ஒடுக்கப்பட்டோரின் வாழ்வை இயல்பெனக் கருதும் மனநிலையாகவும் இதைப் பார்க்கலாம். இந்த விளக்கத்திலிருந்து பார்க்கும்போது சாதி தாண்டிய மனங்களுக்கான உளவியலை வேறுநோக்கிலிருந்தும் புரிந்து கொள்ள முடியும். மரபை அடியொற்றிய இக்கதைகளின் முக்கியமான அரசியல் குறியீடு என்றும் இதனை வாசிக்கலாம்.

இன்றைக்கும் உள்ளூர் அளவில் நிலவும் பல்வேறு அம்மன்களும் வழிபாடுகளும் சாதிமாறிக் காதலித்ததால் கொல்லப்பட்டுத் தெய்வமாக்கப்பட்ட பெண்களின் கதைகளாக இருக்கின்றன. இக்கதைகளுக்கேற்ப அந்த அம்மன்களுக்கான வழிபாடு, சடங்கு, திருவிழா ஆகியவை அமைவதுண்டு. இக்கதைகளில் கொல்லப்பட்டோர் பெரும்பாலும் பெண்களாகவும், குறைந்த அளவில் ஆண்களாகவும் உள்ளனர். பெரும்பாலும் பெண்தெய்வங்கள் ஆதிக்கச் சாதியினரால் கொல்லப்பட்டு அவர்களாலேயே தெய்வ நிலைக்கு உயர்த்தப்படுகின்றனர். சில இடங்களில் கொல்லப்பட்ட ஆண் தெய்வங்கள் துணை தெய்வங்களாக இருப்பதுண்டு. இவ்வாறு நம் உள்ளூர் மரபுகளில் சாதிமாறிவிடக் கூடாது அல்லது மாறிவிட்டனர் என்பதால் கொல்லப்பட்ட பெண்களையே தெய்வ நிலைக்கு உயர்த்தியுள்ளனர். அவ்வாறு உயர்த்துவதன் மூலம் கொன்ற பாவத்திலிருந்தும் அச்சத்திலிருந்தும் விடுபட்டுக்கொள்வதாக நினைத்திருக்கிறார்கள். இந்த அம்சமே இம்மூன்று படங்களிலும் வெவ்வேறு வடிவில் இடம்பெற்றுள்ளன. மூன்று கதையிலும் சாதி தாண்டியோர் கொல்லப்படவில்லை அல்லது கொல்லமுடியவில்லை. மாறாக அவர்களை உயிரோடு இருத்திக்கொண்டு மனிதர்களையெல்லாம் தெய்வ நிலைக்கு உயர்த்தியிருக்கின்றனர். அதன் மூலம் சாதி தாண்டிய உறவை மறுத்துள்ளனர். இப்படக் கதைகள் உள்ளூர்க் கதையாடலின் தாக்கத்திலிருந்து பிறந்தவை.

அதேவேளையில் மரபிலிருந்து எடுத்துக்கொண்டாலும் சினிமா கதையாடல் அத்தோடு நிற்கவில்லை. மரபான கதையாடலின் முடிவை அப்படியே அது ஏற்றுக்கொள்ளவில்லை. அதை எதிர்கொள்ள விழைந்திருக்கிறது. அதற்கான ஒரு புனைவுமொழியைக் கட்டமைத்திருக்கிறது. மூன்று திரைக்கதைகளையும் முன்பிருந்த தெய்வ நிலையோடு விட்டுவிடாமல் அதிலிருந்து மனித நிலைக்கு மாற்றிவிட்டிருக்கிறார்கள். மூன்று இடத்திலுமே 'காதல்'தான் மீட்பை நிகழ்த்துகிறது. அது யாரோடு கொண்ட காதல் என்பது முக்கியமானது. அவ்விடத்தில் தெய்வ நிலையிலிருந்து மனித நிலைக்குக் கொணருபவர்களாக தலித் பாத்திரங்கள் இருக்கின்றன. உள்ளூர் கதையாடல்களில் கொல்லப்பட்ட அவர்கள் இங்கு உயிர்ப்பிப்பவர்களாக வருகிறார்கள். உள்ளூரில் தாங்கள் தெய்வமாவதற்கு வழிவிட்ட அல்லது உடன் தெய்வமாகிவிட்ட காதலர்கள் இக்கதைகளில் தங்களை மனிதர்களாக்குவதற்குப் போராடுவதை அவர்கள் பார்க்கிறார்கள்.

சின்னத்தாய் படத்தில் அபாரமான மாற்றம் நடக்கிறது. தமிழ் சினிமாவின் முக்கியமான கிளைமேக்ஸ் காட்சிகளில் ஒன்று அது. மனிதனான காதலன் சாமியாக மாறித் தனியே நடுநிசியில் வேட்டைக்குச் செல்கிறான். முன்பு சாமிக்குக் குறுக்கே பெண்ணொருத்தி வந்ததால் செத்துப்போயிருக்கிறாள். அப்படிப்பட்ட சாமியை இப்போது சின்னத்தாய் சென்று வழிமறிக்கிறாள். குழந்தையை நீட்டித் தன் காதலன் விட்டுச்சென்றதைக் கூறித் தெய்வத்திடம் நியாயம் கேட்கிறாள். தன் வேட்டைக் கருவிகளைப் போட்டுவிட்டு அவளை அழைத்துக்கொண்டு ஊரைவிட்டு வெளியேறுகிறது சுடலை மாடசாமி. அவளுக்கு நீதி வழங்கியது தெய்வமா, தெய்வமாக நின்ற காதலனா என்ற குழப்பத்தோடு நாம் படத்திலிருந்து வெளியேறுகிறோம். இதன்படி உண்மையில் தெய்வ நிலை என்பது தகுதி அல்ல, மாறாகத் தண்டனையாகிறது. தெய்வத்திற்குள்ளிருக்கும் மனிதனை சின்னத்தாய் மீட்டாள். மரபான கதைகள் எடுத்தாளப்பட்டதைக் காட்டிலும் இத்திரைப் பிரதிகளில் விமர்சனப்பூர்வமாக மறுவரைவு செய்யப்பட்டிருக்கின்றன.

அதேபோல இம்மூன்று கதைகளிலும் மற்றொரு அம்சம் முக்கியமானதாக இருக்கிறது. இம்மூன்று கதைகளிலுமே பாடல்கள் கதையின் பகுதிகளாகவே வருகின்றன (அதில் இரண்டு படங்களின் இசையமைப்பாளர் இளையராஜா). இரண்டும் தமிழ் சினிமாவின் பாடல்களுக்கான படங்களாகவும் அமைந்துவிட்டன. கதையாடலில் இசை என்பது தலித்துகளின் குறியீடாக அமைந்துள்ளது. உள்ளூர் அம்மன் கோயில்கள் குறிப்பாகக் கொலையில் உதித்த அம்மன் கோயில்களில் குறி - வாக்கு சொல்லுதல், உடுக்கை - பறை அடித்தல் போன்றவை பெரும்பாலும் தலித்துகளால் மேற்கொள்ளப்படுகின்றன. அவர்களின் இசைத்தல் அம்மனை அருள் இறங்கவைக்கும், சாமியாட வைக்கும் என்று நம்பப்படுகிறது. இம்மூன்று கதைகளிலும் அம்மன் நிலையிலிருந்து மனித நிலைக்கு மாறப் பாடல்கள் காரணமாகின்றன. *துளசி* படத்தில் காதல் தருணங்களை நினைவுகூரும் பாடலை நாயகன் பாடும்போது தெய்வ நிலையிலிருக்கும் *துளசி* இறங்கிவந்து தன் காதலனை அடைகிறாள். *தெய்வ வாக்கு* படத்தில் பாம்பு கடித்த குழந்தையின் விஷமிறக்குவதற்காக அம்மனை நோக்கி, நாயகன் மேளமடித்துப் பாடுகிறான். அவன் பாடப்பாட அவள் அருள் தருகிறாள். *சின்னத்தாய்* படத்திலும் நாயகன் பாடத் திணறும் பாடலை நாயகியே அடியெடுத்துத் தந்து பாடுகிறாள். இறுதியிலும்கூட தன் காதல் நினைவான பாடலை மீண்டும்

பாடியவாறுதான் சாமியாகச் செல்லும் தன் காதலனைச் சந்தித்து மனித நிலைக்குத் திருப்புகிறாள் சின்னத்தாய்.

இம்மூன்று படங்களும் ஒரே காலகட்டத்தைச் சேர்ந்தவை. மூன்றுமே கிராமத்தைக் கதைப் பரப்பாகக் கொண்டவை. இவை இரண்டும் ஒரே அம்சத்தின் இரண்டு பக்கங்கள். அதாவது 1980களின் இறுதி தொடங்கி 1990களின் தொடக்கம் வரையிலான காலகட்டத்தில் இப்படங்கள் வெளிவந்துள்ளன. இந்தக் காலகட்டத்தை விளங்கிக்கொள்வது இத்தகைய கதையாடல்களின் வருகையைப் புரிந்துகொள்ள உதவுகிறது.

1970களின் இறுதியில் தொடங்கினாலும் 1980களில்தான் கிராமம் தமிழ் சினிமாக்களின் மையமானது. அதனால் கிராமப்புறங்களின் மரபான அடையாளங்கள் திரையில் பதிவாகின. அதேவேளையில் கிராமப்புற மரபான சுமைகளைக் களைய 'மாற்றம்' என்கிற நவீனக் கருத்தியலை நம்பிய தலைமுறையும் சினிமாவுக்குள் வந்தது. மரபான கிராமப்புறங்களில் நவீன அடையாளங்களின் வருகையால் ஏற்படும் மாற்றங்களைப் பிரதிபலித்த பாரதிராஜாவின் படங்களைப் பற்றி வெங்கடேஷ் சக்ரவர்த்தி எழுதியுள்ளார். பிறகு இடதுசாரி சாகசப் படங்கள் கிராமப்புற நிலவுடைமை அமைப்பை விமர்சித்தன. ஒரேவேளையில் கிராமப்புறப் படங்களில் மரபும் நவீனமும் ஊடாட்டம் நிகழ்த்தின. ஆனால் களம் மரபார்ந்த கிராமமே ஆயினும் இதில் திரைப்பிரதி நவீன மாற்றங்கள் பக்கமே நின்றன. அவற்றில் நாயகன் ஏழையாகவும் நல்லவனாகவும் இருப்பான். அதாவது அவர்கள் பெரும்பாலும் அடிநிலைப் பாத்திரங்கள். வில்லனாக ஊர்ப் பெரியவரே பண்ணையார் நிலையில் இருப்பார். இதில் பெரும்பாலும் மேலிருக்கும் பண்ணையாரின் பெண் கீழிருப்பவரின்மீது காதல்கொள்வாள். பின்னர் அதுவே கதையின் பிரதான முரண்பாடாக மாறும். இவை காதலுக்கான முரண்பாடாக சினிமா சட்டகத்திற்கேற்ப காட்டப்பட்டாலும் சாதி, அந்தஸ்து சார்ந்த முரண்பாடுகளும் அதனுள் அடக்கப்பட்டிருக்கும். அவற்றைப் பல்வேறு குறியீடுகள் மூலம் அறிய முடியும். ஏழை நல்லவன் ஜெயிப்பான் என்ற இலக்கிய, புராணிக நீதிக் கதையாடலே சினிமாக்களிலும் பிரதிபலித்தன. எனவே திரைப்படக் கதையாடலில் காதல், அதற்கான சாகசம் என்ற முறையில் வீரம் தேவைப்பட்டது. நாயகன் காதலியான நாயகியைக் கைப்பிடிக்க வீரம்காட்டி ஜெயிக்க வேண்டிவந்தது. சினிமாக்களிலும் செல்வாக்கு பெற்ற இந்தச் சட்டகம் கிராமப்புறங்களில் புழங்கிக் கிடந்த வழக்காற்றுக் கதைகளை நாடிப்போகச் செய்தன. அதாவது

சாதி மீறிக் காதலித்ததாலும், திருமணம் செய்ததாலும் (ஆணவக்) கொலை செய்யப்பட்டு உள்ளூரில் தெய்வங்களாக வணங்கப்படும் அம்மன் கதைகள் சினிமா சட்டகத்திற்கேற்பப் படமாக்கப்பட்டன. அந்தக் கதைகள் அப்படியே இல்லாமல் சில மாற்றங்கள் செய்யப்பட்டுப் படமாயின. வழக்காற்றுக் கதைகளில் பெரும்பாலும் பெண்கள் ஆதிக்கச் சாதியினராகவும், ஆண்கள் ஒடுக்கப்பட்ட சாதியினராகவும் இருந்துள்ளனர். எனவே பெண்தெய்வங்கள் தங்கள் காதலர்கள் சார்பாகவும், காதலர் சாதியினர் சார்பாகவும் நிலையெடுத்தனர். கொலையால் உதித்த பெண்தெய்வக் கோயில்களில் ஒடுக்கப்பட்டோரே பூசாரிகளாகவும், குறி சொல்பவர்களாகவும், சாமியாடுபவர்களாகவும் இருப்பது இப்போதும் பெரும்பான்மை. அவர்கள் சாமியாடி - கொட்டடித்து அழைத்தால் அம்மன் அருள் சொல்வதுண்டு. இதுதான் இந்தப் படங்களில் ஒடுக்கப்பட்ட பாத்திரங்கள் அம்மனாகிவிட்டவர்களை மீண்டும் மனிதர்களாவதற்கு அழைக்கும்போது, இறங்கிவருபவர்களாக மாறியுள்ளனர்.

அடிப்படையில் இவை மரபான கதைகள். நவீனகாலத்திற்கு முந்தியவை. மரபையும் நவீனத்தையும் எதிரும் புதிருமாகப் பார்ப்பதே நம்முடைய பெரும்பான்மைப் புரிதல். அதன்படி இந்த மரபான கதைகளை நவீனத்திற்கு எதிரான கதையாடல்களாகப் பார்க்கலாமா? அப்படிச் சொல்லமுடியாது. மரபான கதைகள் அப்படியே திரும்பிப் படமாக்கப்படவில்லை. பல மாற்றங்களைச் சந்தித்துள்ளன. அம்மாற்றங்கள் உள்ளூர்க் கதையாடலாகவும் உள்ளூர் மொழியிலும் நடத்திக்கொள்ளப்பட்டிருப்பதால் நவீனத்தின் தாக்கம் இருப்பதை அறியமுடிவதில்லை. உண்மையில் இம்மாற்றங்கள் சினிமா சட்டகத்தில் நவீனக் கருத்தியலின் தாக்கத்திற்கேற்ப அமைக்கப்பட்டிருக்கின்றன. அதாவது மரபான கதைகள் நவீன காலப் புரிதலில் மறுமுறை நிகழ்த்தப் பட்டிருக்கிறது. இவற்றில் மரபான கதைகளில் போல யாரும் சாவதில்லை; சாமிகளாக மாறுவதில்லை; மாறாக, சாமியாக மாறிவிட்டவர்களை மனித நிலைக்குத் திருப்புகின்றன இக்காலக் கதையாடல்கள். அம்மன் நிலையிலிருந்து மனித நிலைக்கு மாற்றுவதென்பது, மனித நிலையிருந்து அம்மன்நிலைக்கு மாற்றிவிட்ட மரபான காலத்திற்கு எதிரான பிரதி வழியிலான நவீனக் காலத்தின் போராட்டம்.

காலச்சுவடு, நவம்பர் 2019

ஆத்தாக்களான அம்மாக்கள்

தமிழ்த் திரைப்படங்களில் அப்பாவைவிட எப்போதும் 'அம்மா'வே முக்கியத்துவம் பெற்று வந்திருக்கிறாள். ஆண்மைய சமூகமாக மாறிவிட்ட போதிலும் சமூக நனவிலியின் தொடர்ச்சியில் அம்மாவே கதையாடலின் மையமாகி வந்திருக்கிறாள். இலக்கியங்களிலும் காவியங்களிலும் பெண்ணாகிய அம்மாவே முதன்மை பெற்றிருக்கிறாள். போர்ச் சமூகத்தில் வீரனை உருவாக்குபவளாகத் தாயையே புறப்பாடல்கள் காட்டுகின்றன. 'ஈன்று புறந்தருபவளாக' புறநானூற்றில் வெளிப்படும் அவளின் கருப்பை புலிபோந்த கல்லளையாக இருக்கிறது. மகாபாரதத்தில் பாண்டுவைவிடக் குந்தியே அழுத்தம் பெறுகிறாள்.

அம்மா பாத்திரம் சித்திரிக்கப்பட்டபோது அவளைத் "தன்மானத்தாய்" என்பதாகவே தொடக்ககாலத் தமிழ்த் திரைப்படங்கள் உருவகப்படுத்தின. மனோகரா படத்தில் பெரும் நாயகன் வீரனாக இருந்தபோதிலும் தாயின் கட்டளைக்கேற்பவே அவனின் வீரம் வெளிப்பட்டன அல்லது அடங்கியது. "பொறுத்ததுபோதும், பொங்கியெழு மனோகரா" என்று அம்மாவின் ஆணையே அவனை வீரனாகப் பொருள்படுத்தியது. தமிழ் சினிமாவில் அம்மாவைப் புனிதப்படுத்திய முதலாமவராக எம்ஜிஆரே இருக்கிறார். தாயில்லாமல் நானில்லை

என்று அவர் பாடியது வெகுவாகப் பிரபலமானது. இப்பின்னணியில் அம்மா பாத்திரம் 1980களில் முக்கிய நிலையை அடைந்தது. உள்ளூர்க் கதைகள் பலவும் திரைப்படக் கதையாடல்களாய் மாறிய அக்காலத்தில் அம்மா பாத்திரம் கதையில் முக்கியத்துவம் பெற்றதோடு அதுவரையிலான அம்மா பற்றிய சித்திரிப்பில் மாற்றத்தையும் சந்தித்தது. தமிழ் கிராமப்புறங்களின் 'அன்றாடங்கள்' பதிவான பின்னணியில் அன்றாடங்களின் தாய் கதையாடலில் பிரவேசித்தாள். அதாவது தன்மானத்தாய்மார்கள் விடைபெற்று உள்ளூர்த் தாய்மார்கள் இடம்பெற்றனர். முன்பு எம்ஜிஆரால் புனிதப்படுத்தப்பட்ட அம்மாவை உள்ளூர்ப் பின்னணியில் மீட்டெடுக்கக் காரணமானவர் இளையராஜா. அவை தமிழ்த் திரைப்படங்களின் வகை மாதிரியாகவும், வணிக வெற்றியாகவும் அமைந்தன. அவரின் அம்மா பற்றிய பாடலை மனதில் வைத்துக் கதைகளும், காட்சிகளும் உருவாயின. இளையராஜாவின் அம்மா ஏக்கம் அவர் பாடல்கள் வழி தமிழர்களின் ஏக்கமாகவே மாறியது. எம்ஜிஆர், இளையராஜா ஆகியோரின் அம்மா பற்றிய ஏக்கம் திரைப்பட உருவகம் சார்ந்ததாக மட்டுமல்லாமல் அவர்களின் சொந்த வாழ்க்கையில் அம்மா பற்றி கொண்டிருந்த தொடர்பின் வழியாகவும் உருவாகியிருந்தது.

1980களின் அம்மா பாத்திரச் சித்திரிப்பில் முக்கியமான மாற்றம் ஒன்றை உற்றுணர வேண்டியுள்ளது. உள்ளூர் அளவில் வழிபடப்பட்டுவந்த அம்மன்களின் நிழல் இந்த அம்மாக்களின் சித்திரிப்பின்மீது படர்ந்தது. உள்ளூர் அம்மனிடம் பாரிய நெருக்கத்தையும், குறைகளைச் சொன்னால் உடனே தீர்த்து வைப்பாள் என்ற நம்பிக்கையையும் மக்கள் பெற்றிருந்தனர். அதேபோல ஒருவித உரிமையைக் கொண்டிருந்தனர். அம்மனுக்கு நேர்ந்து கொள்வது, வேண்டுவது, ஆடிப் பாடுவது என்று வேண்டல்கள் அமைவதுண்டு. அம்மாவுக்கு இணையாக இருப்பதால் இவ்வுறவு அம்மா அம்மன் என்று மாறிமாறி பதிலீடு ஆனது. அது மட்டுமில்லாமல் அம்மன்களாகப் பெண்கள் எல்லோரும் ஏதோவொரு காலத்தில் தங்களிடையே வாழ்ந்து மறைந்தவர்கள் என்பதான கதைகள் சடங்குகள், விழாக்கள் மக்களிடையே இருக்கின்றன. 80களின் உள்ளூர்க் கதைகளில் அடிநிலைப் பாத்திரங்கள் அதிகம் இடம்பெற்ற பின்னணியில் அடிநிலை அம்மாக்கள் முக்கியத்துவம் பெற்றனர்.

இந்த உள்ளூர்க் கதைகளில் பெரும்பாலும் நாயகனையோ, நாயகியையோ வளர்ப்பவளாக அம்மா மட்டுமே காட்டப்பட்டாள். அவளுடைய கணவன் இறந்து போயிருக்கலாம் அல்லது அதுபற்றிய குறிப்பே இல்லாமல் இருக்கும். எனவே நாயகன் வளர்ப்பு, குணநலன்கள் அம்மா சார்ந்ததாக அமைந்தது. அம்மாவால் வளர்க்கப்பட்ட அவன் அம்மாவின் அன்புக்குப் பாத்தியப்பட்டவனாகிறான். அம்மாவுக்குத் துன்பம் என்கிறபோது அவன் துடிக்க வேண்டியவனானான். அவனளவில் அம்மாதான் உலகம். அம்மாவுக்கு இழுக்கு என்கிறபோது அதைத் துடைப்பதைத் தன் கடமையாக்கிக் கொண்டான். 80களின் இறுதியில் அதிகம் ஊடாடிய தாசி போன்ற வாழ்க்கை நேர்ந்ததால் தனிமைப்பட்டு நின்ற பெண்களின் கதை இந்த அம்மாக்கள் பற்றிய சித்திரிப்பின் மீது தாக்கத்தை ஏற்படுத்தியிருந்தன. அதாவது அவள் கணவன் வஞ்சகமாகக் கொல்லப்பட்டிருக்கலாம், அல்லது காணாமல் போயிருக்கலாம் அல்லது ஏமாற்றப்பட்டிருக்கலாம். அந்தக் குறை தெரியாமல் வளர்க்கப்பட்ட மகன்களுக்கு ஒரு கட்டத்தில் வேறுவழியில்லாமல் அம்மாக்கள் உண்மையைச் சொல்லவேண்டி வருகிறது. கொதித்தெழும் மகன் அம்மாவிற்கு நேர்ந்த இழிவைத் துடைக்கும் வண்ணம் அப்பாவைக் கொன்றவர்களை அழிக்கிறான் அல்லது அப்பாவை மீட்டெடுத்துக் கொணருகிறான். இல்லையெனில் ஏமாற்றிச் சென்ற அப்பாவை மனம் மாற்றிகொண்டு வந்து நிறுத்துகிறான். பராசக்தி காலத்தில் தன்மானத்தாய் அரசி நிலையிலிருந்தாள். இப்போது அத்தகைய தாய்மார்கள் அடிநிலைச் சமூகங்களிலேயே இருந்தனர். இத்தகைய மதிப்பீடுகளைத் தொகுத்துப் பார்க்கிறபோது விலைமகள் குலமகளாக ஆகும் தருணத்தைப் பிரதிபலித்த இக்காலப் படங்களின் வரிசையில் இவற்றை வைத்துப் பார்க்க முடியுமென்று தோன்றுகிறது.

சின்னத்தாய் (1992) படத்தில் நாயகி இசைக்கலைஞன் ஒருவனால் ஏமாற்றப்பட்ட தாய்க்குப் பிறந்தவள். பிறகு சண்டியர் ஒருவனுக்குத் தாய் வைப்பாட்டியாகிக் காலம் தள்ளுகிறாள். எனவே நாயகிக்கு அப்பா என்ற அறிமுகமே கிடையாது. அம்மாதான் எல்லாமும். தன் மகள் தன்னைப் போல் அல்லாது குலமகளாக வாழ வேண்டுமென்று தாய் விரும்புகிறாள். ஆனால் நாயகியைக் காதலித்தவன் காணாமல் போகும்போது இருவரும் மனமுடைந்து போகிறார்கள். இருந்தும் தாய் மகளை "அரும்பு அரும்பாய் சரம் தொடுத்த

அழகுமலர் மாலை இது" என்றும் "மகளே நீ மயங்காதே மணிவிழியே கலங்காதே" என்று தேற்றிப் பாடுகிறாள். "புதிய தலைமுறையே வளரும் இளம்பிறையே தேயாமல் வாழ்ந்திடு நீயே... நாம் காணக்கூடும் இளவேனில் காலம்" என்று நம்பிக்கையூட்டி இறக்கிறாள். இறுதியில் நாயகி நாயகனைச் சேருகிறாள். அதாவது தாசியின் மகளுக்கும் தாசி வாழ்க்கையே நிர்பந்திக்கப்படும்போது அவள் அதிலிருந்து வெளியேறுகிறாள். பணக்காரன் படத்தில் இளவயதில் பிரிந்துசென்ற தன் தந்தையைக் கண்டுபிடித்துக் கொணர்ந்து இழுக்கைத் துடைக்கிறான் நாயகன். இந்திப் படமொன்றின் தமிழ்த்தழுவலான *பணக்காரன்* (1990) படத்தில் நாயகனின் (ரஜினி) ஒரே பிரச்சினை தான் அனாதை அல்ல என்பதை நிரூபிப்பதுதான். அவன் யாரைத் தந்தையாகக் கருதி இருந்தானோ, அவரே ஒருநாள் அவனை அனாதை என்கிறார். அவன் துடித்துப்போகிறான். அவனுக்குப் பெண்தர மறுப்பதற்கான காரணமாக அவன் அப்பன் பேர் தெரியாதவன் என்பது கூறப்படுகிறது. அவனுடைய அம்மா பணக்காரன் ஒருவனால் ஏமாற்றப்பட்டவள் என்று அறிந்து முதலில் அம்மாவைத் தேடுகிறான். பிறகு தந்தையைக் கண்டடைந்து தாய்க்குத் தாலிகட்ட வைக்கிறான். பிறகு அவன் அனாதை அல்ல என்ற அர்த்தத்தோடு படம் முடிகிறது. அப்பன் பேர் இருந்தே ஆக வேண்டுமென்பது இங்கு சமூகத் தகுதியாகிறது. இந்தச் சமூகத் தகுதி தந்தையாதிக்கக் குல ஒழுங்கு கட்டமைத்தவை.

சின்னத்தம்பி (1992) படத்தில் நாயகன் தாயால் வளர்க்கப்படுகிறான். அவனுக்குத் தாய் மட்டும்தான் தெரியும். தந்தை அவன் நினைவிலேயே இல்லை. அம்மாபிள்ளை. பயந்த சுபாவமும், கபடமற்ற பண்பும் கொண்ட அவன் தன் தாய்க்குச் சிறு பிரச்சினை என்றாலும் துடித்துப் போகிறான். மூர்க்கத்தனம் வந்து இனந்தெரியாமல் கிளர்ந்தெழுகிறான். பணக்கார முதலாளிகள் அவனைப் பழிதீர்ப்பதாகக் கருதி அவன் தாய்க்கு மனநிலை பாதிக்கப்பட்ட ஒருவனை வைத்துத் தாலிகட்டவைக்கப் பார்க்கிறார்கள். இதன் பொருள் என்ன? இதைப்பற்றித் திரைக்கதையில் விளக்கம் இல்லாவிட்டாலும் ஏதோவொரு வகையில் அவன் தாய் பற்றிய குறிப்பு, அதாவது கணவன் இல்லாதவள் என்பதைக் குறிப்பதற்காகவே அவர்கள் இவ்வாறு செய்கிறார்கள் என்று கொள்ள வேண்டியிருக்கிறது. அதனால்தான் அதனையறிந்த மகனும் கொதித்தெழுகிறான்.

இக்காலப் படங்களில் அம்மா பாத்திரங்களில் அதிகமாக மனோரமா நடித்தார். தமிழ்வெகுஜன மனநிலையில் தமிழ்த்தாய்க்கான குறியீடாக மனோரமா நிறைந்திருந்தார். *கிழக்கு வாசல்* படத்தில் மகன்மீது பெரும் அபிமானம் கொண்ட தாயாக நடித்த அவர், தன் மகன் சொன்னான் என்பதற்காகவே அந்தஸ்து கடந்து பெண்கேட்டுச் செல்கிறார். அங்கு ஏற்பட்ட அவமானத்தால் மகனுக்குச் சொல்லாமலே செத்துப் போகிறார். *கரகாட்டக்காரன்* (1989) படத்தில் நாயகன் கரகாட்டக்கலைஞன். அவனுக்குத் தந்தை இல்லை. தாய் மட்டுமே. அவள் கணவன் பற்றிய குறிப்பு ஏதுமில்லை. *வைகாசி பொறந்தாச்சு* படத்தில் பண்ணையாரின் மகளைக் காதலிக்கும் நாயகனின் அப்பா யார் என்று கேட்டு அவமானப்படுத்தி காதலை மறுக்கிறார்கள். அதுவரை அவனுக்கு அம்மா மட்டுமே தெரியும். அப்போதுதான் அவனுக்கு அப்பா பற்றிய யோசனையே முதன்முறையாக உருவாகிறது. தன் அப்பாவை அறிந்துவிட அவன் போராடுகிறான். இறுதியில் பண்ணையாருக்கு அருகிலிருந்த பண்ணையாளான மலையப்பன்தான் நாயகனின் மகனென்று தெரிவதோடு படம் முடிகிறது. சின்னத்தம்பி படத்தைத் தொடர்ந்து பி.வாசு, பிரபு, இளையராஜா கூட்டணியில் வெளியான படம் *செந்தமிழ்ப்பாட்டு*. தன் தாயின் கூந்தலை அறுத்து அவமானப்படுத்தியவர்களை நையப்புடைக்கிறான் நாயகன். யாரோடும் மோதி ஜெயிக்கும் வல்லமையைப் பெற்ற அவன் தன் தாய் மறுத்தால் அடிவாங்கி வருவானே தவிர திருப்பி அடிப்பதில்லை. அத்தகையவன் தன் தந்தையைக் குத்திக்கொன்று தாயை அனாதையாக்கியவனைக் கண்டுபிடித்துப் பழிவாங்குகிறான். இவையெல்லாமும் தாய்க்கான மகன்களின் கடன்களாகவே அமைகின்றன. வெற்றிபெற்ற பின் அம்மனுக்கு முன் சாற்றப்படும் ஈடுபொருள்போல அவனும் அவன் தாயும் இன்னாரின் மகன் / மனைவி என்ற அடையாளத்தை நிறுவுகின்றனர். இந்தப் படத்தின் வெற்றியைத் தொடர்ந்து இதே கதையாடலில் *செந்தமிழ்ச்செல்வன்* (1994) என்ற படம் இதே கூட்டணியில் வெளியானது. அதில் மனநிலை பாதிக்கப்பட்ட தாயைக் காத்து பராமரித்து வரும் நாயகன் அவளுக்கு மனநிலை தெளிய வைப்பதற்கே தன் உழைப்பைச் செலுத்தி வருகிறான். அவனுக்கு அப்பாவே தெரியாதென்பது குறிப்பிடத்தக்கது. அம்மாவைக் குணப்படுத்துவதன் மூலம் தாலிகட்டிய தன் தந்தையைக் கண்டுபிடித்துவிட முடியுமென்று நம்புகிறான். அவன் ஒரு பாடகன் என்பது இக் கதையாடலின் துணைச்

செய்தி. பண்ணையார் நிலையிலிருப்பவரின் தங்கை பண்ணையில் வேலை பார்த்தவரை மணம் முடிக்கிறாள். இதனால் அவளை மணம்முடிக்க இருந்த முறைமாமன் அவனைக் கொன்றுவிடுகிறான். கணவனை இழந்ததால் மனைவி மனநிலை பாதிக்கப்பட்டவள் ஆகிறாள். அவளுக்குப் பிறந்த குழந்தைக்கு அந்த விவரம் தெரியாமலே போகிறது. அவன்தான் தாயைக் குணப்படுத்த பயணப்படும் நாயகன் ஆகிறான்.

மன்னன் (1992), *அரண்மனைக்கிளி* (1993) ஆகிய படங்களில் நாயகனுக்கு அம்மா மட்டுமே உண்டு. ஒருவருக்கொருவர் மிகுந்த பிரியத்தோடு இருக்கிறார்கள். மன்னன் படத்தில் நோயுற்ற தன் தாயை மகன் தாயன்போடு பராமரிக்கிறான். *அரண்மனைக்கிளி*' படத்தில் நாயகனுடைய தந்தை பண்ணையாரால் கொல்லப்பட்டவன். பிறகு தாய்க்கும் நாயகனுக்கும் ஆன பாசத்தில் சிறுபிணக்கு ஏற்படுகிறது. நாயகன் ஊரில் இல்லாத காலத்தில் அவள் இறந்து போகிறாள். அந்த இழப்பை நாயகன் உணர்ச்சிபூர்வமாக எதிர்கொள்ளும் தருணம் தமிழ் சினிமாவின் அசலான உள்ளூர்ச் சித்திரங்களுள் ஒன்று. இரண்டு படத்திலும் இடம்பெற்ற “அம்மா என்றழைக்காத” பாடலும் “என் தாயெனும் கோயிலை” என்ற பாடலும் தமிழ் சினிமாவின் முத்திரை பதித்த தாய் பற்றிய பாடல்கள்.

தளபதி (1991) படத்தில் இது சற்று வேறுமாதிரி பதிவாகியுள்ளது. 14 வயது சிறுமிக்குத் திருமணம் ஆகாமலேயே தெரியாமல் நடந்த உறவால் ஆண் குழந்தையொன்று பிறக்கிறது. அந்தக் குழந்தையை எவ்வாறு வைத்துக்கொள்வதென்று தெரியாமல் ஓடும் ரயிலில் விட்டு வந்துவிடுகிறாள். அந்தக் குழந்தையே படத்தின் நாயகன். இப்போது அவனுக்குப் பிரச்சினை அப்பா யார் என்பதல்ல. அவனுக்கு அம்மாவே பிரச்சினை. எனவே கதையில் அப்பா தேடல் முதன்மைபெறாமல் அம்மா தேடலே முதன்மையாகிறது. அம்மாவுக்கும் மகனுக்குமான உறவே கதையில் இடம்பெறுகிறது. இது மகாபாரத கர்ணன் கதையின் சமகால வடிவம். இதோடு நேரடித் தொடர்பில்லாவிட்டாலும் அம்மா பாத்திரத்தை முக்கியத்துவப்படுத்தி இக்காலத்தில் வந்த மற்றொரு படம் *புதுநெல்லு புது நாத்து* (1991). அதிக வட்டிக்குக் கொடுத்து ஊராரின் சொத்துக்களைப் பறித்துக்கொள்ளும் பண்ணையாரால், நிலங்கள் போலி கையொப்பமிட்டு அவைகள் பறிக்கப்பட்டுக் கொல்லப்படுகிறான் நாயகனின் தந்தை. பிறகு இரண்டு குழந்தைகளை வைராக்கியத்தோடு வளர்த்து ஆளாக்கும் அம்மா உழைத்து கணவன் பறிகொடுத்த நிலங்களை

மீட்டெடுக்கிறாள். இவ்வாறு அந்தக் கதை மகன்களைத் தனித்து வளர்த்து எடுக்கும் தாயையே முன்னிறுத்துகிறது. பழைய லட்சியவாதத் தாயின் உள்ளூர் வடிவம் இக்கதை. தன்மானத் தமிழ்த்தாய்க்கு வீரவணக்கம் என்று படத்தை முடிக்கிறது இயக்குநர் பாரதிராஜாவின் குரல் *(மண்வாசனை, பசும்பொன், ஈரநிலா)* எனினும் இக்காலகட்டப் படங்களின் அம்மா பாத்திரங்கள் மீது உள்ளூர்க் கதையாடல்களின் தாக்கமே இருந்தது. இப்படங்களில் அம்மா என்ற சொல் இடம்பெற்றதைவிட ஆத்தா என்ற சொல்லே அதிகம் பயின்றிருக்கிறது. அம்மாவை உருவகப்படுத்திய 1950, 60களின் படங்களில் இந்தச் சொல்லைப் பார்க்கவே முடியாது. ஆத்தா என்ற சொல்லே சினிமாவில் அம்மா பாத்திரச் சித்திரிப்பில் நடந்துவிட்ட மாற்றத்தையே குறிக்கிறது. அம்மா என்பது செவ்வியல் வழக்கு. ஆத்தா என்பது உள்ளூர் வழக்கு. அங்கு மாரியம்மா(ள்) என்று கூறுவதைவிட மாரியத்தா(ள்) என்று கூறுவதே பெரும்பான்மை.

பட்லர்களைப் பரிகசித்த சினிமாக்கள்

தமிழின் சில படங்களில் பட்லர் என்ற பணியைச் செய்த மனிதர்கள் பாத்திரங்களாக்கப் பட்டுள்ளனர். அவர்கள் பற்றிய நினைவுகள் சமூக உளவியலில் எவ்வாறு இருந்திருக்கின்றன? அவற்றிற்கும் படங்கள் காட்டிய சித்திரிப்பிற்கும் இடையேயுள்ள தொடர்பு என்ன? என்பவற்றைப் பார்க்கலாம்.

"நமக்கு சென்னைப் பட்டணத்து பட்லர்களைப் பற்றிய பேச்சில்லை. பண்ணைப் பறையர்கள் பற்றிதான் பேச்சு" என்று ஓரிடத்தில் பாரதியார் குறிப்பிடுகிறார். 1917ஆம் ஆண்டு நீதிக்கட்சியின் டி.எம்.நாயர் பேசிய கூட்டமொன்றின் இறுதியில் இரண்டொரு பிராமணர்கள் தாக்கப்பட்டதாகவும் அத்தாக்குதலைப் பறையர்களில் சிலரே நடத்தியதாகவும் புகார் எழுந்திருந்தது. அந்தச் சம்பவத்தைக் கண்டித்து எழுதும்போதுதான் மேற்கண்ட கருத்தை பாரதியார் தெரிவித்திருக்கிறார்.

இதில் பட்டணத்து பட்லர், பண்ணைப் பறையர் என்ற இரண்டு சொற்களைக் கையாண்டிருக்கிறார். அதில் பறையர் வகுப்பினர் நீதிக்கட்சியினர் போன்ற பிராமண எதிர்ப்பு பேசும் 'பிறரால்' பயன்படுத்தப்படுவதாகக் கருதி, அவ்வாறு பயன்படுத்தப்படாமல் இருக்க இந்துமத

அபிமானிகள் அவர்களை அரவணைத்துக்கொள்ள வேண்டும் என்று சொல்லும்போதுதான் இந்த இரண்டு சொற்களைக் கையாள்கிறார்.

இந்தச் சொற்கள் ஒரே வகுப்பினரைக் குறித்தாலும் அவர்கள் இரு வகையினராக இருப்பதாகக் கூறி அதில் பட்லர் என்ற பிரிவினரை எதிர்மறை தொனியில் பேசியுள்ளார். இதன்படி பண்ணை தலித்துகள் மீது பரிவு காட்டும் அவர், பட்லர் தலித்துகள் மீது விலக்கத்தைக் காட்டுகிறார்.

பட்லர் என்ற பெயர் காலனிய காலத்தில் அழுத்தம் பெற்ற சொல். ஐரோப்பியர் வீடுகளிலும் அரண்மனைகளிலும் அலுவலகங்களிலும் பெரும்பான்மையும் சமையல் வேலையையும் பிற உடலுழைப்புப் பணிகளையும் செய்வோரை அச்சொல் குறித்தது. இப்பணிகளில் பெரும்பாலும் அடிநிலை வகுப்பினரே ஈடுபட்டனர். குறிப்பாகப் பறையர் வகுப்பினர் அதிகமாயும் பிறர் ஓரளவாயும் பணி செய்தார்கள்.

உள்ளூர்ச் சாதிப் படிநிலை காரணமாக உயர்சாதியினர் வீதிகளிலேயே வர மறுக்கப்பட்டிருந்த ஒடுக்கப்பட்ட மக்கள் சாதியாச்சாரத்தோடு தொடர்பில்லாத ஐரோப்பியர் வீடுகளின் அடுக்களைகளிலேயே சமைக்கிற வாய்ப்பைப் பெற்றிருந்தனர். வெள்ளையர் மூலமாக உருவான வாய்ப்புகளில் தயங்காமல் நுழைந்துகொண்ட இந்து உயர் வகுப்பினர் தொட விரும்பாத மாட்டுக்கறி உணவைத் தொட்டுச் சமைத்ததால் அதோடு சேர்த்து பிற சமையல் பணிகளையும் மேற்கொண்டவர்களானார்கள் ஒடுக்கப்பட்டோர்.

இவ்வாறு அடைந்த வாழ்வாதாரத்தினால் பிற தலித்துகளை விட பட்லர் தலித்துகள் ஓரளவு வசதி பெற்றவர்களாய் மாறினர். உடை, பேச்சு, உணவுமுறை போன்றவற்றில் ஐரோப்பியத் தாக்கம் பெற்றனர். ஆங்கிலேயர்களைத் தினமும் நெருக்கமாகப் பார்க்கும் வாய்ப்பு பெற்ற இவர்கள் அவர்களின் கவனத்திற்குச் சில விசயங்களைக் கொண்டு செல்லவும் சலுகை பெறவும் முடிந்தது. எனவே உள்ளூர்க்காரர்களை நம்பி வாழ வேண்டிய பிற தலித்துகளைப் போலல்லாது இவர்கள் ஒப்பீட்டளவில் தன்னிச்சையாக வாழ முடிந்தது. அதோடு உள்ளூர்க்காரர்களின் சலுகையைப் புறந்தள்ளிச் சீர்திருத்த முயற்சிகள் சிலவற்றை உருவாக்க இந்த வாழ்க்கை முறை உதவியது. அதாவது உயர் வகுப்பினரின் கருணையைப்

பெற்று அவர்களுக்கு ரட்சகர் என்ற பிம்பத்தைத் தருபவர்களாக அவர்கள் இல்லை. இதற்கு அவர்களின் அதிகாரமட்டத் தொடர்பும் 'புதுப்பணக்கார' வாழ்வும்தான் காரணம். இது அவர்கள் மீது உள்ளூர்க்காரர்களிடையே ஒருவித ஒவ்வாமையை உருவாக்கியிருக்கும். அப்போக்கிற்கு பாரதியே தப்பவில்லை என்பதைத்தான் மேற்கண்ட அவரின் கூற்று காட்டுகிறது.

பட்லர் முறை, அதில் பங்கெடுத்த குழுவினர், ஏற்பட்ட மாற்றங்கள் என்று விரிவாக ஆராய இத்தலைப்பில் இடமிருக்கிறது. தமிழ் தலித் முன்னோடிகளுள் ஒருவரும் இந்து அடையாளத்திற்கு மாற்றாக பௌத்தத்தை முன்மொழிந்தவருமான அயோத்திதாசரின் தாத்தா, தந்தை ஆகியோர் பட்லர் வாழ்வு மேற்கொண்டவர்கள். அவரின் தாத்தா கந்தப்பன், ஜார்ஜ் ஆரிங்டன் என்ற ஆங்கிலேய அதிகாரியிடம் பட்லராய்ப் பணிபுரிந்தபோது குறள், நாலடி ஏடுகளைப் பதிப்பிக்கும் காரணத்திற்காக எல்லீஸுக்குக் கொடுத்தார் என்பது பரவலாக அறியப்பட்டிருக்கும் தகவல். அயோத்திதாசரின் உருவாக்கத்தில் இந்த பட்லர் வாழ்வு தந்த வாய்ப்புகளின் தொடர்ச்சியும் இருந்திருக்கிறது.

பட்லர்கள் பற்றி சமூக உளவியலில் பரவியுள்ள எதிர்மறைச் சித்திரங்களுக்குப் பல காரணங்கள் இருக்கின்றன. அவற்றுள் இரண்டு காரணங்கள் குறிப்பிடத்தக்கவை. அவர்களில் பெரும்பான்மையோர் அடிநிலை வகுப்பினர் என்பது முதல் காரணம். உள்ளூரில் மறுக்கப்பட்ட வாழ்வாதாரத்திற்கு மாற்றாக வெள்ளையரிடம் அதிலும் அவர்களின் வீடுகளிலேயே நுழைந்து பணியாளர்களாய் மாறி வசதி படைத்தனர் என்பது உள்ளூர்ச் சமூகங்களுக்கு உளவியல் உறுத்தலாக இருந்திருக்கும். இரண்டாவதாக அவர்கள் வெள்ளையர் மூலம் பெற்ற பொருளாதார வசதி மற்றும் வாழ்க்கை பாணி ஆகியவற்றை உள்ளூரில் பொருத்திக் கொள்கிறபோது ஏற்படும் முரண். புதிய வாழ்க்கை முறை அவர்களிடையே வெடாசிக்கிற போக்கை உருவாக்கிவிட்டதாகக் கருதினர். இவையே அவர்கள் மீதான ஒவ்வாமையாக மாறியிருந்தன. மரபிலிருந்து விடுபட்டு நவீன வாழ்வு உருவாகும்போது, மரபு நவீனத்தை எதிர்கொள்ளும் முறையே இது. தலித்துகள் மீதான இந்த ஒவ்வாமையை அவர்களின் மேனாமினுக்கித்தனம் மீதான கிண்டலாக மாற்றிப் பொதுச்சமூகம் அமைதி கண்டது எனலாம்.

பட்லர்கள் பற்றி எதிர்மறைப் பார்வைகள் ஆங்கிலேயர் காலத்தில் உருவாகினாலும் அவர்களுக்குப் பின்னரும் உள்ளூரில் தொடர்ந்தன. இப்போதும் ஆங்கிலத்தை அரைகுறையாகப் பேசுபவரை நோக்கி "பட்லர் இங்கிலீஷ்" என்று சொல்லும் வழக்கம் நம்மிடம் இருக்கிறது. அதாவது முறையாகப் படிக்காமல் ஐரோப்பியர் வீடுகளில் வேலை செய்யும்போது வேலையின் தேவைக்கேற்ப இங்கிலீஷை, பேச்சாக மட்டும் பழகிக்கொண்டு பட்லர்கள் பயன்படுத்தினர். எனவே அந்த இங்கிலீஷ் தப்பும் தவறுமாக இருக்கும். அந்தச் சொல் இன்றளவும் தவறான ஆங்கில உச்சரிப்பைக் குறிப்பிடுவதற்கான அடையாளமாக நீடிக்கிறது.

கதைகளில் பொதுவாக வேலைக்காரர் களைப் பொய் சொல்பவர்களாக, கோள் சொல்பவர்களாக, பேராசைக் காரர்களாக, திருடர்களாகக் காட்டும் போக்கு இருந்திருக்கிறது. ராமாயணத்தில் பணியாளரான கூனியின் சதியே பிரச்சினைக்குக் காரணமாகிறது. அதனால், பலவேளைகளிலும் நகைப்புக்குரியவர்களாகவும் காட்டப்பட்டுள்ளனர். இதன்படி சினிமாக்களிலும் பெரும்பாலும் வேலைக்காரர்களை எதிர்மறையாகவே சித்திரித்துள்ளனர். இதன் தொடர்ச்சியாகவே சினிமாக்களில் இடம்பெற்ற பட்லர்கள் பற்றிய சித்திரிப்புகளும் இடம்பெற்றுள்ளன. அவர்கள் ஏதோவொரு வகையில் கேலிக்குரியவர்களாகக் காட்டப்பட்டுள்ளனர். இத்தகைய கேலிகளில் குறிப்பாக அவர்களின் புதிய பணக்காரத்தனம், பேராசை, தவறான ஆங்கில உச்சரிப்பு (பட்லர் இங்கிலீஷ்), பீற்றிக்கொள்ளுதல் போன்ற அம்சங்கள் தவறாமல் இடம்பெற்றன. இவ்வகைப் படங்கள் எஸ்டேட் பின்புலத்தைக் கொண்டவையாக உள்ளன.

ஆங்கிலேயர்கள் இந்திய சீதோஷ்ண நிலையைச் சமாளிக்கும் பொருட்டு மலைப்பகுதிகளை வசிப்பிடங்களாக மாற்றினர். ஊட்டி, கொடைக்கானல் போன்றவை அவ்வாறே புதிய நகரங்களாக உருவாயின. அதற்காக அங்கெல்லாம் வீடுகள், தேயிலை எஸ்டேட்டுகள் ஏற்பட்டன. இந்நகரங்களைக் கட்டமைப்பதற்கு மட்டுமின்றி தேயிலைத் தோட்டங்களிலும் வீடுகளிலும் பணிபுரிவதற்குப் பணியாளர்கள் தேவைப் பட்டனர். இதற்காகச் சமவெளிகளிலிருந்து அடிநிலை வகுப்பினரே பெரும்பான்மையும் வந்தனர்.

அவர்களிலிருந்தே பட்லர்களும் உருவாயினர். சென்னை போன்ற அரசியல் தலைநகரங்களிலிருந்து

வெளியேறி வருடத்தின் சில மாதங்கள் வரையிலும் இந்தப் புதிய குளிர்ப்பிரதேசங்களில் நிர்வாகப் பணிகள் நடைபெற்றிருக்கின்றன. அப்போது அதிகாரிகளோடு வீட்டுப் பணியாளர்களும் கட்டோடு வந்து வாழ்வதுண்டு. இந்தப் பின்னணியில் ஒடுக்கப்பட்டோரின் அரசியல் முயற்சிகளுக்கு இந்தக் குளிர்ப்பிரதேசங்கள் காரணமாகியும் இருக்கின்றன. ரெட்டைமலை சீனிவாசன், அயோத்திதாசர் ஆகியோரின் தொடக்ககால அரசியல் முயற்சிகள் ஊட்டியிலேயே கால் கொண்டிருந்தன என்பது இவ்விடத்தில் குறிப்பிடத்தக்கதாகும்.

இப்பின்னணியிலேயே பின்னாளில் பட்லர்கள் வாழ்வைப் பிரதிபலித்த திரைப்படங்களும் எஸ்டேட் தொடர்பிலான படங்களாக அமைந்தன. பட்லர்கள் என்போர் சமையலாளர்களாக இருந்திருப்பினும் மற்ற வேலைகளான காவலாளி , தோட்டப் பராமரிப்பு, வாகனம் ஓட்டுதல் போன்ற பணிகளையும் இணைத்தோ தனித்தோ செய்தனர். ஒரு கோடை முடிந்து அடுத்த கோடைக்கு உரிமையாளர் திரும்பி வரும்வரையிலும் வருடம் முழுவதும் பராமரிப்பவர்களாக இவர்களே இருந்தனர். பட்லர் என்பதே முதன்மைப் பணியாக இருந்ததால் மற்ற பணிகளைச் செய்பவர்களும் நாளடைவில் அவ்வாறே பொது நிலையில் குறிப்பிடப்பட்டனர்.

திரைப்படங்களும் சமையலாளர், பராமரிப்பாளர், வாகன ஓட்டி என்று எல்லாமுமாகவே இவர்களைச் சித்திரித்து இருக்கின்றன. ஆனால், அவர்களைப் பற்றிய குணாம்சங்களைச் சித்திரிக்கும்போது பட்லர்களின் அடையாளமாய்ப் பொதுப்புத்தியில் நிலவிவந்த பண்புகளையே பொதுவாக்கிக் காட்டினர்.

முதலில் மூன்று படங்களின் சித்திரிப்புகளை எடுத்துக்கொள்ளலாம். *அன்பே வா (1966), வசந்த மாளிகை (1972) இதயக்கனி (1975)* என்பவையே அப்படங்கள். மூன்றிலுமே மலை வாசஸ்தலம், எஸ்டேட், முதலாளி, பணியாளர்கள் பின்னணியுண்டு. மூன்றிலுமே பட்லர் சித்திரிப்பு முதன்மைக் கதையோடு தொடர்புடையவை அல்ல. பெரும்பாலும் நகைச்சுவை பாத்திரங்கள். அத்தகைய நகைச்சுவை அவர்களுடைய நடை, உடை, பேச்சு ஆகியவற்றின் எதிர்மறையிலிருந்து உருவானவை.

வசந்த மாளிகை

வசந்த மாளிகை படத்தில் அழகாபுரி ஜமீன் என்ற மலைவாழிட எஸ்டேட். அங்குள்ள அரண்மனைப் பணியாளர்கள் மூவர் பட்லர் நிலையில் உள்ளனர். வி.கே. ராமசாமிக்கு பட்லர் பக்கிரி என்ற பாத்திரம். அவரொரு வெடாசிக்கிற மனிதர். 'இந்தியாவில் பொறந்தேன், இங்கிலாந்தில் வளர்ந்தேன், பாரின் ரிட்டன் என்று வாய் திறக்கும் போதெல்லாம் 'பெருமை' பீற்றிக் கொள்பவராக இருக்கிறார். தப்பாக ஆங்கிலத்தில் பேசுகிறார். அரண்மனை வாரிசான நாயகனிடம் அவ்வாறே அவர் பெருமையோடு அறிமுகமாகிறார்.

அவருடைய இந்தப் பீற்றலையும் ஆங்கிலத்தையும் ஒவ்வாமையோடு எதிர்கொள்ளும் அவன் "உன் பேச்சே சரியில்லையே" என்கிறான். மேலும், "ஒழுங்கா இருக்கணும்னா என்ன செய்யனும்'' என்று கேட்டு ''வாயை மூடிக்கிட்டு இருக்கணும்" என்ற கட்டளையும் இடுகிறான். இந்தச் சித்திரிப்பை கவனிக்கும்போது அதிகம் பேசுபவர்கள், தப்பாக ஆங்கிலம் பேசுபவர்கள், பெருமை பீற்றுபவர்கள் என்ற சித்திரம் பட்லர் பற்றியதாக இருப்பதைப் பார்க்கிறோம். இவை ஒவ்வாமையாகவும் கட்டுப்படுத்தப்பட வேண்டியதாகவும் கூறப்படுகின்றன. இவை பட்லர்களுக்குக் கிடைத்த புதுப் பணக்காரத்தனத்தால் விளைந்து சமூகத் தளத்தில் புழங்கி வந்தவற்றின் பிரதிபலிப்பு எனலாம்.

பட்லர் பக்கிரியோடு பஞ்சு (நாகேஷ்), முத்தம்மா என்ற மற்ற பணியாளர் பாத்திரங்களும் உண்டு. முத்தம்மாவை அடைவதற்காகப் பஞ்சுவும் பக்கிரியும் போட்டி போடுகிறார்கள். நல்ல சாப்பாடு கிடைத்தாலே வழிக்கு வருபவளாக அவள் காட்டப்பட்டிருக்கிறாள். பேராசை, குடிப்பழக்கம், தேவைக்காக அணி மாற்றம், தவறுகளுக்குத் துணை போகிறவர் என்றெல்லாம் அவர்கள் காட்டப்பட்டுள்ளனர். அதே வேளையில் இவையெல்லாம் நகைச்சுவை பகுதிகளாக அமைகின்றன.

இதயக்கனி

இதயக்கனி படத்தில் எஸ்டேட் முதலாளி (எம்ஜிஆர்) குடியிருப்பில் ஒரு பணியாள் பாத்திரம். வழக்கம் போல் சற்று காமெடி கலந்த வெடாசிக்கிற பாத்திரம். அவருடைய புனைபெயர் ஐசரி. ஆங்கிலத்தைச் சரியாக உச்சரிக்காமல்

தமிழோடு கலந்து சொல்லுவதால் அதுவே அவர் பாத்திரப்பெயர். சொன்ன நேரத்தில், சொன்ன வேலையைச் செய்யாமல் தூங்குகிறவன், மற்றவர் செய்ததைத் தான் செய்ததாகச் சொல்லிக்கொள்கிறவன்.

அன்பே வா

அன்பே வா படம்தான் இந்த வகை சித்திரிப்பின் உச்சம். தமிழகத்தைச் சேர்ந்தவருக்கு மலை வாழிடமான சிம்லாவில் ஓர் அரண்மணை போன்ற ஐரோப்பியர் பாணி வீடு இருக்கிறது. உரிமையாளர் தமிழகத்தில் இருப்பதால் வயதான பணியாளரான கிருஷ்ணய்யா என்பவர் அதைப் பராமரித்து வருகிறார். வயதான மனைவி, வாலிப வயதில் மகள், மச்சான் ராமய்யா போன்றோர் அவருடன் உள்ளனர்.

முதல் காட்சியில் காரில் ஒரு குடும்பம் வந்து இறங்குகிறது. நாயகி காரிலுள்ள மம்மியை இறக்கச் சொல்கிறாள். ஆங்கிலத்தைப் புரிந்து கொள்ளாத கிருஷ்ணய்யா மம்மியை அம்மி என்று புரிந்துகொள்கிறார். மேலும் உரிமையாளர் இல்லாத காலத்தில் தாங்களே உரிமையாளர் போல் நடந்துகொள்வதோடு, அந்த உரிமையாளருக்குத் தெரியாமல் பணத்துக்கு ஆசைப்பட்டு வீட்டையும் அறைகளையும் வாடகைக்கு விட்டுப் பிழைக்கிறார்கள். இவர்களும் இவர்களின் செயல்பாடுகளும் தாம் படத்தின் நகைச்சுவைப் பகுதிகள்.

டார்லிங் டார்லிங் டார்லிங்

இவ்வாறு ஆங்காங்கு சில காட்சிகள், சில உதிரி பாத்திரங்கள் என்று இருந்து வந்திருந்தாலும் தமிழ் சினிமாவில் இதனை முழு பின்னணியாகக் கொண்டு வந்த படமென்று கே.பாக்யராஜ் இயக்கி நடித்த *டார்லிங் டார்லிங் டார்லிங்* (1982) என்ற படத்தைக் கூற முடியும்.

அன்பே வா படத்தின் ராமையாவாக நடித்த நாகேஷின் நகைச்சுவை காட்சிகளே இங்கு முழுபடத்திற்கான கதையாக வளர்த்தெடுக்கப்பட்டிருக்கிறது. எனினும் இது பட்லர் கதையோ எஸ்டேட் கதையோ இல்லை. மாறாகக் காதல் கதை. அதற்காக இப்படம் பட்லர் அல்லது பட்லர்களை ஒத்த பணியாளர் வாழ்வைக் கதைக்கான பின்புலமாகக் கொண்டிருக்கிறது. இந்த அளவிற்கு பட்லர் பின்புலத்தைக் கொண்ட படம் வேறில்லை. குறிப்பாகத் தமிழில் முதன் முறையாக பட்லரை ஒத்த பணியாளரின் மகன் நாயகனானது இப்படத்தில்தான்.

ஊட்டியில் பங்களா வைத்திருக்கும் பணக்காரர் ஒருவர் தன் மகளோடு வெளிநாட்டில் வசிக்கிறார். ஆறு மாதத்திற்கு ஒரு முறை வந்து சில நாட்கள் தங்கிவிட்டுச் சென்றுவிடுவார். எனவே அந்த வீட்டை நிரந்தரமாகப் பணியாளர் சிங்காரம் கவனித்து வருகிறார். வாட்ச்மேன், சமையலாளி என்று எல்லாமும் அவரே. அவருக்கு ஒரு மகனும் மகளும் உள்ளனர். மகள் ஊட்டிக்குச் சுற்றுலா வருவோருக்குக் குதிரையேற்றம் செய்து சிறிதாகச் சம்பாதிக்கிறாள். மகன் ராஜா, பங்களா முதலாளி வரும்போது கார் ஓட்டுவான். ராஜாவே பட நாயகன். அவன் பால்ய வயதாக இருக்கும்போது முதலாளியின் மகள் ராதா இங்கேயே படித்தாள். ராஜாவும் அதே பள்ளியில் படித்தான். அப்போது அவள் மேல் ஏற்பட்ட பிரியம் காரணமாக அவள் வெளிநாடு போய் விட்ட இந்நாள் வரையிலும் அவள் திரும்பி வந்து பழைய அன்பைக் காட்டுவாள் என்ற எதிர்பார்ப்பிலேயே காலம் தள்ளி வருகிறான். அவள் பெரியவளாகி வந்து பங்களாவிலேயே தங்குகிறாள். ஆனால், அவள் சிறு வயது அனுபவங்கள் சிறுவயதிற்கானவை என்று கருதி இவன் மீது எந்தத் தனிப்பட்ட ஈர்ப்பும் இல்லாமல் இயல்பாக இருக்கிறாள்.

இந்த முரண் கதையில் ஒரு சுவாரஸ்யத்தை ஏற்படுத்துகிறது. பிறகு இவனுடைய வெகுளித்தனமான அன்பைப் புரிந்துகொள்வதற்கான சம்பவங்களைப் பிரதி கட்டமைக்கிறது. இறுதியில் அவளுக்கு நிச்சயிக்கப்பட்ட பணக்கார மாப்பிள்ளையை விட ஏழையான ராஜாவே அன்புமயமானவன் என்று கருதும்படி பிரதி அவளை விரட்டுகிறது. இதில் வில்லன் என்று யாருமில்லை. ராதாவின் பணக்காரத் தந்தை, ராதாவுக்கு நிச்சயிக்கப்பட்ட மாப்பிள்ளையின் தந்தை ஆகியோரும் ஏழையான ராஜாவின் அன்பே சிறந்ததென்று முடிவெடுத்து இருவருக்கும் வழிவிடுகிறார்கள்.

இந்தக் கதையாடல் அதுவரை தமிழ் சினிமாவில் கேலிக்குரியதாகவும் துணுக்காகவும் காட்டப்பட்டு வந்தோரை மதிப்புமிக்கதாகக் காட்டியது என்பதில் மறுப்பில்லை. பணக்காரர்களை விட உழைக்கும் ஏழைகள் நலன் முக்கியமென்று கருதுவது நவீன அரசியல் பரவலான காலக்கட்டத்தின் புரிதல். அவர்கள் சார்பாக நிற்பதே அறமென்று கருதப்பட்ட லட்சியவாதக் காலக்கட்டத்தின் தொடர்ச்சி இது. ஏழைகளாய் இருந்தால் நல்லவர்களாய் இருப்பார்கள் என்பது இதன் நம்பிக்கை.

பட்லர் வாழ்வைக் கதையாடலில் மேன்மையானதாக இப்படம் காட்டியிருக்கிறது என்பது உண்மை. அதேவேளையில் அவர்கள் மீதான அதுவரையிலான பொதுப்புத்தியை மாற்றாமல் அவற்றை அப்படியே பிரதிபலித்து அதன் மீது ஒரு முடிவை இப்படம் வைக்கிறதென்றே சொல்ல வேண்டும். படத்தின் முடிவு பணியாளர்கள் மீதளிக்கும் சாதகமான பார்வையைப் படத்தின் முழு சித்திரிப்புகள் தரவில்லை.

பங்களா வாட்ச்மேனான நாயகனின் அப்பா ஒரு வெடாசி பாத்திரமே. முதலாளி இல்லாத காரணத்தால் முதலாளி அணியும் கோட் சூட், ஷூ, புகையிலை பிடிக்கும் பைப் போன்றவற்றைச் சூடிக்கொண்டு தானே முதலாளி போல நடந்துகொள்கிறான். அதோடு தப்பான உச்சரிப்போடு ஆங்கிலமும் பேசுகிறார். பேராசை கொண்டவன். முதலாளியின் பெண்ணை மகன் காதலிப்பதை அறிந்து சீக்கிரம் மேலுக்கு வரும் வழி அதுவே என்று அற்பமாக மகிழ்பவன். பணக்காரி மருமகளாய் வருவாளென்று சொல்லி சேட்டுவிடம் வட்டிக்குப் பணம் பெறுகிறான்.

இதே போலவே அவன் மகள் குதிரையேற்ற வியாபாரத்தின் போதும், அவன் மகனான நாயகன் முதலாளி மகளின் தோழிகளிடமும் பட்லர் இங்கிலீஷே பேசுகிறார்கள். இவ்வாறு படம் முழுக்க இவர்களின் நடைமுறைகளைச் சித்திரிக்கும்போது முந்தைய படங்களின் சித்திரிப்புகளையே பிரதி பிரதிபலித்திருக்கிறது. அது மட்டுமில்லாமல் நகைச்சுவை நடிகர்களாய் அறியப்பட்டவர்களையே பட்லர் பாத்திரங்களில் நடிக்க வைத்திருப்பதும் கவனிக்கத்தக்கது. பட்லர் கேரக்டரில் கல்லாபெட்டி சிங்காரம் நடித்துள்ளார். *ஜல்லிக்கட்டு, சேதுபதி ஐபிஎஸ்* ஆகிய படங்களில் பட்லர்களையே நகைச்சுவை பாத்திரங்களாய் (ஜனகராஜ் , கவுண்டமணி) காட்டியுள்ளனர். நாயகனான பாக்யராஜ் பாத்திரமே கூட அப்பாவித்தனம் என்ற பெயரில் நகைக்கத்தக்க காரியங்களையே செய்கிறது. பாக்யராஜுக்கு வெள்ளந்தித்தன பிம்பத்தைப் பெற்றுத் தந்ததில் இப்படம் முக்கியமானது.

இதன்படி பாக்யராஜ் என்னும் பிம்பத்திற்கான அப்பாவி முகம் கிடைப்பதற்கேற்ற சமூகக் கதையாகக் கருதப்பட்டே பட்லர் பின்னணி கொண்ட இக்கதை தேர்ந்தெடுத்துக் கொள்ளப்பட்டுள்ளது. நாயகன் முட்டாள்தனமாகச் செய்வதையெல்லாம் அவனின் இயல்பான-வெகுளித்தனமான அன்பாகவும், அதைப் புரிந்துகொள்ளாத முட்டாளாக நாயகியையும் பார்வையாளர்களிடம் பிரதி ஒப்புவிக்கிறது.

நாயகன் மீது பார்வையாளர் பரிவுகொள்ள வேண்டுமென்பதற்காக நாயகியை மணம் செய்துகொள்ளப் போகிற மாப்பிள்ளையைக் கெட்ட பண்புள்ளவனாகக் காட்டி, அவனுக்காக ஷூ பாலீஷ் போட்டு வாந்தியை அள்ளுவது மூலம் அவளுக்கு நாயகன் மீது அனுதாபத்தை உருவாக்கிக் காதலில் விழச்செய்கிறது பிரதி. இது நாயக பிம்பத்துக்கான கருணையை உருவாக்குகிற கதையாடல். எனவே ஒரு காதல் கதைக்கான பின்புலமென்ற அளவிலேயே இந்த படத்தின் பட்லர் வாழ்வு நின்று போய்விட்டது என்பதையே நாம் இங்கு பார்க்கிறோம்.

பட்லர்களை இழிவுபடுத்தும் நோக்கில் திட்டமிட்டு இப்படங்கள் எடுக்கப்பட்டிருக்கின்றன என்பது இதன் பொருளல்ல. இன்னும் சொல்லப்போனால் பட்லர் வாழ்க்கைக்குப் பின்னால் சாதியப் பின்புலம் இருக்கிறதென்பது தெரியாமல் வழக்கமான சித்திரிப்பாகக் கருதியும்கூட இப்பாத்திரங்கள் எடுக்கப்பட்டிருக்கலாம். வில்லன் போன்ற முற்றிலும் எதிர்மறை பாத்திரங்களாக இவர்கள் சொல்லப்படவில்லை. அரிதான சில இடங்களில் சோரம் போக வாய்ப்பிருந்தும் சோரம் போகாத சுய மதிப்பு கொண்டவர்களாகவும் காட்டப்பட்டிருக்கின்றனர். அதேவேளையில் இக்காரணங்களினாலேயே இச்சித்திரிப்புகளில் சாதிய உளவியல் இல்லையென்று கூறிவிட முடியாது. அவர்களைக் கேலிக்குரியவர்களாகக் காட்டியிருக்கும் சித்தரிப்புகளில் சாதியத்தின் மேல்கீழ் ஏற்றத்தாழ்வு கருத்தியல்கள் வேறு வகைகளில், வேறு பெயர்களில் ஊடாடிக் கிடக்கிறது. சாதி நேரடியாகவோ, நன்கு திட்டமிட்டோதான் செயல்படும் அல்லது வெளிப்படும் என்பதில்லை. நம் வாழ்வோடு சாதியம் இயல்பாகக் கலந்துவிட்ட நிலையில், சாதியச் சமூகத்தில் புழங்கும் ஒருவனிடம் அது அவனறியாமலேயே கூட வெளிப்படும். பட்லர் என்ற அடையாளம் இழிவாக மாறியதற்கான 'வரலாற்றுக் காரணம்' காலப்போக்கில் மறைந்து இன்றைக்கு அவை கேலியாக மிஞ்சியிருக்கலாம். ஆனால் அந்த கேலியானது சாதிய மேட்டிமை பார்வையிலிருந்து உருவாகித் தொடர்பவை என்பதுதான் இங்கு கவனத்தில்கொள்ள வேண்டிய செய்தியாகும்.

தி இந்தியன் எக்ஸ்பிரஸ் (தமிழ்)
அக்டோபர் 08, 2019
இணைய நாளிதழ்

திரைப்படப் பாடல்களில் உள்ளூர்க் கதையாடல்கள்

அண்மையில் வெளியான *பரியேறும் பெருமாள்* படம் அதன் கதைக்காக மட்டுமில்லாமல் இதுவரையில் காட்டப்படாத தென்தமிழக சமூக எதார்த்தத்தைக் காட்டிய துல்லியத்திற்காகவும் கவனம் பெற்றது. அதில் ஒன்று அப்படத்தின் பாடல்கள். அதில் நான்கு பாடல்கள் வழமையிலிருந்து மாறியவை. அதில் முதலாவது 'கருப்பி ஏய் கருப்பி' என்றமையும் நாயின் மரணம் பற்றிய பாடல். ஒடுக்கப்பட்ட தன்னிலையைக் காட்டும் குறியீடுபோல நாயும் அதன் மரணமும் அப்பாடலில் விவரிக்கப்பட்டுள்ளது. இரண்டாவது பாடல் 'நான் யார்' என்ற பாடல். மூன்றாவதாக அமைவது 'எங்கும் புகழ் துவங்க' என்னும் பாடல். 'அய்யா வணக்கம் வணக்கமுங்க' என்பது நான்காவது பாடல்.

இந்த நான்காவது பாடலையே தமிழ் சினிமாவின் சரித்திர நோக்கு ஒன்றைச் சொல்வதற்காக இங்கு பேச இருக்கிறோம். இப்பாடலின் அமைப்பையும் தொனியையும் முற்றிலும் புதிது என்று சொல்ல முடியாவிட்டாலும் இந்தப் பாடலைத் திரும்பத் திரும்பக் கேட்கும்போது அப்பாடல் ஒரே நேரத்தில் இதுவரையிலான தமிழ் சினிமா பாடல்களின் தொடர்ச்சியாகவும் தொடர்ச்சியிலிருந்து விலகியதாகவும் இருப்பதை அறியமுடிந்தது. அப்பாடல் இவ்வாறு அமைந்திருக்கிறது.

அய்யா
வணக்கம் வணக்கமுங்க
பாசமுள்ள சபையோரே
(அய்யா...)
கூடும் பெரியோரே
குணமுள்ள தாய்மாரே
கும்பிட்டோம் கும்பிட்டோம்
கோடி வணக்கமுங்க
(அய்யா...)
அய்யா
தூத்துக்குடி மாவட்டமாம்
சிறிவைகுண்டம் தாலுகாவாம்
கருங்குளம் பக்கத்தில்
அழகான புளியங்குளம்
நாங்கள் பிறந்த ஊர்;
கனவோடு வாழும் ஊர்
(அய்யா...)
அய்யா
எந்தன் பேரு பரியனுங்க
என் குரு(வு) பேரு ஆர்கே ஆருங்க
(அய்யா...)
பக்கம்பட்டு
சேகர் ஜெகன் விஜய கண்ணனுங்க
நாங்க உள்ளத சொல்லுறோம்ங்க
ஒத்துக்கொள்ள வேணுமுங்க
(அய்யா...)
அய்யா
ஆடுகின்ற ஆடலிலும்
பாடுகின்ற பாடலிலும்
சொல்லில் கோபம் கூடி இருக்கலாம்
நல்ல நண்பன போல நீங்க
கேட்டுக்கொள்ள வேணுமுங்க... உங்க...
(அய்யா...)

படத்தில் இடம் பெறப்போகும் ஊரையும் நாயகனையும் அறிமுகப்படுத்தும் தன்மை இப்பாடலில் உள்ளது. துவக்கத்திலேயே அமைய வேண்டிய இப்பாடல் படத்தினுள் சற்றுத்தள்ளி இடம் பெற்றாலும் படத்தின் ஆரம்பப் பாடல் போல அறிமுகப்பாடலாகவே விரிந்திருக்கிறது. பாடலின்

அமைப்பே அறிமுகப் பண்போடுதான் இருக்கிறது. கூத்தைக் காணவரும் பார்வையாளர்களை வரவேற்க அமையும் பாடல் போலப் படம் பார்க்க வந்த பார்வையாளர்களை வணக்கம் சொல்லி அழைக்கும் சபை வணக்கப் பாடல். கூத்தின் அவை வணக்கப் பாடலில் இடம்பெறும் கதைச் சுருக்கம், கதைக்களம், சொல்லல் முறையில் நிகழும் பிழைகளைப் பொறுத்துக்கொள்ளக் கோருதல் போன்ற கூறுகள் அப்படியே இப்பாடல் அடிகளில் சொல்லப்பட்டுள்ளன. அந்த வகையில் இப்பாடலானது மரபின் தொடர்ச்சியைக் கொண்டிருக்கிறது.

தனி இசை வகைமை

கதையாடலில் அசல் தன்மையைக் கொணர இவ்வகையான பாடல்கள் சினிமாக்களுக்குத் தேவைப்படுகின்றன. அதாவது கதை நிகழும் வட்டாரத்தின், குழுவின் துல்லியத்தைச் சித்திரிக்க இந்த வகைமை துணைபுரிகிறது. இதற்கு சினிமாவில் புழங்கும் வழமையான இசை பேணுநர்களைவிட இவ்வகையான பாடல்களைப் பாடக்கூடிய உள்ளூர் பாடகர்களையே இணைப்பதின் மூலம் அசல் தன்மையைக் கொண்டு வந்துவிட முயற்சிக்கின்றனர். அந்த வகையில் இப்பாடல் படத்தின் கதை நிகழும் திருவைகுண்டம் வட்டாரத்தைச் சேர்ந்த உள்ளூர்ப் பாடகர்களை அழைத்துவந்து பாடவைக்கப்பட்டிருக்கிறது.

பெருமாள் வாத்தியார் என்ற உள்ளூர் வாத்தியார் (பாடலாசிரியர்) எழுத அதை உள்ளூர் அளவில் பாடிவரும் வேல்மயில், கண்ணன் ஆகியோர் பாடியுள்ளனர். அவர்கள் வழக்கமான சினிமா பாடகர்கள் அல்ல. பொதுவாக இது போன்றவர்கள் காலமாற்றத்தில் உள்ளூர் அளவில் சினிமாமெட்டில் பாடுபவர்களாக மாறியிருந்தாலும் அம்மெட்டிற்குள் உள்ளூர் சமாச்சாரங்களை அந்த கணத்திலேயே வரிகளாக்கிப் பாடிவிடுவார்கள். இதன்படியே அவர்கள் அந்தத் தருணத்தின் மீது கவியாற்றலை ஏவுபவர்களாக மாறிக்கொள்கிறார்கள். இவ்வாறு உள்ளூரில் இப்பாடகர்கள் ஏற்கனவே பாடிக்கொண்டிருந்ததை முழுமையாகவோ ஓரளவு மாற்றத்திற்கு உட்படுத்தி சினிமாத் துறையினர் சினிமாவிற்குள் கொணர முற்படுகிறார்கள். இல்லையெனில் கதைக்கேற்ப புதிதாக அப்பாடகர்களே பாடலை எழுதிப் பாடுவதாகவும் அமைகின்றனர். இதில் இப்பாடல் ஏற்கனவே உள்ளூரில் நிலைப்பெற்ற பாடலின் பகுதியாக இருக்கிறது. இவ்வாறு தொழில்முறை அல்லாதவர்களை முழுமையாக இல்லாமல் பகுதியாக இணைக்கும் தனி இசை வகைமை அண்மை தமிழ் சினிமாக்களில் அதிகரித்துள்ளது.

இந்தத் தனி இசை வகைமை சினிமாக்களில் எப்போதிலிருந்து உருவானதென்று தெரியவில்லை. நமக்குத் தெரிந்து நாசர் இயக்கி நடித்த *தேவதை (1997)* திரைப்படத்தில் இப்போக்கு எழுகிறது. இளையராஜாவின் இசையில் படத்தின் பிறபாடல்கள் அமைய 'வாரானே வாரானே" என்ற பாடலை மட்டும் கே.ஏ.குணசேகரன் இசையமைத்துப் பாடினார். கூத்துப் பாடல் என்கிற மரபு சார்ந்த அப்பாடல் படத்தின் கதையாடலுக்குத் தேவைப்பட்டது. அதையொட்டி அப்போது அறியப்பட்ட நாட்டார் பாடகரான கே.ஏ.குணசேகரனை நாசர் பயன்படுத்தினார். வருகைப் பாடலாக அமைந்திருந்தாலும் அது கூத்துப் பாடலைப் போலச் செய்த நவீன நாடக உள்ளீட்டோடு அமைந்திருந்தது.

1980களில் தொடங்கிய போக்கு

இவ்வாறு தனி இசை வகைமை உருவாவதற்கு முன்னோடி போக்குகள் உண்டு. நாட்டார், கானா, ராக் போன்ற இசை வகைமைகளை நேரடியாகவோ போலச்செய்தோ சினிமாக்களில் இடம்பெறச் செய்யும் போக்கு கடந்த சில பத்தாண்டுகளில்தான் உருவானது. அதற்கு முன்பு சினிமா இசையமைப்பாளர்களே உருவாக்கிய பாடல்களே இதற்கு முன்னோடி. 1980களின் தமிழ் சினிமாக்களில் இடம்பெற்று வந்த எழுச்சிப் பாடல்களை இவற்றின் தொடக்கமாகக் கூறலாம். அநீதிக்கு எதிராகச் சமூகத்தையோ தனிமனிதனையோ (நாயகன்) ஆவேசமாக ஒன்று திரட்டி கிளர்ந்தெழச் சொல்லும் வகையில் இந்தப் பாடல்கள் அமைந்தன. 1980களின் படங்களில் செல்வாக்கு செலுத்திய பாடல்கள் இவை. இப்பாடல்களில் பெரும்பாலானவை இளையராஜா உருவாக்கியவை.

பரியேறும் பெருமாள் படத்தில் ஒடுக்கப்பட்ட மக்கள் வாழும் பகுதியில் ஒலிப்பதாகக் காட்டப்படும் 'போராடடா ஒரு வாளேந்தடா' (*அலையோசை* 1985) அவ்வகையான பாடல்தான். மனிதா மனிதா (*கண் சிவந்தால் மண் சிவக்கும்* 1983) எரிமலை எப்படி பொறுக்கும் (*சிவப்பு மல்லி* 1981) பாலம் கட்டுது பாலம் கட்டுது (*நட்பு* 1986) போன்றவை இதற்கு முந்தியும் பிந்தியும் அமைந்த எழுச்சிப் பாடல்கள். இப்பாடல்கள் நிலவுடைமையை எதிர்க்கும் இடதுசாரி சாகசப் படங்களில் இடம்பெற்றன. இவற்றில் நிலவும் கொடுமையைச் சுட்டும் அம்சங்களும் அவற்றுக்கு எதிராக மக்களைக் கிளர்ந்தெழச் செய்யும் ஆவேசமும் இருந்தன.

இடதுசாரிவாதத்தைப் பேசாமல் பொதுவான சமூகக் கொடுமைகளான லஞ்சம், வறுமை போன்றவற்றை சாடும் படங்களிலும் இந்த வகைமை நீடித்தன. எழுகவே படைகள் எழுகவே (*மாவீரன் 1986*) காந்திதேசமே காவல் இல்லையா? எல்லாருமே திருடங்கதான் (*நான் சிவப்பு மனிதன் 1985*) புஞ்சை உண்டு நஞ்சை உண்டு (*உன்னால் முடியும் தம்பி 1988*) போன்ற பாடல்களை இவ்வாறு கூறலாம்.

நாயகனைத் துதிக்கும் பாடல்கள்

இவ்வாறு ஒரு குழுவை நோக்கி அல்லது குழுவிடமிருந்து ஒலிப்பது போல் வெளிப்பட்ட எழுச்சிப் பாடல்கள் மெல்ல மெல்ல அக்குழுவிலிருந்த தன்னை நோக்கி நாயகன் (தன் தலைமையை நோக்கி) மற்றவர்களை அழைப்பதாக மாறியது. அதாவது குழு அடையாளம் விலகி அக்குழு முற்றிலும் நாயகனைச் சார்ந்திருப்பதாகி நாயக மையமான சமூகக் கொடுமைகளை சாடும், தூண்டும் பாடல்களாக மாறின. தோல்வி நிலையென நினைத்தால் (*ஊமைவிழிகள் 1986*) என் தாயின் மீது ஆணை (*மிஸ்டர் பாரத் 1986*) எடுத்த சபதம் முடிப்பேன் (*ஊர்க்காவலன் 1987*), ஒரு தென்றல் புயலாகி வருமே (*புதுமைப்பெண் 1984*), உன்னால் முடியும் தம்பி, அக்கம் பக்கம் பாரடா (உன்னால் முடியும் தம்பி 1988) போன்ற பாடல்களை இவ்வாறு கூறலாம். இதன்படி ஒரே வகைமைக்குள் நடந்து வந்த மாற்றங்களைப் பார்க்கிறோம். பிறகு நாயக மைய வாதச் சமூக நோக்கிலிருந்தும் இவை விலகி பின்னர் முற்றிலும் நாயகனைச் சுற்றும் அவனைச் சார்ந்த சோகப் பாடல்களாக மாறின. (*மனிதன்* மனிதன் - மனிதன், பெத்து எடுத்தவதான் - *வேலைக்காரன்*, நான் உள்ளுக்குள்ள சக்கரவர்த்தி - *பணக்காரன்*) இவ்வாறு சிற்சில மாற்றங்கள் அதனுள்ளே உருவாகி வந்தாலும் 1980களின் படங்களில் இவை குறிப்பிடத்தக்க தனிப் போக்காக இருந்தன. இவை வணிக வெற்றிக்கான வகைமையாகவும் மாறியிருந்தன என்பதையே இத்தொடர்ச்சிகள் காட்டுகின்றன.

இப்பாடல்களை முழுமையான பொருளில் 'தனி இசை வகைமை' என்று கூறமுடியாவிட்டாலும் பின்னால் உருவான 'தனி இசை வகைமை'க்கான முன்னோடிப்போக்கு என்று கூறலாம். அதாவது தனி இசை வகைமைக்கான கூறுகள் இப்பாடல்களில் இருந்தன. இப்பாடல்களுக்கென்று இசைக்கோர்வை, இசைக்கருவிகள், குரல், பாடலாசிரியர் என்று தனியாக அமைந்தன. படத்தின் இசையமைப்பாளரே

இப்பாடலையும் இசையமைத்து உருவாக்கினார் என்றாலும் படத்தின் பிற பாடல்களுக்கான இசைக் கோர்வையிலிருந்தும் பின்னணி பாடுவோர்களிலிருந்தும் இவ்வகை பாடல்கள் தனியாக அமைத்துக்கொள்ளப்பட்டன. எழுச்சியைக் கூட்டும் வண்ணத்திலான இசைக்கருவிகள் பயன்படுத்தப்பட்டன. இவற்றில் பெரும்பாலான பாடல்கள் கனத்த குரலான மலேசியா வாசுதேவன் குரலில் அமைந்தன என்பதையும் இவ்விடத்தில் கணக்கில் கொள்ளலாம். அதேவேளையில் சமூகத்தைச் சாடும், எழுச்சியூட்டும் இப்பாடல்கள் எவையும் பெண் குரலில் அமைக்கப்படவில்லை என்பதையும் கவனிக்க வேண்டியிருக்கிறது. எழுச்சியைக் கூட்டக்கூடிய 'கம்பீரம்' ஆண்களுக்குரியது என்ற பார்வை இதிலிருக்கிறது.

நாட்டார் வீரர்களின் கதைகள்

இப்போக்கின் தொடர்ச்சியிருந்தாலும் அதிலிருந்து சற்று வேறுபட்ட மற்றொரு பாடல் வகைமையும் 1980களின் சினிமாக்களில் உருவாயின. அதை ஒரு 'தனி இசை வகைமை' என்று வரையறுக்கலாம். அதாவது அக்காலத்தில் வழக்காறுகளாக இருந்து வந்த உள்ளூர் நாட்டார் வீரர்களின் கதைகள் படமாகத் தொடங்கியிருந்தன. சினிமாவிலிருந்து வந்த நாயக மைய வாதத்திற்கேற்ற சாகசம் அக்கதைகளில் இருந்ததால் படங்களாக மாறின. இடது சாகசவாதப் படங்களுக்கு இணையான மற்றொரு போக்கு இது. இந்த இணைப் போக்குகளின் மையச்சரடாகப் பாரம்பரிய நிலவுடைமை, நவீன அரசியலின் மக்கள் விரோதத்தன்மை ஆகியவை ஆதிக்கவாதமாகச் சொல்லப்பட்டு அவற்றை எதிர்க்கும் கதையாடல்களாக இவை நீண்டன. நாயக சாகசம் இதற்குத் தேவைப்பட்டது.

இதன்படி உள்ளூர் வீரர்கள் சட்டத்தையும் காவல்துறையையும் மீறுபவர்களாக, அவற்றால் துரத்தப்படுபவர்களாக இருந்தனர். இடதுசாரித்தன்மையைக் கொண்ட நாயகர்கள் சட்டத்தின் ஓட்டைகளைப் பற்றிச் சுட்டி அவற்றை மாற்ற வேண்டுமென்று பேசினர் (*சட்டம் ஒரு இருட்டறை, சட்டம் ஒரு விளையாட்டு, நீதிக்குத் தண்டனை* போன்ற படத் தலைப்புகளைப் பார்க்கலாம்). மொத்தத்தில் மக்கள் மைய அரசியலிலிருந்து அரசு எதிர்ப்புவாதம் இக்காலகட்டப் படங்களில் ஊடாடியது. நாயக சாகசமானது. அரசியல் பின்னணியில் அமையும்போது இடதுசாரித்தன்மை கொண்ட படமாகவும், அந்த ஓர்மையில்லாது 'பாரம்பரிய அறம்'

ஒன்றைக் கொண்டிருக்கும்போது உள்ளூர்க் கதையாடலாகவும் இருந்தன.

பாடல்களில் மாற்றுக் கதையாடல்கள்

உள்ளூர் நாட்டார் வீரர்களின் கதைகள் படமாகும்போது அவர்களின் வாழ்க்கைக் கதையைச் சொல்லும் பாடல்கள் இடம்பெறத்தொடங்கின. இந்தப் பாடல்கள்தான் தமிழ் சினிமா பாடல்களில் வட்டார அடையாளத்தை வெளிப்படையாகப் பிரதிபலித்தன. இக்கதைகள் குறிப்பிட்ட வட்டாரத்தைச் சேர்ந்தவை என்ற முறையில் கதையை, நாயகனை விவரிக்கும் விதத்தில் பெயர்க்காரணம், ஊர்ப்பெயர், அவனின் செயல்கள், மக்களின் நினைவுகள் போன்றவை பாடல்களில் இடம் பெற்றன. இக்கதைகள் வணிக வெற்றிக்கான படங்களாக மாறத்தொடங்கியதும் பாடல்களும் அவ்வாறே தொடர்ந்தன. படத்தில் இடம்பெறப்போகும் கதையை அப்படியே தொடக்கத்தில் பாடல் வடிவில் சொல்லும் தனி வகைமையாக இவை மாறத்தொடங்கின. இது உள்ளூர் கலை மரபிலிருந்து சினிமாவிற்கு இடம்பெயர்ந்த முறை. எல்லாக் கூத்துகளிலும் உள்ளே இடம் பெறப்போகும் கதையை முதலில் தோன்றும் கட்டியக்காரன் பாட்டுக்கட்டி சொல்லிவிடுகிற மரபின் பிரதிபலிப்பு இது. ஏற்கனவே உள்ளூரில் இருந்துவந்த கொலைச்சிந்து இந்த வகைமையைத் தழுவியதாகவும் இருந்தது.

இந்த எல்லாக் கதையாடல்களிலும் இளையராஜாதான் கட்டியங்காரன். அதாவது இந்த வகைமையிலான படங்களுக்கு இசையமைத்ததோடு இந்தப் பாடல்களைப் பட டைட்டிலிலேயே பாடுபவராகவும் சில படங்களில் எழுதிப் பாடுபவராகவும் அவர் இருந்தார். காட்டு வழி போற பொண்ணே (*மலையூர் மம்பட்டியான்* 1983) கதை கேளு கதை கேளு (*கரிமேடு கருவாயன்* 1986) போன்ற பாடல்களை இவ்வாறு பார்க்கலாம். இந்த வட்டாரக் கதைகள் பெரும்பாலும் மதுரை என்னும் தென் வட்டாரத்தை மையமாகக் கொண்டதாக அமைந்திருந்தன. தெருக்கூத்தின் வந்தனம் கூறும் முறையைப் பின்பற்றி சினிமா பார்வையாளர்களை வரவேற்கும் விதமாக இளையராஜா பாடிய 'வந்தனம், வந்தனம் வந்த சனமெல்லாம் குந்தனும்' என்ற பாடல் *ஆண்பாவம்* படத்தின் டைட்டிலில் அமைந்தது. (இந்தப் பாடல் வகைமையின் செல்வாக்குக் காரணமாக நகரப் பின்னணியைக் கொண்ட *மைக்கேல் மதன காமராசன்* (1990) படத்தில் டைட்டிலிலேயே கதையைக் கூறும் விதத்திலான இளையராஜா பாடும் கட்டியங்காரன்

தன்மைகொண்ட 'கதை கேளு கதைகேளு' என்று தொடங்கும் பாடல் இடம்பெற்றது).

வட்டாரப் படங்கள்

வட்டாரப் படங்களுக்கமைந்த இப்பண்பை போலச் செய்து பின்னால் சங்கிலி முருகன் தொடர்ந்து படமெடுக்கத் தொடங்கினார். மதுரையை மையமாகக் கொண்டதாகவும், வட்டாரம் என்னும் நிலையில் கிராம அதிகாரம் மற்றும் உடல் அதிகாரம் ஆகியவற்றை உள்ளீடாகச் சாதி அடையாளத்தையும் இவ்வகைப் படங்கள் கொண்டதாகவும் இருந்தன. இந்த இரண்டு அதிகாரமும் நாயக சாகசத்திற்கு ஏதுவாக அமைந்தன. இடதுசாரி சாகச சினிமாக்களை இந்த உள்ளூர் வீரர்களின் சாகச சினிமாக்கள் மெல்ல மெல்ல எடுத்துக்கொண்டன. அதாவது அதுவரையிலான ஒடுக்கப்பட்ட நாயகன் உள்ளூர் இடைநிலைச் சாதி நாயகனால் உள்வாங்கப்பட்டான். அரசியல் நிலைபாடுகளில் ஆர்வம் காட்டி திரைப்படக் கதையாடலைத் தட்டையாக்கிவிட்டிருந்த இடதுசாரி சாகச சினிமாக்களைக் காட்டிலும் வட்டாரத்தைச் சித்திரிக்கும் விதத்தில் உள்ளூர்த் துல்லியத்தைக் காட்டிய இந்த வட்டாரப் படங்கள் முன்னுக்கு வந்தன.

இந்தப் பின்னணியில் உள்ளூர் வீரர்களின் கதைகளைக் கூறும் படங்களில் இடம்பெற்ற பாடல் வகைமை இப்படங்களைப் போலச்செய்த பிந்தைய வட்டாரப் படங்களிலும் இடம்பெறத் தொடங்கின. வாழ்ந்து முடிந்த நிஜமான நாட்டார் வீரர்களின் கதைகள் முடிந்து அவ்விடத்தில் கிராமங்களில் முஷ்டி முறுக்கும் தன்மைகொண்ட நாயகர்கள் புனையப்பட்டனர். வட்டாரப் படங்களின் இசைக் கடவுளாக மாற்றப்பட்டிருந்த இளையராஜா முந்தையவற்றின் தொடர்ச்சியில் இப்படங்களின் டைட்டில் பாடலைக் கட்டியங்காரனாகப் பாடிக்கொண்டிருந்தார். எங்க ஊரு பாட்டுக்காரா (எங்க ஊரு பாட்டுக்காரன் 1987) எங்க ஊரு காவல்காரா (*எங்க ஊர் காவல்காரன் 1988*) வந்தாரை வாழவைக்கும் ஊரு (*பெரிய வீட்டு பண்ணைக்காரன் 1990*) பாண்டி நாட்டு தங்கம் பசும் பொன்(னு) போற்றும் சிங்கம் (*பாண்டி நாட்டுத் தங்கம் 1989*) ஆலமர வேரு எங்க பெரியமருது பேரு (*பெரிய மருது 1994*) என்று நாயகனையும் அவன் சாகசத்தையும் பெருமைப்படுத்தும் இப்பாடல்களின் ஊடும்பாவுமாக ஊர்ப்பெருமை, முன்னோர் பெருமை, சாதிப்பெருமை ஆகியவை இடம்பெறத் தொடங்கின. பின்னர் இப்போக்கு நாயக அறிமுகப் பாடலுக்கானதாக மாறத் தொடங்கியது.

வட்டாரப் பாடல்களின் அடுத்த கட்டம்

இந்தத் தொடர்ச்சியில் அடுத்த மாற்றம் *தேவர்மகன்* (1992) படத்தில் இடம்பெற்ற போற்றிப் பாடி பெண்ணே பாடல் 1980களில் இடம்பெற்று வந்த வட்டாரப் பாடல்களின் அடுத்த கட்டம் என்று கூறலாம். வட்டார சினிமாவின் இனவரைவியல் தன்மையைத் துல்லியமாக்கியது இப்படம். அதற்கான இசை வகைமையைப் புதிதாகத் தொடங்கி வைத்ததாக இப்பாடலைக் கூறலாம். குறிப்பிட்ட வட்டாரத்தின் சாதியை மையப்படுத்திய இப்பாடல் அச்சாதிக்குரிய பெருமையைக் கட்டமைத்தது. காலடி மண், போற்றிப்பாடுதல், தெற்கு திசை, மன்னர் இனம், மானம் மரியாதை, முன்னோர் பெருமை போன்ற சொல்லாடல்கள் நிரம்பி வழிந்த பாடல் இது. ஒரு பாடல் என்ற வகையில் தமிழ் சினிமாவில் அமைந்த இனிமையான பாடல்களில் ஒன்றாகவும் இது அமைந்துவிட்டது.

இந்த வகைமையின் இசையமைப்பாளராகவும் இளையராஜாவே இருந்தார். தேவர்மகன் படத்திற்கு முந்தியும் பிந்தியும் வந்த *சின்னக் கவுண்டர்* (1992) *எஜமான்* (1993) போன்ற வட்டார சினிமாக்களிலும் இதே பெருமித பாடல்கள் இடம்பெற்றன. (கண்ணுப்பட போகுதய்யா சின்னக் கவுண்டரே, எஜமான் காலடி மண்ணெடுத்து) எனினும் அவை போற்றிப் பாடி பொண்ணே பாடல் போன்று அமையவில்லை. அப்பாடலின் சினிமா போலிகளே இவை. இப்பாடலைப் போல அமைந்தாலும் நாயக வழிபாட்டுப் பாடல்களாகவே அவை அமைந்தன. இந்த வகையில் ‘போற்றிப் பாடி பொண்ணே’ என்பது வட்டாரச் சாதிகளின் இனவரைவியல் தன்மைக்கான தனி இசைவகைமையாக நின்றது. தொடர்ந்து குறிப்பிட்ட சாதிப் புகழை மட்டும் செலாவணியாக்கிக் கொள்ளும் *சீவலப்பேரி பாண்டி* (சீவலப்பேரி பாண்டியடா) *பாரதி கண்ணம்மா* (கொட்டுங்கடா), *சண்டக்கோழி* (முக்குலத்து சூரியனே) போன்ற படங்களின் பாடல்கள் சினிமாத் தன்மையோடு அமைந்தன. இப்பாடல்களுக்கு இசையமைத்தவர்கள் ஆதித்தன், தேவா, யுவன் சங்கர் ராஜா ஆகியோர். இதில் கமலஹாசனே எடுத்த *விருமாண்டி* (2003) படத்தில் மதுரை வட்டாரத்தில் குறிப்பிட்ட சாதியின் தொன்மக் கதையை கருமாத்தூர் காட்டுக்குள்ளே என்று அப்படியே பாடலாக்கியது. விருமாண்டி படம் மதுரைக்கு மேற்கே உள்ள பிரமலைக் கள்ளர் வகுப்பைப் பின்புலமாகக் கொண்டது. நீண்ட நாளுக்குப் பிறகு இளையராஜா வட்டாரக் கதைப் பாடலுக்கு இதில் இசையமைத்திருந்தார். இந்தப் பாடலை முத்துலிங்கம் இயற்றியிருந்தார். எனினும்

இப்பாடலும் தாளக்கட்டும் சினிமாவிற்கான வழமையில் அமையவில்லை. உசிலம்பட்டி வட்டாரத்தில் வணங்கப்படும் விருமாண்டி தெய்வத்தின் கதைப்பாடலையே பாடலாக எழுதியிருந்தார் முத்துலிங்கம். இளையராஜாவும் உள்ளூர் இசைக் கருவிகளைக்கொண்டு இசையமைத்திருந்தார். பாடலை உள்ளூர் பாடகர்களான பெரிய கருப்பத்தேவரும் திருவுடையானும் பாடியிருப்பார்கள். இந்தக் கதைப்பாடல் கூத்தில் கதை சொல்லும் வடிவில் பாடலும் வசனமுமாக அமைந்தன. இந்தக் கதையே படமாக மாறவில்லை. ஆனால் கதைப்பாடலிலுள்ள பாத்திரங்களையும் கதையையும் தழுவி அவற்றைக் குறியீடாக எடுத்துக்கொண்டு நிகழ்காலத்தில் நடக்கும் கதையாகப் பல்வேறு மாற்றங்களுக்கு உட்படுத்தி படம் உருவாக்கப்பட்டது. எனவே இதையும் வட்டார இனவரைவியல் தன்மைக்கான இசை வகைமையாகக் கொள்ளலாம். கமலின் எடுக்கப்படாத படமான *மருதநாயகத்திற்காக* உருவாக்கப்பட்டு வெளியிடப்பட்ட ஒரே பாடலான 'பொறந்தது பனையூரு மண்ணு" என்பதும் வட்டாரத்தை வரையறையாக்கிக் காட்டிய தனி இசை வகைமைப் பாடலே ஆகும். எனினும் இப்பாடல்கள் சினிமா இசையமைப்பாளர்கள் வட்டார இனவரைவியலுக்கென உருவாக்கிக் காட்டிய தனி இசை வகைமைகளே.

இதற்கு அடுத்துதான் திரைப்படக் கதையாடலில் தனித்த தாக இல்லாமல் கதையின் பகுதியாகவே அமையும் இசை வகைமை உருவானது. உள்ளூர்க் கதை மரபான கூத்தின் கட்டியங் காரன் தன்மையைக் கொணர முற்பட்டனர். இளைய ராஜாவோ பிற இசையமைப்பாளர்களோ திரைப்படத்திற் கென்று உருவாகியிருந்த பாடல் சட்டகத்திலிருந்தே சிற்சில மாற்றங்களோடு அதுவரையிலான இந்த வட்டாரப் பாடல் களை உருவாக்கி வந்தனர். ஏறக்குறைய இவை ஒரே வகை மாதிரியில் இருந்தன. இந்நிலையில் தான் வட்டாரத்தின் அசல் தன்மையைக் கொணர அக்குறிப்பிட்ட வட்டாரத்தில் (சாதியின்) இயங்கும் பாடகர்களை, பாடல்களை, இசைக் கருவிகளை அப்படியே படத்திற்குள் கொணரும் முயற்சி உருவானது.

இப்போக்கின் தொடக்கமாகப் *பாஞ்சாலக்குறிச்சி* (1996) படப் பாடலான 'வந்தியளா வந்தியளா" என்ற பாடலைக் குறிப்பிடலாம். திரைப்படத்தில் இடம்பெறாவிட்டாலும் அப்படத்தின் பாடலாக அறியப்பட்டு இன்று வரையிலும் இப்பாடல் பரவலாக ஒலித்து வருகிறது. படத்தின்

தலைப்பே வட்டாரப் பண்பையும் அதன்மேல் சரித்திர நிழல் படிந்த வீரத்தையும் காட்டிவிடுகிறது. தென்மாவட்ட கிராமமொன்றில் நடப்பதாக அமைத்த இக்கதையாடலில் இப்பாடல் தனி இசைவகைமைக்கான கூறுகளோடு புதிய போக்காக அமைந்தது. அதாவது கிராமப்புறங்களில் கூத்து நடக்கும்போது இடம்பெறும் வந்தனம் கூறுதலைத் தழுவி பாடல் இடம்பெற்றது. பாடல்களும் அதனுள் இடம்பெறும் கதைகளும் மாறினாலும் இந்த வந்தனம் கூறும்முறை எல்லா இடத்திலும் ஒத்தே அமையும்.

> 'வந்தியளா வந்தியளா
> கூத்துபாக்க வந்தியளா நீங்க
> குத்தவைக்க வந்தியளா
> நாடகம் பார்க்க வந்தியளா நீங்க
> நட்டமா நிக்க வந்தியளா
> அண்ணன்மாரே அக்காமாரே
> பெத்தெடுத்த தாய்மாரே
> பேருபெற்ற பெரியோரே"

என்பது அப்பாடலின் தொடக்கம். இது அப்படியே கூத்தைக் காட்சிப்படுத்திக் காட்டுவதாக இருக்கிறது. பாடலின் இசையமைப்பாளர் தேவா என்றாலும் இப்பாடலை அவருடைய உருவாக்கமென்று கூறுவதைவிடவும் கிராமக்கூத்துப் பாடலைப் பெருமளவு மாற்றாமல் அப்படியே திரைக்கேற்ப இடம் மாற்றியிருக்கிறார் என்றே கூற வேண்டும். அதேபோல படத்தின் பிறபாடல்கள் எல்லாவற்றையும் எழுதிய வழக்கமான திரைப்படப் பாடலாசிரியரான வைரமுத்து எழுதாமல் இப்பாடலை மட்டும் பட இயக்குநரான சீமான் எழுதினார். இது உள்ளூர் இசை வகைமையாக வரவேண்டுமென்று கருதி உள்ளூர்க் கூத்துப்பாடலைச் சிற்சில மாற்றங்களோடு எழுதியிருக்கிறார். உள்ளூர்க் கூத்துப் பாடல்களின் மற்றொரு உள்ளடக்கத்தையும் இப்பாடல் அப்படியே பின்பற்றியது. அதாவது குறிப்பிட்ட ஊரில் வாழும் சாதியினரைப் பொறுத்து அவர்களின் பிம்பங்களை வாழ்த்திப் பாடுவது இவ்வகைமையின் பொதுப்போக்கு. அவ்வாறு பாடாதபட்சத்தில் கலைஞர்கள் தாக்கப்படுவதும், அடுத்தமுறை வாய்ப்பில்லாமல் ஆக்கப்படுவதும் நடக்கும். எனவே பெரும்பாலும் இப்போக்கிற்கு இணங்கியே வாழ்த்துப் பாடல் அமையும். (இதை எதிர்த்தும், ஆதரித்தும் முரண்கொண்ட சாதியினரிடையே மோதல்களும் நடந்திருக்கின்றன) அதன்படி 1980களின் மதுரை பார்முலா உள்ளூர்ப் படங்களின்

தொடர்ச்சி காரணமாக இப்பாடலிலும் தென்மாவட்டத்தின் குறிப்பிட்ட சாதி பிம்பத்தின் புகழ்ச்சி இடம்பெற்றது.

"மன்னாதி மன்னவராம்
மறவர்குல மாணிக்கமாம்
முக்குலத்து சிங்கமுங்க
முத்துராமலிங்கமுங்க
பொறந்து வளர்ந்த பூமி - அதை
போற்றிபாடுறோம் சாமி"

என்பவையே அவ்வரிகள்.

இதன் தொடர்ச்சியில் காணவேண்டிய அடுத்த படம் பருத்திவீரன் (2006). மதுரை வட்டாரத்தில் கதையாகவும் கதைப்பாடலாகவும் உலவும் மணிக்குறவன் கதையைத் தழுவி உருவாக்கப்பட்ட வட்டார சினிமா இது. இப்படத்தின் முதல் காட்சி கோயில் திருவிழா. அங்கு ஆடல் பாடல் கூத்து நிகழ்ச்சி நடக்கிறது. அதில் பாடப்படும் பாடலாகவே ஆடல் கலைஞர்களின் 'டங்கா டுங்கா தவுட்டுக்காரி" என்ற பாடல் இடம் பெறுகிறது. வந்தனத்தோடு அமையும் இப்பாடலின் இடையிலும் 'எங்கள் குலத்தங்கம், தேவர்குல சிங்கம், எழில் முத்துராமலிங்கம்" என்ற புகழ்பாடும் வரிகள் வருகின்றன. இசையமைப்பாளர் யுவன் ஷங்கர் ராஜா என்றாலும் சினிமா இசைத் துறையிலிருந்து விலகி உள்ளூர் கருவிகளையும் (மதுரை எஸ்.ஆர். சண்முகசுந்தரம் குழுவினர்) லட்சுமி, மதுரை சரோஜா, ராஜா ஆகிய உள்ளூர் பாடகர்களைக் கொண்டு இப்பாடல் உருவாக்கப்பட்டது.

இதன் தொடர்ச்சியில் சசிக்குமார் இயக்கிய *சுப்பிரமணியபுரம்* (2008) என்ற மதுரை வட்டாரப் படத்தின் பாடலைக் கூறலாம். படத்தில் இடம்பெறும் திருவிழாவை ஒட்டி நாடகம், ஆடல் பாடல், கரகாட்டம், நையாண்டி ஆகியவை இடம்பெறும். இந்தக் கலவையில் 'மதுரை குலுங்க குலுங்க, நீ நையாண்டி பாட்டு பாடு" என்ற பாடல் அமைகிறது. பருத்திவீரன் பாடலின் தொடர்ச்சியில் அமைந்தாலும் இப்பாடலில் கூடுதல் சினிமாத்தனம் கலந்திருந்தது. எனினும் இப்பாடலின் மொத்தப் பண்பில் தனி இசை வகைமை சார்ந்தே உருவாக்கப்பட்டது. வேல்முருகன், சுசித்ரா, மதுரை பானுமதி ஆகிய உள்ளூர்ப் பாடகர்களின் பங்களிப்பில் இது உருவானது. இந்தப் பாடலில் வெளிப்படையாக வட்டார பிம்பங்கள் இடம்பெறாவிடினும் "வந்தாரை வாழவச்ச ஊரு, புயல் வந்தாலும் அசையாது பாரு, எங்க தென்னாட்டு சிங்கம் வந்து,

முன்னேத்தி கொண்டு வந்த, பொன்னான கதை உண்டு கேளு" என்ற மறைமுகமான உள்ளூர் அடையாளப் புகழ்-தொனி இழையோடுகிறது.

இந்தத் தனி இசை வகைமையின் உச்சம் என்று உன்னை வணங்காத நேரமில்லை என்ற *மதயானைக் கூட்டம் (2013)* படப் பாடலைக் கூறலாம். மதுரைக்கு மேற்கே உள்ள உசிலம்பட்டி வட்டாரத்தில் வாழும் பிரமலைக் கள்ளர் சாதியை மையப்படுத்திய இனவரைவியல் கதை இது. அந்த வகையில் அச்சாதியின் வழக்கங்கள், எண்ணங்கள், 'குணாம்சங்கள்' என்பனவற்றை இப்படம் கையாண்டுள்ளது. படத்தின் முதல் காட்சியே சாவு வீட்டில் தொடங்குகிறது. அடக்கத்திற்காகப் பிணத்தைக் கொண்டு செல்லும் வரையிலும் உள்ளூரில் அதற்கென 'ஒதுக்கப்பட்ட' சாதியைச் சார்ந்த கலைஞர்கள் கொட்டு அடித்து, மைக் ரேடியோ கட்டி, இறந்தவரைப் பற்றிக் கதைகட்டிப் பாடுவது வழக்கம். அவ்வாறு சாவுவீட்டுப் பாடலோடு படம் தொடங்குகிறது. நாட்டுப்புறப் பாடகரான வேல்முருகன் பாடியிருக்கும் இப்பாடலை இந்த வட்டாரத்தைச் சேர்ந்த ஏகாதசி எழுதியிருக்கிறார் என்பது குறிப்பிடத்தக்கது. படமே குறிப்பிட்ட சாதியை மையப்படுத்துவதாக இருக்கும்போது தனியாகச் சாதி பிம்பத்தைப் புகழும் அவசியம் பாடலில் இடம்பெறவில்லை. அதற்கு மாறாக அக்குறிப்பிட்ட சாதியின் குணாம்சங்களென்று சிலவற்றைப் பாடல்வரிகள் அழுத்தமாக வரையறுக்கின்றன. முரடர்கள், ஆனால் குணமானவர்கள் என்பதான சித்திரங்களே அவை. (இந்தப் பாடலை போலச்செய்தே *தர்மதுரை (2016)* படத்தில் உள்ளூர்க் கலைஞரான மதிச்சியம் பாலாவை வைத்து மக்க கலங்குதப்பா பாடல் அமைந்தது). மொத்தத்தில் இதுவரையிலான இத்தகைய பாடல்களில் பெருமிதங்கள் மட்டுமே இனவரைவியல் தன்மையாகக் கட்டமைக்கப்பட்டிருக்கின்றன எனலாம்.

இவ்விடத்தில்தான் *பரியேறும் பெருமாள்* படத்தில் இடம்பெற்ற 'வணக்கம் வணக்கமுங்க" பாடலை நாம் பொருத்திப் பார்க்க வேண்டியிருக்கிறது. மேற்கண்ட தனி இசை வகைமையைச் சார்ந்ததே இப்பாடல். ஆனால் மேற்கண்ட படங்களைப் போல் சாதியை பெருமைப்படுத்துவதாகவோ மௌனம் காப்பதாகவோ இப்படம் அமையவில்லை. மாறாகச் சாதியின் கொடூரத்தை நுட்பமாக விளக்கி ஒடுக்கப்பட்டோர் நோக்கிலிருந்து சாதியைக் கைவிடுவதைப் பற்றிய உரையாடலை நிகழ்த்த அழைக்கிறது. அதனால் இதை வட்டாரத்திலிருந்து

விலக்கிப் பேசமுடியாது. அந்த வட்டாரத்திலிருந்தே பேச விழைகிறது. அதுவே இயல்பானதாகவும் இருக்க முடியும். அதன்படி அக்கதையாடலுக்கான வட்டாரத்தைத் திரைப்பிரதி தேர்ந்தெடுத்துக்கொண்டிருக்கிறது. வழக்கம்போல் தென் தமிழகத்தின் கிராமப் பகுதியே அந்த வட்டாரம். அந்த வட்டாரத்தின் தன்மையைக் கொணரும் பொருட்டு மேற்கண்ட படங்களைப் போலவே தனி இசை வகைமையிலான இந்தப் பாடலைக் கொணர்ந்து பொருத்தியிருக்கிறது. படத்தில் கிராமத்துக் கூத்துக் கலைஞர்கள் பாடுவதாகவே இப்பாடல் அமைகிறது. வடிவம் என்ற அளவில் மேற்காட்டிய பாடல்களைப் போலவே நிலப்பரப்பு, வந்தனம் ஆகியவற்றை வரையறுத்துக்கொள்கிறது. பருத்திவீரன் படத்தின் டங்கா டுங்கா பாடலில் ‘கூடும் சபையோரே, குணத்தில் பெரியோரே, வந்தனம் வந்தனம், வந்த சனம் எல்லாம் குந்தனும்” என்ற வரிகளும் *மதயானைக் கூட்டம்* படப் பாடலில் ‘சீரும் சிறப்புமா நிகழ்ச்சி அமைய, சின்னவங்க பெரியவங்க அமைதி காக்கணும்” என்ற வரிகளும் வருகின்றன. இதே வடிவத்தில் *பரியேறும் பெருமாள்* படப்பாடலிலும் ‘கூடும் பெரியோரே குணமுள்ள தாய்மாரே, கும்பிட்டோம் கும்பிட்டோம் கோடி வணக்கமுங்க” என்ற வரிகள் அமைகின்றன. ஏறக்குறைய இவ்வகை பாடல்களில் மெட்டு, வரிகள், பாடும் முறையெல்லாம் ஒரே மாதிரி அமைகின்றன. எனவே மேற்கண்ட பாடல்களைத் தழுவி இப்பாடல் அமைந்ததென்று பார்ப்பதை விட இவ்வகையான பாடல்களின் பொதுத்தன்மை கருதியே இவ்வாறு அமைந்துள்ளன. அதே போல இப்படத்தின் பிற பாடல்கள் பட இசையமைப்பாளரின் உருவாக்கமாக அமைய, இப்பாடல்கள் மட்டும் உள்ளூர்ப் பாடகர்களைக் கொண்டு அவர்கள் ஏற்கனவே ஊரில் பாடி வந்த பாடலை அப்படியே பாடுவதாக அமைந்துள்ளது.

படம் தேர்ந்தெடுத்துக்கொண்டுள்ள தென் தமிழக ஒடுக்கப்பட்டோரின் வாழ்வியலோடு ஒன்றிக்கிடக்கும் கலை நடைமுறையைச் சொல்வதாக இது அமைகிறது. அதன்படி இப்பாடலில் சொல்லப்படும் நிலப்பரப்பும், குணாம்ச சித்தரிப்பும் ஒடுக்கப்பட்டோருக்குரியது. தென்தமிழகத் திரைப்பட வரலாற்றில் இந்த வகையில் இப்பாடல் புதிது. ஒடுக்கப்பட்டோர் வாழ்வியலை, கலையைச் சொல்லுகிற அதேவேளையில் அது குணாம்ச ரீதியாகப் பிறவற்றிலிருந்து வேறுபட்டும் வெளிப்பட்டும் இருக்கிறது. அதாவது சாதிப்பெருமை பேசுவதாக இப்பாடல்

மாற்றப்படவில்லை. சாதிப் பெருமையாக மாறிவிடக்கூடிய வாய்ப்புகளிலிருந்தும் அதிலிருந்து விலகியும் படத்தின் மொத்தக் கதையாடலுக்கேற்ப பாடல் தனக்குரிய வரையறையைத் திட்டமிட்டுக் கொண்டிருக்கிறது. அதேவேளையில் முற்றிலும் விலகிவிட்டதென்று கூறமுடியாத அளவிற்கு அப்பாடலில் அம்மக்களுக்கான பிம்பம் ஒன்றையும் முன் வைக்கிறது. 'என் குருவு பேரு ஆர்.கே. ஆருங்க" என்று அவ்வரி அமைகிறது. ஆர்.கே.ஆர் என்பது ஆர்.கே. ராஜா என்பதின் சுருக்கம். பாடலில் குறிப்பிடப்படும் அவர் புளியங்குளத்தைச் சேர்ந்தவர். அப்பகுதியின் ஒடுக்கப்பட்ட மக்கள் சார்பாகச் செயல்பட்ட வட்டாரத்தலைவர். மேற்கண்ட பாடல்களில் சாதியாதிக்கத்தைத் தக்க வைப்பதற்கான பிம்பங்கள் முன் வைக்கப்பட, இப்பாடல் அந்த அம்சத்தில் வேறுபட்டுச் சாதியாதிக்கத்திற்கு எதிராகச் செயல்பட்ட தங்களின் பிம்பம் ஒன்றை முன் வைக்கிறது. இவ்வாறு மேற்கண்ட தனி இசை வகைமை பாடல்களின் தொடர்ச்சியைக் கொண்டிருந்தாலும் அதிலிருந்து விலகிய அம்சத்தையும் இப்பாடல் கொண்டிருக்கிறது. சாதி பற்றி இப்படம் முன்வைக்கும் மொத்த அர்த்தப் பாட்டிலிருந்து பார்க்கும்போதும் இந்த விலகலின் பொருத்தத்தை நாம் புரிந்துகொள்ள முடிகிறது.

இவ்விடத்தில் விதிவிலக்கான உதாரணம் ஒன்றையும் இணைத்துப் பார்க்கலாம். இந்த தனி இசை வகைமை என்பது வட்டார சினிமாக்களுக்கு உரியதாகவே இருந்து வருகிறது. இதில் கானா என்பது சென்னை வட்டார விளிம்புநிலை மக்களின் பாடல் வகைமையாக இருந்துவருகிறது. எனினும் இதனைத் தென்தமிழக வட்டார இசை வகைமையைப் போல் நாம் கருதியதில்லை. ஏனெனில் கானாவை 'வித்தியாசமான' அனுபவத்திற்காகவே சினிமா கையாண்டு வந்திருக்கிறது. மேலும் சினிமா சட்டகத்திற்கேற்ற கானாவையும் அது படைத்துக்கொண்டது. அதனால் அதில் தென்தமிழக வட்டார சினிமாவில் காட்சிப்படுத்தியதைப் போல இனவரைவியல் தன்மை இருந்ததில்லை. அதனால் அதைத் தனி இசை வகைமையாக நாம் பார்க்கமுடிந்ததில்லை. ஆனால் இப்போக்கில் மெட்ராஸ் திரைப்படப் பாடல்கள் ஒரு மாற்றத்தை நிகழ்த்தின எனலாம். 'சென்னை வடசென்னை, கறுப்பர் தமிழ் மண்ணை" என்று தொடங்கும் அப்படத்தின் பாடலில் 'எங்க ஊரு மெட்ராசு, அதுக்கு நாங்கதானே அட்ரசு" என்கிறது. கால்பந்து, குத்துச்சண்டை, கேரம்போர்டு, கபடி, வீடுகள், மொட்டைமாடி போன்ற அடையாளங்கள்

மீது உரிமை கோருகிறது. இது வரையில் சினிமாக்களில் புறக்கணிக்கப்பட்ட அல்லது இழிவாகக் காட்டப்பட்ட தங்கள் அடையாளத்தை மீட்டெடுத்து நிலவியலோடும் சமூகக்கூறுகளோடும் இணைக்கும் ஓர்மையிலிருந்து இந்த வரைவு பிறக்கிறது. *பரியேறும் பெருமாளின்* இப்பாடலுக்கும் இந்நிலைப்பாட்டை அப்படியே பொருத்த முடியும்.

தென்தமிழக சினிமாக்களில் சொல்லப்படாத அல்லது ஆதிக்க சாதி பிம்பங்களை எல்லாமனதாகக் காட்டிவந்த போக்கிற்கான மாற்று நிலைப்பாடுதான் இப்பாடலும். தென்தமிழகப் படங்களில் முத்துராமலிங்கத்தேவரின் பிம்பம் காட்டப்பட்டு வந்த நிலையில் பரியேறும் பெருமாள் ஆர்.கே. ராஜா என்ற வட்டார பிம்பத்தை முன் வைக்கிறது. அதேபோல நேர்முரணாக இம்மானுவேலை முன்வைக்காத இப்படம் அவ்விடத்தில், பதிலாக வட்டாரத்தின் அசல் தன்மைக்கேற்ப ஆர்.கே. ராஜாவை முன் வைத்திருப்பது போல் தோன்றுகிறது. அதே வேளையில் இம்மானுவேலின் நினைவாகத் தென்தமிழகத்தில் பாடப்படும் ‘எங்கும் புகழ் துவங்க” என்ற பாடல் பட இயக்குநர் மாரி செல்வராஜாலேயே தழுவப்பட்டு காதல் பாடல் போல மாற்றப்பட்டுள்ளது. படைப்பூக்கம் உள்ள மாற்றுவடிவம் இப்பாடல். அந்த வகையில் இந்தப் பாடல் சினிமா பிரதிபலித்து வந்த வட்டார அரசியலின் இணைப்பிரதி எனலாம். (மெட்ராஸ் படத்திலும் இதுபோன்றதொரு பாடல் இருக்கிறது. ஒடுக்கப்பட்ட சாதியின்; அரசியலைப் பிரதிபலிக்கும் அன்பு வெட்டிக் கொல்லப்பட்ட பின்னால் கானா பாலாவின் குரலில் ‘இறந்திடவா நீ பிறந்தாய்” என்ற பாடல் ஒலிக்கிறது. இப்பாடல் சென்னை, திருவள்ளூர், காஞ்சிபுரம் வட்டாரங்களைப் பிரதிபலித்த தலித்தலைவர் பூவைமூர்த்திக்காக எழுதப்பட்டிருந்தது. அப்பாடலைத் தழுவி இப்பாடல் அமைத்துக் கொள்ளப்பட்டது).

இத்தகைய விரிந்த பின்னணியில் *பரியேறும் பெருமாள்* படத்தின் ‘வணக்கம் வணக்கமுங்க” பாடலைப் பொருத்திப் பார்க்க இடமிருக்கிறது. ஒடுக்கப்பட்டோர் அரசியலில் மட்டுமல்ல. வெகுஜனக் கலை முயற்சியிலும் இது குறிப்பிடத்தக்க தருணம். அவர்கள் தங்களைப் பற்றிய — தங்களைச் சார்ந்த கதையாடல்களை முன்வைக்கும்போது அவற்றில் வெளிப்படும் அரசியல் கருத்துகள் சார்ந்து மட்டுமல்ல பிரதியினுள் ஊடாடும் இத்தகைய முயற்சிகள் மூலமும் மாற்றுக் கதையாடல்களை உருவாக்குகிறார்கள். இதுவரையிலான பிம்பங்களைத்

தங்களின் மாற்று பிம்பங்கள் மூலம் எதிர்கொள்கிறார்கள். இவை அவர்களால் திட்டமிட்டோ, திட்டமிடாமலோ, தொடர்ச்சி காரணமான வணிகச்சூழல் சார்ந்தோ எப்படியும் அமையலாம். ஆனால் இவற்றில் எல்லாமும் முற்றிலும் புதிதானதில்லை. ஏதோவொரு வகையில் கடந்த காலத்தின் தொடர்ச்சியிலிருந்து சில விசயங்களில் விலகியும் சில விசயங்களில் தொடர்ந்து சூழலுக்கேற்ப முன்னெடுத்தும் பயணிக்கிறார்கள். இங்கு பழையதிலிருந்து விடுபட்டுவிட்டோம் என்றோ முற்றிலும் புதிதாக உருவாக்கிவிட்டோம் என்றோ சொல்லிவிட முடியாது. ஆனால் முயற்சியும் எதிர்கொள்ளலும் நடக்கின்றன என்பதையே இப்பிரதிகளும், அதன் உள்ளீடுகளும் காட்டுகின்றன. ஏற்கனவே இருந்துவந்தவற்றை அப்படியே ஒத்துக்கொள்ளாமல் அதன் மீது புதுப்புது கதையாடல்கள், புதுப்புது அர்த்தங்கள் எழுகின்றன. சமூகத்தளத்தில் எப்போதும் நடந்துவரும் போராட்டத்தின் அங்கம் இது. அதாவது திரைப் பிரதிகள் வழியாக நடக்கும் எதிர்கொள்ளல்.

மின்னம்பலம்
பிப்ரவரி 14, 2018
இணைய இதழ்

பாரதிராஜாவின் ‘மண் வாசனை’: ஒரு மீள்பார்வை

தமிழ்த் திரைப்படங்களில் பாரதிராஜாவின் *மண்வாசனை* படத்திற்குத் தனி இடமுண்டு. ஸ்டூடியோக்களில் அடைபட்டுக் கிடந்த சினிமாவைக் கிராமப்புறங்களுக்குக் கொண்டு வந்தவரென்று அவரைப் பற்றி வழமையாகச் சொல்லப்படுவதுண்டு. அவருக்கு முன்பே சினிமாக்கள் கிராமப்புறங்களுக்கு வந்துவிட்டிருந்தன. கிராமப்புறங்களை அதற்குரிய துல்லியத்தோடு காட்டியவர் (காட்ட முயன்றவர்) என்பதே இதற்கான பொருள். அவர் *மண்வாசனை*க்கு முன்பே படங்கள் எடுத்திருந்தாலும் இத்துல்லியம் நேர்த்தியாக வெளிப்பட்ட படமென்று *மண்வாசனை*யைக் கூறலாம். பாரதிராஜாவின் சினிமா வரலாற்றில் மட்டுமல்ல தமிழ் சினிமா வரலாற்றிலும் கிராமக் கதைகளுக்கான வகை மாதிரியாக இப்படம் மாறியது. அதுவரை கிராமத்தைக் காட்டுவதே கிராமியப் படமென்று கருதப்பட்ட நிலை மாறி கிராமப்புற வழக்காறுகள் திரைப்படக் கதையாடலாக மாற இப்படம் வழிகாட்டியது. “இந்த மண்ணை வணங்கி, மண்ணில் நடந்த உண்மைச் சம்பவத்தைக் கற்பனைப் பெயர்களுடன் எடுக்கிறேன்” என்று படத்தொடக்கத்திலேயே இயக்குநர் பாரதிராஜா சொல்லிவிடுகிறார்.

இதன் மூலம் இக்கதையை உண்மைச் சம்பவம் என்கிறார். சரித்திரத்தில் இருப்பது மட்டுமல்லாமல் சாமான்யர்களின் உண்மைச் சம்பவங்களும் திரைப்படமாகலாம் என்பதற்கு இது வழிகாட்டியது.

பாரதிராஜாவைக் கிராமப்புறங்களின், கிராமப்புறக் கதையாடல்களின் நாயகனாகக் குறிப்பிட்டாலும் அவர்காட்டிய கிராமங்களும் கிராமக் கதைகளும் எத்தகையதாக இருந்தன என்ற கேள்வியையும் நாம் எழுப்பிப் பார்க்கவேண்டியுள்ளது. அவர் காட்டிய கிராமங்களும், கிராம மனிதர்களும் ஒரே வகை மாதிரியைக் கொண்டிருந்தன. அந்த வகையில் அவர் தனது படங்களில் காட்டிய கிராமங்களில் எது எதார்த்தம்? எது புனைவு என்ற கேள்வி தீவிரமடைந்துவிடுகிறது. தன் படங்களில் அவர் உள்ளதை உள்ளவாறு மட்டும் சித்திரிக்கவில்லை. அச்சித்திரிப்பைக் காட்டுவதன் மூலம் அதன்மீது ஒரு புனைவை அல்லது முடிவை அல்லது கருத்தை முன் வைக்கிறார். ஓர் இயக்குநராக அவரின் கருத்தியலை மட்டுமல்ல இவையெல்லாம் அவரின் சித்திரிப்பையே கூட கட்டுப்படுத்துகிறது. எனவே அவரின் எதார்த்தம் என்பது அவர் கருத்தியலின் எல்லைக்குட்பட்டதாகவே இருக்கிறது என்ற புரிதலோடு *மண்வாசனை* என்ற இப்படத்தைப் பற்றிப் பேசலாம்.

தேனி மாவட்டத்தில் கரிசல்பட்டி, காக்கிவாடன் பட்டியென்று அருகருகே அமைந்த கிராமங்கள். இரண்டு கிராமங்களுக்கிடையே பகை புகைந்துகொண்டிருக்கிறது. இரண்டு தரப்பாரும் ஒரே சாதியினரே. கரிசல்பட்டியிலுள்ள மூக்கையா தேவர் ஜல்லிக்கட்டுகளில் தன் மாடு ஜெயிப்பது மூலம் பெருமை கொள்பவர். அவருக்கு மனைவியும் முத்துப்பேச்சி என்ற மகளும் இருக்கிறார்கள். குடும்பத்திற்கு வெளியே பரத்தையையும் (வைப்பாட்டி) கொண்டிருக்கிறார். ஏறக்குறைய தாசி என்ற நிலையிலான பாத்திரம். தமிழ் சினிமாவின் வழமையான எதிர்மறை 'வேசி' பாத்திரமானவள், சுரண்டிக் கொழுப்பவள். மூக்கையா தேவர் மனைவியின் பிறந்த வீட்டில் அவள் ஆத்தாவும், தம்பி வீரண்ணனும் இருக்கிறார்கள். ஆனால் காணியும், நகைசீரும் செய்யாததால் பத்து வருடமாகத் தன் மனைவியையோ மகளையோ அங்கு அனுப்பாமல் விரோதம் பாராட்டி வருகிறான் மூக்கையா. இதற்கிடையே அவன் மகள் முத்துபேச்சி சமைந்தபோது முறைமாமன் சீரை விட்டுத்தர மாட்டேனென்று வீரண்ணன் நிற்கிறான். முறை கருதி மூக்கையாதேவரும் படியிறங்கிச்

சென்று அவர்களை அழைக்க வேண்டியிருக்கிறது. பகை தீராவிட்டாலும் முத்துப் பேச்சியும் வீரண்ணனும் உறவுகருதி உரிமையோடு காதலித்து வருகிறார்கள்.

இதற்கிடையே பக்கத்து ஊரு ஜல்லிக்கட்டுக்குப் போகும் மூக்கையா தேவர் போதையில் காளையை அடக்குபவருக்குத் தன் மகளைத் தரும் பணயத்திற்குக் காக்கிவாடன்பட்டிக்காரர்களிடம் உடன்பட்டு விடுகிறான். யாருக்கும் தெரியாமல் அவன் மாட்டுக்குச் சாராயத்தை ஊட்டி விடுவதால் அது பந்தயத்தில் தோற்கடிக்கப்பட்டுவிடுகிறது. காக்கிவாடன்பட்டிக்காரர்களோ வாக்குறுதியை நிறைவேற்றச் சொல்லி முறுக்கி நிற்கிறார்கள். போதை தெளிந்தபின் தான் செய்த தவறை உணருகிறான். அவன் மனைவியும் மகளும் ஒப்புக்கொள்ள மறுத்து தற்கொலைக்குத் துணிகிறார்கள். அவர்களைத் தடுத்துவிடும் மூக்கையா தேவர் மாட்டைக் கொன்றுவிட்டுத் தானும் செத்துப் போகிறான். பஞ்சாயத்திலும் முடிவு ஏற்படாமல் கல்யாணத்திற்குத் தாலி வாங்கிக்கொண்டு திரும்பும்போது நடக்கும் மோதலில் காக்கிவாடன் பட்டிக்காரர்களை வெட்டிவிட்டு வீரண்ணன் தப்பி ஓடிவிடுகிறான். அவன் எங்கு சென்றான் என்பது தெரியாமல் அவனுக்காகவே எதிர்பார்த்து வாழ்ந்துவரும் முத்துப்பேச்சிக்கு ஒருநாள் அவன் ராணுவத்தில் இருப்பதாகக் கடிதம் வருகிறது. அவன் திரும்பி வந்து மணமுடிப்பான் என்று அவள் காத்திருக்கிறாள். ஆனால் ராணுவத்திற்குச் சென்றவன் அங்கொரு வட இந்தியப் பெண்ணை மணந்துகொண்டு ஊருக்குத் திரும்புகிறான். இது ஊராருக்கு, குடும்பத்திற்கு, முத்துப்பேச்சிக்குப் பேரிடியாக இருக்கிறது. இந்த எதார்த்தத்திற்கு அவள் மெல்ல மெல்லத் தயாராகும்போது மீண்டும் காக்கிவாடன்பட்டிக்காரர்கள் பணயப் பெண்ணான முத்துப்பேச்சியைத் தூக்கிச்செல்ல வருகிறார்கள். மீண்டும் இரண்டு ஊருக்குமிடையே மோதல் எழுகிறது. முத்துப்பேச்சியைக் காப்பாற்றச் சொல்லி வடமாநிலப் பெண்ணே வீரண்ணனிடம் அரிவாளை கொடுத்தனுப்புகிறாள். ஆனால் அங்கே நடக்கும் மோதலில் அப்பெண்ணே குறுக்கே நின்று சாகிறாள். பின்னர் முறைமாமனோடு முத்துப்பேச்சியே சேருவதாகப் படம் முடிகிறது.

கதையைக் கலைமணியும் வசனத்தை பஞ்சு அருணாச்சலமும் எழுதியிருந்தாலும் இது பாரதிராஜாவின் படம் என்பதில் எவ்வித அய்யமும் இல்லை. அவர் உருவாகி

வந்த நிலப்பரப்பின், சமூகப் பின்னணியின் சித்திரமாகப் படம் நேர்த்தியாக விவரிக்கப்பட்டுள்ளது. படக்கதையைச் சுருக்கமாக பார்க்கிறபோதே முறை மாமன் உறவு, சீர், அதில் உருவாகும் மானம் என்கிற நிலைபாடு, அதற்கான வீம்பு, மோதல், பகை என்று கிராமங்களுக்குரிய அம்சங்களோடு அமைந்திருப்பதைப் புரிந்துகொள்ள முடிகிறது. ஒரு கிராமமென்ற அளவில் அதன் அம்சங்களான இந்த எதார்த்தங்களைப் படம் சித்திரித்திருப்பதில் எந்தப் பிரச்சினையும் இல்லை. ஆனால் இந்த எதார்த்தங்களை வைத்துக்கொண்டு பிரதி எதைச் சொல்ல வருகிறது என்பதுதான் இங்கு முக்கியமானது. இந்த எதார்த்தங்கள் மீது அவர் வைக்கும் புனைவு, அதுவரையிலான எதார்த்தத்தோடு இணைந்து இருக்கிறதா? என்ற கேள்வியை எழுப்பிப் பார்க்கும்போதுதான் அவரின் கிராமம் எத்தகையது என்பதைப் புரிந்துகொள்ள முடியும்.

கிராமங்களின் அடையாளமாகக் கூறப்படும் எதார்த்தத்திற்கு முரண்பட்ட ஒரு புனைவைத் தன் 'எதார்த்தப் படங்கள்' மீது ஏற்றிக் கூறுகிறார் பாரதிராஜா. இப்படத்தின் கதை ஒரு சாதியின் கதைச்சித்திரம் அதற்கு முன் இந்த அளவிற்குச் சாதியடையாளங்கள் தமிழில் துல்லியமாக வெளிப்பட்ட படம் வேறில்லை என்றே சொல்லிவிடலாம். அதனையே இப்படம் மண்வாசனை என்று வரையறுத்துக்கொள்கிறது. பாரதிராஜா மண்ணின் / மண்வாசனை இயக்குநர் என்று புகழப்படுவதற்கு இதுவே முதன்மைக் காரணம். அந்த அளவில் தமிழின் முதல் இனவரைவியல் படமென்று இதைக் கூறலாம். அந்தச் சாதியின் சமூக எதார்த்தத்தை பாரதிராஜாவின் புனைவிலான எதார்த்தமெவ்வாறு சித்திரித்துக் காட்டுகிறது? நடைமுறை எதார்த்தமும் திரைப்புனைவின் எதார்த்தமும் முரண்படுகிறது என்னும் பட்சத்தில் பாரதிராஜாவின் திரைமொழியும், கதையாடலும் அவற்றில் எந்த எதார்த்தத்தைச் சொல்லியிருக்கின்றன என்ற பதிலை அடைந்துவிடலாம்.

படம் முழுக்க விரவி நிற்கும் சாதிப்பெயர்களோடு பாரம்பரிய உறவு, உரிமை, வம்சம், மானம், ஆண்மை, வீரம் போன்ற அடையாளங்களை இப்படம் இணைக்கிறது. பகையும் மோதலும் உறவையும் உரிமையையும் காப்பதற்கே என்னும் சித்திரத்தையே கிராமத்தின் மீது கட்டமைக்கிறது. வன்முறையின் மற்றொரு அங்கமாகவே பாசத்தையும் ஏக்கத்தையும் வைக்கிறது. இவற்றையெல்லாம் விமர்சனப்பூர்வமாக அணுகுவதற்குப் பதில் அதையே நம்முடைய கிராமங்களின், கிராமத்து மனிதர்களின் மண்வாசனையாக அணுகிவிடுகிறது. பாரம்பரிய

உறவுமுறைகள் சமூக அமைப்பிற்கு சவால்விடுவதைப் பேசவேண்டிய காலத்தில் அந்த உறவுமுறைகளைக் கொண்டாடுவதில் படம் கவனம் செலுத்திவிடுகிறது.

இந்தக் கதை கிராமப்புறத்தில் நடக்கிறது. கிராமப்புறக் கதையாடலைக் கொண்டிருக்கிறது. ஆனால் தாய்மை, மானம், வீரம், உறவு ஆகியவற்றைப் பிரதிபலிப்பதில் மன்னர்கால மதிப்பீடுகளே பிரதிபலித்துள்ளன. கதை நடக்கும் களம் மட்டுமே மாறியது. உள்ளூர் மனிதர்களின் கதை மீது மன்னர்கால அடையாளங்களை லட்சிய பிம்பங்களாக்கி இப்படம் சுமத்துகிறது. இறுதியில் ஒரு சாதியின் எதார்த்தத்தைப் பெருமித அடையாளங்களோடு இணைத்து மேலுயர்த்த முனைந்திருக்கிறது.

"இந்தப் பூமி பொன்னு வெளையுற பூமி" என்ற பாடலோடு படம் தொடங்குகிறது. மண்ணின் அடையாளத்தை வரையறுக்கும் அப்பாடலில் "ஆம்பள சாதி வீரத்தைக் காக்கணும், பொம்பள சாதி மானத்தைக் காக்கணும்" என்ற வரிகள் அமைகின்றன. "வினையே ஆடவர்க்கு உயிரே, வாள்நுதல் மனையுறை மகளிர்க்கு ஆடவர் உயிர்" என்ற பண்டைய குறுந்தொகைப் பாடலின் கருத்தையே நவீன காலத்தில் உள்ளூர் மரபாகவும் இந்த வரிகள் வரையறுக்கின்றன.

'கரிசல்பட்டிக்காரன் மானம் ரோசத்துக்கு உயிரையும் விடுவான். மண்ண பத்தியும் பொண்ண பத்தியும் பேசக் கூடாது' என்கிறது வசனம். இவ்வாறு மானத்தையும் ஆண்மையையும் ஒன்றாக்கும் கதையாடல் அவற்றை ஒரு சாதியின் குணாம்சமாகச் சாராம்சப்படுத்துகிறது. போதையில் தன் மகளைப் பணயம்வைத்து ஜல்லிக்கட்டில் தோற்றுவிட்டு வீட்டுக்கு வரும் கணவனை "நீயெல்லாம் ஆம்பள, நீயெல்லாம் தேவன். வேட்டி சட்டை மீசை" என்று ஆண்மை, சாதிப்பெருமை - வீரம் என்று நேர்ப்படுத்திக் கேள்வி கேட்கிறாள் மனைவி. எவ்வளவுதான் போட்டிக்குச் சென்றாலும் அது தொடர்பான பந்தயம் தன் குடும்ப ரத்த உறவுக்கு, மானத்திற்கு அப்பால் இருக்க வேண்டுமென்று கருதும் மூக்கையா தேவர் அவை பறிபோய்விட்டதாகக் கருதி மாட்டைக் கொன்று தன்னை மாய்த்துக்கொள்கிறான். இது அவனுக்கு நேர்ந்த அவமானம் போன்று தெரிந்தாலும் அது அவனுடைய ஆண்மைக்கான — சாதிக்கான அவமானமாகவே கருதப்படுகிறது. கதையாடல் அவனின் இந்த உணர்ச்சியின் பக்கமே நிற்கிறது.

ஜல்லிக்கட்டு ஆண்மைய விளையாட்டு. பெண்ணை அடக்கும்— பெண்ணை கவர்ந்து வரும் ஆணின் தொல்மரபின் தொடர்ச்சி இது. இங்கு பெண்ணிற்குப் பதிலீடாக மாடு இருக்கிறது. பெண்ணைக் கவருவதற்கான வீரத்தில் தோற்பது மானப்பிரச்சினையாவதுபோல, இங்கு மாட்டை அடக்குவதில் தோற்பதும் மானப்பிரச்சினையாகிறது. அதனால்தான் பழையகாலச் சூதாட்டம்போல ஜல்லிக்கட்டில் பெண்ணைப் பணயப்பொருளாக வைக்கிறார்கள். ஏனென்றால் பெண் என்பவள் ஆணின் சொத்து. அவளைப் பற்றிய முடிவில் அவளுடைய விருப்பம் தேவையில்லாததாகிவிடுகிறது. மண்வாசனை கதையாடலின் மைய முரண்பாடே “ஜல்லிக்கட்டு — பெண்” என்பதிலேயே இருக்கிறது.

சாதி - ஆண்மை - மானம் என்பவற்றோடு வம்சம் - அதற்கான முறை - ரத்த உறவு என்பதை இணைக்கிறது கதையாடல். முத்துப்பேச்சி பருவத்திற்கு முன்பிருந்தே முறைமாமன் என்ற முறையில் வீரணனை மனதில் இருத்தி வாழ்கிறாள். தன் முறைமாமன் வீட்டுக்குள் நுழைந்து அங்கிருப்பவர்களுடன் உரிமையோடு அதிகாரம் புரிகிறாள். அதிகாரம் புரிவதற்குத் தனக்கு உரிமை இருக்கிறது என்ற பெருமிதத்தைக் கூற “நான் கருப்பசாமி தேவன் வம்சம், மாரிச்சாமி தேவர் பேத்தி” என்று அறிவிக்கிறாள். அவளின் தாட்டியமான நுழைவைக் கண்டு வெளிப்படையாகத் திட்டும் பாட்டி ஒச்சாயியும் முறைமாமன் உரிமை பாராட்டும் அவளை மனதிற்குள் ரசித்துக்கொண்டே கருப்பசாமி தேவரின் வம்சம் இல்லையா? என்று பூரிப்படைகிறாள். எனவே நாயகியின் தாட்டியம்கூட குலப்பெருமையின் அங்கமாக்கப்பட்டு அங்கீகரிக்கப்படுகிறது. வயதுக்கு வந்தபோது முறைப்படி வந்து தாய்மாமனான வீரண்ணனை முத்துப்பேச்சியின் தந்தை அழைக்கவில்லையென்று அதை மரபார்ந்த உறவு கருதி உரிமையாகக் கிழவி கோபமடைகிறாள். அந்த உரிமையை உணராத தன் மகன் வீரண்ணனை உசுப்புகிறாள். இந்தக் கதையில் தாயின் இடம் முக்கியமானது. அப்பாத்திரம் பொருத்தப்பாடு கருதி பிணைக்கப்பட்டுள்ளது. பாரதிராஜா காட்ட விரும்பும் தாய் பற்றித் தனியே பேச வேண்டும் (*ஈரநிலம், புதுநெல்லு புதுநாத்து, பசும்பொன்*) தாய் பாத்திரம் எனும்போது அவரிடம் எதார்த்த தாய் வெளிப்படுவதில்லை. மிகு புனைவும் அதீத ஆர்வமும்தான் செயல்படுகின்றன. அவருடைய யோசனையில் லட்சியவாதத் தாயே இருக்கிறாள். மன்னர் கதையாடலான மனோகரா படத்திலுள்ள தாயின்

உள்ளூர் வடிவம்தான் *மண்வாசனை* படத்தின் ஒச்சாயி கிழவி. "எலே வெவரம்கெட்டவனே உனக்குபோய் வீரண்ணன்னு பேரு வச்சேன் பாரு, அட ரோசங்கெட்டவனே, முறை வந்து சொல்லலையே என்று கொதிச்சுகிட்டு இருக்கேன், நீ இங்க கொட்டிகிட்டு இருக்க. நீ கருப்பசாமி தேவன் வம்சம்டா டோய், உரிமைக்காரன் உரிமையை விட்டுக்கொடுத்துறாத, மடியில் உக்காந்து தாலி கட்டிக்க வேண்டிய பொண்ணு" என்று சொல்லி அவன் முன் அரிவாளை எடுத்துப்போட்டு போருக்கு அனுப்பும் தொல்புனைவு தாயைப்போல "எலே வீரண்ண வெந்த சோத்துக்கும் விதி வந்த சாவுக்குப் பொறந்தவன் இல்லடா நீ. எலே வெட்டு ஒண்ணு துண்டு ரெண்டுன்னு பாத்துட்டு வாடா" என்று அனுப்புகிறாள். உறவுமுறை - ரத்த உறவு - வம்சம் என்ற குழுவாதத்திற்காகச் சண்டை - அரிவாள் - ரத்தம் என்ற நிலைப்பாடு நியாயப்படுத்தப்படுகிறது. பொதுவாகக் கிராமப்புற வன்முறையின் பெரும்பான்மையும் இவ்வாறே உள்ளது. இந்தக் குழுவாத தர்க்கம்தான் முறைமாமன் உறவை மட்டுமல்ல குழுவைத்தாண்டிய (சாதியை) மண உறவையும் மறுக்கிறது. அதற்கான வன்முறையையும் நியாயப்படுத்திக்கொள்கிறது. இது அடிப்படையில் மனிதகுல வரலாற்றின் இனக்குழுவாதக் கால நடைமுறை.

பாரதிராஜா கிராமப்புறத்தையும் கிராமக்கதைகளையும் படமாக்கினாலும் அதை சினிமாவின் வழக்கமான இருமை எதிர்வுக்குள் வைத்தே விவரிக்கிறார். ஒரு தரப்பு முழு நல்லதாகவும் மறுதரப்பு முற்றிலும் கெட்டதாகவும் மாற்றப்பட்டு அவ்விரண்டுக்கும் இடையிலான முரணாகவே கதையைக் கட்டமைத்துக்கொள்கிறார். இருமை எதிர்வுகளுக்கிடையிலான மனித வாழ்வின் ஊடாட்டங்களை அவரின் கதையாடல்கள் தொடுவதில்லை. இந்தப் படத்தில் கரிசல்பட்டிகாரர்கள் சரியானவர்கள், காக்கிவாடன்பட்டிகாரர்கள் தவறானவர்கள் என்ற இருமை எதிர்வுக்குள்ளேயே நிறுத்தப்படுகின்றனர். இவ்வாறு ஒரு குழுவை ஒரே பண்புள்ளவையாகப் புரிந்துகொள்வது முழுமையான பார்வையாகாது. சரியானவர்களாகக் காட்டப்படும் கரிசல்பட்டிகாரர் என்பதால் வீரண்ணனின் தாய்மாமன் மூக்கையா தேவரின் குடிப்பழக்கம், கூத்தியாள் உறவு, மனைவியை நையப்புடைத்தல், மகளைப் பணயம் வைத்தல் போன்ற எல்லா நடைமுறைகளும் கதையாடலில் மௌனமாக்கப்படுகின்றன. காளையை அடக்குபவருக்குப் பெண்தர வேண்டுமென்று காக்கிவாடன்பட்டிக்காரர்கள்

எதிர்பார்ப்பதில் பந்தய தர்க்கப்படி தவறேதும் இல்லை. ஆனால் கதையாடலில் காக்கிவாடன்பட்டி தரப்பு எதிர்மறையாக்கப்படுகிறது. ஜல்லிக்கட்டில் மூக்கையாத் தேவரின் காளை இயல்பாகக் கூடத் தோற்றுப்போயிருக்கலாம். ஆனால் காக்கிவாடன்பட்டிக்காரர்களை எதிர்மறையாகக் காட்ட வேண்டுமென்ற நோக்கத்திற்காக மாட்டுக்கு போதையூட்டி ஜெயிக்கிறார்கள் என்று காட்டப்படுகிறது. அதேபோல இந்தக் கதையில் ஏற்படும் முரண்களை உள்ளார்ந்த நடைமுறைகளிலிருந்து காட்டாமல் கதை நடைபெறும் களத்திற்கு வெளியே இருந்துவரும் அடையாளத்தின் விளைவாகக் காட்டுகிறார்கள். இதன் மூலம் உள்ளார்ந்த பிரச்சினைகளுக்கான முகமை இல்லாமல் ஆக்கப்படுகிறது. உள்முரண்களுக்கான காரணங்கள் மறைந்துபோகிறது. வெளியிலிருந்து தூண்டிவிடப்படுவதாலேயே உள்ளுக்குள் முரண்கள் எழுவதான அர்த்தம் இதில் உருவாகிறது. இதன் மூலம் வெளியிலிருந்து வரும் அடையாளம் மட்டுமே எல்லாவற்றிற்கும் காரணமாக்கப்படுகிறது. அதாவது மூக்கையா தேவரின் கூத்தியாளாக தாசி நிலையில் ஒருவர் காட்டப்படுகிறார். தம்பியோடு வாழும் அவள் மூக்கையாவை மயக்கி வைத்திருப்பதாகக் காட்டப்படுகிறது. சமயம் நேரும்போதெல்லாம் அவன் குடும்பவெளிக்குள் அவள் நுழைய முற்படுகிறாள். ஆனால் இவள் வேறு, மனைவி மக்கள் வேறென்று புரிந்து வைத்திருந்து அவளின் பிரவேச முயற்சியை ஒவ்வொரு முறையும் மறுத்துவிடுகிறான் அவன். அதாவது பரத்தையோடு பழகுவதே ஆண் பெருமிதமாகப் பார்க்கும் அவன், குடும்பவெளி வேறு குடும்ப வெளியல்லாத உறவு வேறு என்று புரிந்து தன்னுடைய ஆண் அடையாளத்தைத் தந்திரமாகக் காத்து வருகிறான். பரத்தையின் தம்பி தன் மகளுக்கு முறை கொண்டாடுவது போல் பேசுவதைக் கூட அவர் விரும்புவதில்லை. தான் பகை கொண்டிருந்தாலும் மனைவியின் தம்பிக்கே மகள் மீது உறவு கொண்டாட நியாயமிருக்கிறது என்கிற அளவிற்கு கவனமாக இருக்கிறார். அதாவது ஆணாதிக்கச் சொத்துடைமை கருதி ரத்தவழி உறவைக் காத்துக்கொள்வதில் தவறுவதில்லை. ஆனால் அவரை இக்கதையாடல் காப்பாற்றிவிட்டுப் பரத்தையை எதிர்மறையாக்குகிறது. இவ்வாறு கதையாடல் குடும்பவெளிக்கு உள்ளே, வெளியே என்ற இருமையைக் கட்டமைத்து வெளியே இருந்துவந்த பரத்தையைப் பிறராக்கிவிடுகிறது. தன் தரப்பை ஊர் - உறவு - சாதி என்ற பெயர்களில் உள்ளடக்கிக்கொள்கிறது. இது 1970-க்கு முந்தைய தாசி கதைகளின் தொடர்ச்சி. முந்தைய

கால படங்களில் தாசிகளே எல்லாப் பிரச்சினைகளுக்கும் காரணமாக்கப்படுவார்கள். *மனோகரா* படத்தில் நன்றாயிருந்த (தமிழ்) அரசன் வெளியே இருந்துவந்த நடனக்காரியாலேயே கெட்டுப்போவதாகக் காட்டப்பட்டது. கதையின் இறுதியில் நடனக்காரி செத்துப் போய்விடுபவளாகவும் அரசனான ஆண் (மனம் திருந்தி) திரும்பி விடுபவனாகவும் காட்டுகிறது மனோகரா. அதைத்தான் இப்படமும் பிரதிபலிக்கிறது. மனோகரா படத்தை உள்ளூர்ப் பின்புலத்தில் திரும்ப நிகழ்த்தியதுபோல் இப்படம் இருந்தது. பரத்தையை மோசமானவளாகக் காட்டவேண்டுமென்பதற்காக அவளைத் திருமணம் ஆகாதவளாகவும், ஏமாற்றும் வாய்ப்புக்காகக் காத்திருப்பவளாகவும், மயக்குபவளாகவும் காட்டுகிறது படம். மேலும் அவளைக் கள்ளச்சாராயம் காய்ச்சுபவள் என்று சித்திரித்து மோசமான பிம்பத்தை வழங்குகிறது. பசையுள்ள ஆண்களைத் தேடி ஊர் மாறிச்செல்லும் அவள் மூக்கையா தேவர் செத்ததும் ஆளை மாற்றிச் செல்பவளாகவும் இருக்கிறாள்.

இந்த உள்ளூர்க் கதையின் மீது தமிழ்ப்பண்பாட்டின் பெருமிதங்களைக் கொணர்ந்து சேர்த்திருப்பதுதான் இப்படம் செய்திருக்கும் முக்கியமான பணி. அதாவது மாநில எல்லையளவிற்கு விரியாமல் வட்டார ரீதியாக அமைந்த கதை மீது மாநில அளவில் விரிந்த மொழியடையாளத்தையும் அதையொட்டி நம்பப்படும் பண்பாட்டையும் இணைப்பதன் மூலம் வட்டார அளவிலான குழுப் பண்பாட்டைத் தமிழ் அடையாளமாக ஆக்க முனைகிறது. அதற்காக இந்தப் பிரதி குழு அடையாளத்தை உள்ளவாறு சித்திரிப்பதை விடுத்து மாநில அளவிலான மொழியடையாளத்திற்கு ஏற்ற சொல்லாடல்களைச் செயற்கையாகச் சித்திரித்துக் கொள்கிறது. வட்டாரக் குழுவான ஜாதிய அடையாளங்களைச் சித்திரித்துவிட்டு அதனைத் தமிழ்ப் பண்பாட்டு அடையாளமாக மாற்ற விரும்பிய முதல்படமாக இதனைக் கொள்ளலாம். வீரண்ணன் கொலை செய்துவிட்டு ஓடிப்போகும்வரை உள்ளூர்க் கதையாடலாக இருந்த இப்பிரதி மீது தமிழ்ப்பண்பாடு என்று கட்டமைப்பதற்கேற்ற மாற்றங்களை வலிந்து கட்டமைத்திருக்கிறார் பாரதிராஜா. இந்தத் தமிழ்ப் பண்பாட்டுச் சொல்லாடலை நிறுவ உள்ளூர், வெளியூர் அல்லது முறைப்பெண், புறவுறவுப்பெண் என்கிற எதிர்மறை புனைந்துகொள்ளப்பட்டுள்ளது. மணமுடிக்கவிருந்த மாமன் ஓடிப்போனதிலிருந்து அவனுக்காகக் காத்திருக்கிறாள்

முத்துப்பேச்சி. அவன் ராணுவத்திலிருப்பதாகவும், திரும்பி வர இருப்பதாகவும் அறிந்து, அவன் திரும்பி வந்து தன்னை மணந்துகொள்ளப் போகிறானென்றும் காத்திருக்கிறாள். ஆனால் இந்தக் காத்திருப்பு முத்துப்பேச்சி என்ற பெண்ணுக்கான நிலையாகவே காட்டப்படுகிறது. மாமனோ அதைப்பற்றி யோசிக்கவே இல்லை. அவன் வேறொரு பெண்ணைத் திருமணம் முடித்தே திரும்புகிறான். ஆனால் அதற்குப் பிறகும் முறைப்பெண்ணான முத்துப்பேச்சி மற்றொருவனை மணம் செய்வதைப் பற்றி யோசிப்பதே இல்லை. நிஜத்தில் அறுத்துக்கட்டும் கலாச்சாரமுடைய இனக்குழுவைச் சித்திரித்த படம். முத்துப்பேச்சி இன்னொருவரை மணம் செய்யாமல் இருப்பதைத் தமிழ்ப் பண்பாடு என்று உயர்ந்தோர் பண்பாடாக்குகிறார். பாலியல் தூய்மையைப் புனிதமாக்குகிறார். ஒரு குழுவின் அடையாளத்தை மேலுயர்த்துவதாக அமைந்த வலிந்த முயற்சி இது. இந்த முயற்சியை நிறுவவே வடமாநிலப் பெண்ணை வீரண்ணனுக்கு மனைவியாக்குகிறது கதை. அதற்காகவே அந்த வடமாநிலப் பெண்ணின் தரப்பை மௌனப்படுத்திவிட்டது பிரதி.

வீரண்ணனுக்காக முறைப்பெண் காத்திருந்தாள் என்று தெரிந்து கொள்ளும் வடமாநிலப் பெண்ணான புதியவள் யாரும் அறியாத நேரத்தில் வெளியேறிவிடப் பார்க்கிறாள். ஆனால் அதைப் பார்த்துவிடும் முத்துப்பேச்சி தனக்காகத்தான் அவள் அவ்வாறு செய்கிறாளென்று தெரிந்து அவளைத் தடுத்துத் தங்க வைக்கிறாள். பிறகு காக்கிவாடன்பட்டிக்காரர்கள் வந்து முத்துப்பேச்சியைத் தூக்கிச்செல்கிறார்கள். இப்போது அவளைக் காப்பாற்றிக் கொணர வீரண்ணனிடம் புதியவளே அரிவாள் கொடுத்தனுப்புகிறாள். காக்கிவாடன்பட்டி துரைராஜ் தேவர் ஒச்சாயி கிழவியைக் குத்தச் செல்லும்போது அந்தப் புதியபெண் வந்து குறுக்கே விழுந்து குத்துப்பட்டு இறக்கிறாள். துரைராஜை முத்துப்பேச்சியும் வீரண்ணனும் ஆயுதங்களோடு விரட்டிச் சென்று கொல்கிறார்கள். பிறகு மயங்கி விழுந்துவிட்ட முத்துப்பேச்சியை வீரண்ணன் தூக்கிப் பார்க்கும்போது அவன் தலையிலிருந்த ரத்தம் அவள் நெற்றியில் பொட்டாக விழுகிறது. இருவரும் சிரிக்கின்றனர்.

வெளியிலிருந்து வந்த புதியபெண் இறந்து மீண்டும் முறைப் பெண்ணுக்கே வீரண்ணன் கணவனாகிறான். அதாவது புதியவள் சாகாமல் முத்துப்பேச்சி வேறெங்காவது திருமணம் செய்துகொண்டு போயிருக்கலாம் அல்லது மணம் ஆகாமலேயே கூட இருந்திருக்கலாம். ஆனால் ரத்த உறவு கருதி

உள்ளூர் பண்பாட்டால் பிணைக்கப்பட்ட முறைமாமனைத் தவிர வேறு யாரையும் மணம் முடிக்காமல் கற்புத்திறத்தோடு இருந்த முத்துப்பேச்சிக்கு ரத்த உறவு சிதையாமல் ஒரு குழுவுக்குள்ளேயே திருமண உறவு நடந்தேறுகிறது. இவ்வாறு ஆண்மை - வம்சம் - மானம் - வீரம் - சாதி என்ற இணைவு பிரதியில் உருக்கொள்கிறது. மீறி வெளியிலிருந்து வந்த புதியவளையும் கொன்று உள்ளூர் மண்வாசனை பழமை மாறாமல் தக்க வைக்கப்படுகிறது. இது கதையில் நடக்கும் கொலை என்பதைவிட பிரதி செய்த கொலை. இறுதியில் இதை இவ்வாறு இயக்குநர் விவரித்து முடித்திருக்கிறார்:

இந்த மண்ணில் பிறந்த மகள், தான் எண்ணியவனைத் தவிர இன்னொருவனுக்கு மூச்சிருக்கும் வரைக்கும் முந்தி விரிக்கமாட்டாள். முத்துப்பேச்சி ஒரு தமிழச்சி. அவளின் கற்புள்ள கனவு கைகூடியது. இந்த மண்தான் ரத்தப்பொட்டு வைத்துக்கொண்ட முத்துப்பேச்சிகளுக்கெல்லாம் நாற்றங்கால். இந்த மண்தான் ஒரு சாகாத நாகரிகத்தின் சாட்சி. எத்தனை விஞ்ஞானப் புயல்களின் வீச்சிலும் இந்த மண்வாசனை மட்டும் மாறுவதே இல்லை. காலத்தின் புயலையும் மழையையும் மீறி இந்த மண்வாசனைதான் ஒரு கலாச்சாரத்தின் கற்பைக் காப்பாற்றி வருகிறது.

பாரதிராஜாவின் படங்களில் வெளியூரிலிருந்து வரும் நவீனத்தின் அடையாளங்கள் மரபான உள்ளூரில் ஏற்படுத்திய மாற்றங்கள் பற்றி எழுதப்பட்ட வெங்கடேஷ் சக்ரவர்த்தியின் கட்டுரை இங்கு குறிப்பிடத்தக்கது. ஆனால் பாரதிராஜாவின் இப்படம் இந்தப் பார்வைக்கு எதிராக உள்ளது. நவீனத்தை இந்தக் கதை எதிர்மறையாகப் பார்க்கிறது. வெளியிலிருந்து வரும் அடையாளத்தை தாசி போன்று எதிர்மறையாக்குகிறது. அல்லது வடமாநிலப் பெண்ணைப் போன்று சாகடித்துவிடுகிறது.

இப்படத்திற்குப் பிறகு அதிலிருந்து வேறுபட்டும் வேறுபடாமலும் வெவ்வேறு படங்களை இயக்கினார் பாரதிராஜா. ஆனால் அவர் படங்களில் இப்படம் போலத் தமிழ் சினிமாவில் தாக்கம் செலுத்திய அளவு வேறுபடம் இருந்திருக்க முடியாது. இது வணிக வெற்றிக்கான பார்முலாவாக மட்டுமல்லாது கிராமியக் கதைகளுக்கான வகைமாதிரியாகவும் ஆனது. அவரையும் இக்கதையாடல் மாதிரியையும் பின்பற்றி பல இயக்குநர்கள் வந்தனர். படங்கள் வெளிவந்தன.

பாரதிராஜா இந்தப் படக்கதையை உண்மைக் கதை என்று தொடக்கத்திலேயே சொல்லிவிடுகிறார். எங்கு எப்படி

நடந்ததென்று கூறவில்லை (ஆனால் இப்படம் தெலுங்கில் அப்போது வெற்றிகரமாக ஓடிய படமொன்றின் தழுவல் என்று விக்கிபீடியா கூறுகிறது). ஆனால் உண்மைக் கதையை அப்படியே எடுக்கவில்லை என்பதை இப்படத்தைப் பார்க்கும்போது தெரிந்துகொள்ள முடிகிறது. உண்மையோ அவரின் விருப்பமோ எவை படத்தில் இடம்பெற வேண்டுமென்பது அவரின் தேர்வில்தான் இருக்கிறது. தொடர்ந்து கிராமப்புறமும், கிராமப்புற உண்மைக் கதைகளும் 1980களின் இறுதியில் பெருகத் தொடங்கின. அவ்வாறான உண்மைக் கதைகள் பலவும் சாதி மீறிக் காதலித்ததால், மணந்ததால் கொல்லப்பட்டு தெய்வமாக்கப்பட்டவர்கள் பற்றியதாக இருந்தன. பாரதிராஜா கையாண்ட துல்லியத்திலிருந்து பிந்தைய இயக்குநர்கள் தவறியிருந்தாலும் கதையாடலில் அவர்கள் பாரதிராஜா போல இருந்திருக்கவில்லை.

1980களின் தமிழ் சினிமா: கிராமம் என்கிற களம்

நூறாண்டுக்கால தமிழ் சினிமா வரலாற்றில் குறிப்பிடத்தக்க படங்களும், கதைப்போக்குகளும், ஆளுமைகளும் செயற்பட்ட காலம் 1980களாகும். 1980கள் என்பதைப் பத்தாண்டுகள் எனப் பொதுவாகக் குறிப்பிட்டாலும் முந்தியும் பிந்தியுமான ஆண்டுகளின் தொடர்ச்சியைக் கொண்டவை என்கிற முறையில் 1970களின் இறுதிப்பகுதியில்தான் பாரதிராஜா, பாலு மகேந்திரா, மகேந்திரன் ஆகியோர் தமிழ்த் திரையுலகில் அறிமுகமாகி நிலைபெற்றனர். 1970களில் எம்.ஜி.ஆர்., சிவாஜி ஆகிய உச்ச நட்சத்திரங்களின் காலம் முடிவுற்ற நிலையில் அடுத்த உச்சநாயகத் தகுதியை ரஜினியும் கமலும் 1980களில்தான் அடைந்தனர். இளையராஜாவின் இசை 1980களின் சினிமாவில் முக்கிய மைல்கல். அவரைக் கணக்கில் கொண்டே பாடலையும் இசையையும் கதையம்சமாகக் கொண்டே ஏராளமான படங்கள் வெளியாயின. ஹாலிவுட் ரியலிச பாணித் தொழில்நுட்ப அழகியல் பண்புக்குத் தமிழ் சினிமாவைக் கொண்டுசென்ற மணிரத்தினத்தின் *நாயகன் (1987),* *மௌனராகம் (1986),* *பகல்நிலவு (1985),* *அக்னி நட்சத்திரம் (1980)* ஆகிய படங்கள் வெளியாயின. இத்தனை உச்சங்களுக்கு நடுவே டி.ராஜேந்தர், கே.பாக்யராஜ்,

ராமராஜன் ஆகியோரின் வருகையும் இக்காலத்தின் எதிர்பாராத வருகைகளாக இருந்தன.

1980களின் சினிமாவில் இத்தகைய மாற்றங்கள் செயற்பட்டன என்றாலும் தமிழ் சினிமாவின் கிராமம் என்கிற குறிப்பிட்ட அம்சத்தை மட்டும் எடுத்துக்கொண்டு இக்கட்டுரை விவாதிக்க விரும்புகிறது. இதற்கான தொடக்கத்தை 1970களின் இறுதியிலிருந்தே கொள்ள வேண்டும். தமிழில் கிராமியப் படங்கள் முன்னரே வெளிவந்திருக்கின்றன என்றாலும் 1970களின் இறுதிக் காலப் படங்களின் கிராமம் தனித்துவமானது. இதன் தொடக்கமாக மோகன் தேவராஜ் இருந்தாலும் பாரதிராஜாதான் கிராம வார்ப்பின் பிரதான வெளிப்பாடு. இப்புதிய கிராமங்களின் பரிமாணங்களை ஆய்வாளர் சுந்தர் காளி 'புதிய சொந்த ஊர் சினிமா' என்று அழைத்து ஆங்கில ஆய்வுலகில் நிலைபெற்று இருக்கிறது. இதனை 'மண்வாசனைப் படங்கள்' என்று வெங்கடேஷ் சக்கரவர்த்தி கூறுகிறார். இந்தப் புதிய சொந்த ஊர் மண்வாசனை சினிமாக்களின் கிராமம்தான் இக்கட்டுரையில் கணக்கில் கொள்ளப்படுகிறது.

1980களின் சமூக அரசியல் அதிகாரங்கள் என்பவை அதற்கு முந்தைய காலகட்ட மாற்றங்களின் தொடர்ச்சியே ஆகும். 1947க்குப் பிறகு இந்தியாவில் அமைய நேர்ந்த புதிய அரச சோசலிச கட்டுமானத் திட்டங்கள் மெல்ல மெல்ல சமூகப்பரப்பிற்குள் பரவலானது. தேர்தல் சனநாயகத்தின் வழிதான் அரசு அதிகாரம் என்கிற வழிமுறையால் பெருவாரியான மக்கள் எண்ணிக்கை, ஆட்சி ஒன்றை அமைப்பதிலும் நீக்குவதிலும் குறியீட்டு ரீதியான அதிகாரத்தைப் பெற்றனர். தேர்தல் வெற்றியென்பது எண்ணிக்கைப் பெரும்பான்மையைச் சார்ந்தது என்பதால் இந்தியாவில் பிராந்திய அளவில் எண்ணிக்கைப் பெரும்பான்மைச் சாதிகள் அதிகாரத்தைத் தீர்மானித்தன. அந்த வகையில் பிராந்தியங்களின் பெரும்பான்மைவாதம் என்பது அப்பகுதியின் எண்ணிக்கை அடிப்படையிலான பெரும்பான்மைச் சாதிகளுக்குக் கட்டுப்பட்டதாகவே இருந்தது. 1967—இல் தமிழகத்தில் தி.மு.க. என்கிற பிராமணரல்லாத பிராந்திய அரசு அதிகாரத்திற்கு வந்தது. அதுவரை மிகுதியான அளவில் நவீன அதிகாரத்தின் வாசனையை அறிந்திராத பிராமணரல்லாத சூத்திர சாதிகள் பெரிய அளவில் அதிகாரம் நோக்கி வந்தன. 1969—ஆம் ஆண்டு பிற்படுத்தப்பட்டோர் நலத்துறை உண்டாக்கப்பட்டது. அரசியல் அதிகாரம் மட்டுமல்லாது கல்வி உத்தியோகம் சார்ந்த வாய்ப்புகளும் இடப்பெயர்ச்சியும் ஏற்பட்டன.

1970களில் மின்சாரம் ஏறக்குறைய பரவலானது. புதிய விவசாய நிலங்கள் உருவாயின. அதற்கான அரசாங்கக் கடன்களும் மானியங்களும் கிடைத்தன. இத்தகைய பின்னணியில் கிராமம் சார்ந்த மதிப்பீடுகளும், குலத்தொழில் சார்ந்த வாழ்வும் புதிய நெருக்கடிகளைச் சந்தித்தன. பழைய மதிப்பீடுகள் மீதான கேள்வி, புதிய மதிப்பீடுகளின் வருகை என்றெல்லாம் இச்சூழலின் தாக்கம் பெற்று தமிழக கிராமப்புறங்களிலிருந்து வந்த இளைஞர்கள் சினிமாவிற்குள் நுழைந்தனர். அவர்களே 1980களின் கிராமங்களைச் சித்திரித்தார்கள்.

பாரதிராஜா படங்களில் வெளியிலிருந்து கிராமத்திற்கு வரும் ஒரு ஆள் அல்லது கருத்துதான் கதையில் சிக்கலாக மாறுவதை வெங்கடேஷ் சக்கரவர்த்தி விரிவாக எடுத்தாய்ந்து இருக்கிறார். (இனி அக்டோபர் - 1986) வெளியிலிருந்து வரும் இந்த அன்னிய அடையாளம் கதையின் பிரதானத் தரவாக அமைகிறது. பாரதிராஜாவின் படங்களில் சிக்கலாக அமைந்த இந்த அன்னியம் 1990களின் *தேவர்மகன்* (1990) வரையிலும் இடம்பெற்றுக் கதையின் போக்கைத் தீர்மானித்துள்ளன. இந்த அன்னியம் எதுவென்று பார்க்கும் முன் நம்முடைய கிராம அமைப்பு பற்றியும் பேச வேண்டும்.

நம்முடைய கிராமங்கள் தீர்க்கமான சாதியமைப்பால் கட்டமைக்கப் பட்டிருப்பவை; பழைமையான சமூக அமைப்பிலிருந்து நீடித்து விளங்கும் சாதி விதிகளைக் கொண்டவை. அதன் விதிமுறைகளை எளிமையாகக் கண்காணிக்கத்தக்க குறுகிய பரப்பு கொண்டவை. குலவழித் தொழிலும் குலகௌரவமும் நம் கிராமங்களில் பண்பாடாகப் போற்றப்படுகிறது. மொத்தத்தில் கிராமத்தையோ கிராம மனிதரையோ அவரது சாதியின் துல்லியமான அடையாளக் குறிப்பு இல்லாமல் பேசமுடியாது. பெயர், தோற்றம், பேச்சு, சடங்கு, தொழில், பிறரோடு கொள்ளும் உறவு மற்றும் அகஉறவு ஆகியவையே இத்தகைய அடையாளக் குறிப்புகளாகும். சாதியமுறையை மறுத்தாலும் நியாயப்படுத்தினாலும் இத்தகைய சட்டகத்துக்குள்ளிருந்தே அவற்றைப் பேச முடியும்.

இத்தகைய கிராம அமைப்பில்தான் 1970 மற்றும் 1980களில் மேற்கண்ட சமூகமாற்றங்கள் செயற்பட்டன. அங்கிருந்து புறப்பட்டு வந்த புதிய இயக்குநர்களும் புதிய சினிமாக்களும் தங்கள் கிராமத்தைக் கதைக்களமாக்கினர். அவ்வாறு கிராமத்தை சினிமாவிற்குள் கொணருகிறபோது அதன் அடையாளங்களையும் சித்திரித்தனர். ஒரே வகையான

சினிமாக்களைப் பார்த்துவந்த பார்வையாளர்களிடம் அதுவரை பார்க்காத, கேட்காத பிம்பங்களும் மொழியும் வரவேற்பு பெற்றன. அதிலும் கிராமப்புறப் பார்வையாளர்கள் தங்களின் பிம்பங்களைத் திரையில் பார்க்கத் தொடங்கினர். இவ்வாறு கிராமியப் படங்கள் தொடர்ந்து வெற்றிபெற்றபோது தமிழ் சினிமாவில் கிராமியக்களம் வெற்றிகரமான வணிகப் பண்டமாக மாறியது.

இப்பின்னணியில்தான் பாரதிராஜா உள்ளிட்டோரின் கிராமங்களில் இடம்பெறும் அன்னியம் பற்றிய மேம்பட்ட புரிதலும் தேவைப்படுகின்றன. பாரம்பரிய சாதி விதிகளின் அடிப்படையில் இயங்கும் கிராம அமைப்பைத் தொந்தரவு செய்யும் வடிவமென்றால் அது சாதிய விதிகளை மீறுகிற வடிவமாகவே இருக்க முடியும். புதியன என்பது பாரம்பரியத்தை பாரமாகவும் வளர்ச்சியற்ற தேக்கமாகவும் பார்க்கிறது. அந்த வகையில் அன்னியத்தின் வருகையென்பது நவீன கருத்துக்களாக, கருவிகளாக இருந்தன. இவை கிராம அளவிலான சீர்திருத்தத்தை வலியுறுத்திய பதிவுகள் என்பதில் மறுப்பில்லை. பாரதிராஜாவின் படங்களில் புறத்திலிருந்து மாற்றங்களைக் கொணரும் (அன்னியம்) காரணிகளாக டாக்டர், ரெயில், பட்டாளம், ஆசிரியர், நகரம் ஆகியவற்றைச் சுட்டும் வெங்கடேஷ் சக்ரவர்த்தி மரபுவழியாக வந்துள்ள ஐதீகங்களையும் மூடநம்பிக்கைகளையும் மனிதர்களைப் பற்றிய அபிப்ராயங்களையும் தகர்த்தெறிதல் என்பது இவரது எல்லா கிராமப்படங்களிலும் ஏதோவொரு வடிவத்தில் இடம்பெறுகிறது என்கிறார். சக்ரவர்த்தியால் சுட்டப்படும் காரணிகள் யாவும் நவீனச் சமூக உருவாக்கம் காரணமாக வந்த அம்சங்களேயாகும்.

சீர்திருத்தவாதம் பிரக்ஞைபூர்வமாகத் தீவிர சினிமா மொழியில் வணிக சமரசமற்று இப்படங்களில் பேசப்பட்டன என்பது இதன் பொருளல்ல. ஏற்கனவே பழக்கப்பட்ட வெகுஜன சட்டகத்திற்குட்பட்டுச் சற்றே புதிய மொழியை உருவாக்கிக்கொண்டு இவை இயங்கின. நம்முடைய கிராம அமைப்பு குறிப்பிட்ட காலக்கட்டத்தில் சந்தித்துவந்த மாற்றங்களை இப்படங்கள் தத்தம் வணிக விதிகளுக்குட்பட்டுப் பேசின என்றே கொள்ள வேண்டும். அதேவேளையில் இச்சீர்திருத்தவாதங்களுக்கு வரையறைகளும் இருந்தன. உருவாகி வந்த புதிய சமூக மாற்றங்களுக்குத் தடையாக அமைந்த கிராமியப் பாரம்பரிய அமைப்புகள் மாற வேண்டுமென்பது இச்சீர்திருத்தவாதங்களின் முதன்மை நோக்கமாய் இருந்தது.

கிராமப்புறச் சாதிகள் நவீனவெளிகளுக்கு வருவதில் தனக்குத்தானே தடையாக்கிக் கொண்டிருந்த மரபான அடையாளங்கள் மீது இப்படங்கள் தாக்குதல் செலுத்தின. அதாவது கிராமப்புறச் சாதி அடுக்குகள் நவீன வாழ்வுக்குகந்த வகையில் மாறுவதற்குப் பாதகமாக இருந்த காரணிகள் கேள்விக்குட்படுத்தப்பட்டன. ஆனால், வசதியாக அமைந்திருந்த மரபான விதிகள் மீதான கேள்விகள் ஒரு கட்டத்தைத் தாண்டவில்லை. அதாவது நவீன நகரவாழ்வின் வாய்ப்புகளை முன்னிறுத்தி கிராமப்புற அடையாளங்கள் மீதான திருத்தங்கள் கோரப்பட்டன. ஆனால் கிராமப்புறத்திலேயே இயங்கிய மேல்—கீழ் என்னும் அதிகார உறவுகளை மாற்றியமைப்பதில் இப்படங்கள் வரையறைக்குட்பட்ட தயக்கம் கொண்டிருந்தன எனலாம்.

இதற்கு உதாரணமாக சீர்திருத்தவாதம் பேசிய பாரதிராஜாவின் *முதல் மரியாதை* (1985), *வேதம் புதிது* (1987) ஆகிய இரு படங்களின் கதையாடலை எடுத்துக்கொள்ளலாம். முதல் மரியாதை படத்தில் சின்னையா என்கிற முக்குலத்தோர் சாதி ஆண், தன் மருமகனுக்கு 'தாழ்த்தப்பட்ட சாதிப்பெண்ணை' மணமுடித்து வைக்கிறார். அதேபோல அவர் வாத்துமேய்க்கும் அடிநிலைப் பெண்ணோடு நெருக்கம் காட்டுகிறார். இது அவரின் சாதி மீறும் மனப்போக்கைக் காட்டுகிறதென்றாலும் அதுவும்கூட அவரின் சாதியப் பெருமிதத்தின் கருணையாகவே பிறகு மாறிப்போவதை பார்க்கிறோம். அதேபோல *வேதம் புதிது* படத்தில் சாதியப் புனிதத்தைக் காப்பதில் பிராமணர் காட்டும் ஆர்வமும் இடைநிலைச்சாதிப் பாத்திரம் அதை மீற எத்தனிப்பதும் காட்டப்பட்டன. இதன்வழி பிராமணியம் மீதான விமர்சனம் வைக்கப்பட்டது. அதேவேளையில் இடைநிலைச் சாதியினரின் சாதிய அடையாளமும் இப்படத்தில் விமர்சிக்கப்பட்டது. இதற்கு உதாரணமாக பாலுத்தேவர் தோள் மீது ஏறிவரும் பிராமணச் சிறுவன் உங்களுடைய பெயர் பாலு, தேவர் என்பது படித்து வாங்கிய பட்டமா? என்று கேட்கும் காட்சியைக் கூறலாம்.

சாதிப் பட்டத்திற்கு பதில் படித்து வாங்கிய பட்டமென்பது பாரம்பரிய சாதிப்பெருமை மீது நவீன சமத்துவக் கருத்தியல் நடத்தும் தாக்குதலாக அமைந்திருக்கிறது. ஆனால் இடைநிலைச் சாதியதிகாரம் மீதான இக்கேள்வி அவர்களாலும் ஒடுக்கப்படும் சாதியிலிருந்து எழுந்திருக்குமானால் அது சரியாக இருந்திருக்க முடியும். ஆனால் கதைப்படியோ விமர்சன நெறிப்படியோ இக்கேள்வி எழுப்ப வழியில்லை என்பது வேறு. இடைநிலைச்

சாதிக்கும் மேலிருக்கும் பூணூல் அணிந்த ஒருவரால்தான் அக்கேள்வி எழுப்பப்படுகிறது. இதைத்தான் பாரதிராஜாவின் வருகையோடு வெளிப்பட்ட படங்களில் சீர்திருத்தவாதத்தின் வரையறை என்று கூறுகிறோம். இச்சித்திரிப்புதான் தமிழக இடைநிலைச் சாதிகளின் அரசியல் சிந்தனையாகவும் இருக்கிறது என்பது எதேச்சையான ஒற்றுமை.

இங்கு கிராம அளவிலான சீர்திருத்தவாதம் என்பது கிராமப்புற அதிகாரச் சாதிகள் நவீன வெளிக்கு வர வேண்டும் என்னும்போது தடையாக நிற்கும் சுய அடையாளங்கள், பிராமண அதிகாரம் போன்ற பிற அடையாளங்கள் மீதான விமர்சனமாக மட்டுமே நின்றுவிட்டது. இக்காலக்கட்டத்தில் பெரும்பான்மையும் இடைநிலைச் சூத்திர சாதிப் பின்புலம் கொண்ட இயக்குநர்களும், அவர்களின் வாழ்வும் கிராமியப் படங்களில் வெளிப்பட்டன என்பது குறிப்பிடத்தக்கச் செய்தியாகும். ஆனால் பாரதிராஜா உள்ளிட்ட யாரும் இடைநிலைச் சாதி மற்றும் தலித்துகளுக்கிடையேயான அதிகார உறவுகளை விமர்சனப் பூர்வமாகவோ, தலித்துகளின் வாழ்வைச் சுயாதீனமாகவோ சித்திரிக்கவில்லை.

உள்ளூர் அதிகார உறவுகளை முற்றிலுமாக விமர்சிக்காத இப்போக்குதான் பின்னாளில் கிராமப்புறத்தின் சாதி உள்ளிட்ட அடையாளங்களை மண்ணின் அடையாளங்களாகக் கொண்டாடும் போக்கிற்கு வழிவகுத்துவிட்டது. 1970களின் இறுதி தொடங்கி பாரதிராஜா போன்றோரிடம் இருந்த சுயவிமர்சனப் பார்வை மங்கி 1980களின் தொடக்கத்தில் ஏதோவொரு விதத்தில் சுயசாதிப் பெருமை பேசுபவராகவும், தன்னுடைய சாதியடையாளங்களை விமர்சனமின்றிக் கொண்டாடுதல் என்கிற நிலைக்குக் கொணர்ந்து நிறுத்தியது. தொடக்கத்தில் பாரதிராஜாவின் பலமாகத் தெரிந்த கலாச்சாரக் குறியீடுகளே பின்னாளில் அவரைக் கட்டிப்போட்டுவிட்டன.

பொதுவாகக் கிராமியக்களம் என்றாலே எதார்த்தம் என்கிற விதத்தில் சித்திரிப்பைத் துல்லியமாகவும் நம்பகமாகவும் முன்வைக்க வேண்டியிருந்தது. இவை கிராமிய மனிதர்களின் பேச்சு, சாதி, சடங்கு போன்ற அம்சங்களின் நேர்த்தியான சித்திரிப்பிற்கு வழிகோலின. இவை சார்ந்த விமர்சனம் குறைந்து, கொண்டாட்டம் கூடுகிறபோது தவிர்க்க இயலாமல், அது சாதி உள்ளிட்ட அடையாளங்கள் சார்ந்த கொண்டாட்டங்களாக மாறிவிடுகின்றன.

பாரதிராஜாவின் *மண்வாசனை* (1983) படத்தின் கதை சாதியைக் கொண்டாடுவதாக இல்லாவிட்டாலும் படம் நெடுகப் பேச்சுவாக்கில் இடம்பெறும் பழமொழி, விடுகதை, முன்னோர் பெருமை போன்ற வழக்காறுகள் கதைக்களத்தின் நம்பகத்தன்மையைக் கூட்டின. அதே வேளையில் அவை ஒரு சாதியின் இனவரைவியலாக இருந்ததையும் பார்க்கமுடிந்தது வட்டார சினிமாக்களின் பலமும் பலவீனமும் இவைதாம். சனநாயகச் சமூகத்தில் இந்த அம்சங்களை எச்சரிக்கையாகவும் விமர்சனப்பூர்வமாகவும் கையாள வேண்டும். இல்லையெனில் இவை உறைந்த வடிவமாக மாறி எதிர்மறை விளைவைத் தந்துவிடும். உண்மையில் வட்டார சினிமாக்களுக்கு நேர்ந்தவை இவைதான்.

இதேபோல ஒரு குறிப்பிட்ட கருத்தியலும் பார்வையும் உருவாகி நிலைபெற அக்காலக்கட்ட சமூக, அரசியல் சூழலும் காரணமாகின்றது. 1970களில் சூத்திர சாதிகளின் அரசியல் எழுச்சி பிராமணரல்லாத உயர்சாதிகளை விலக்கி அதிகாரத்திற்குள் நுழைந்த தொடக்கக் காலக்கட்டமாக இருந்தது. அச்சூழலில் உருவான சினிமாக்கள் இவர்களின் புதிய அதிகாரத்திற்கு உகந்த சீர்திருத்தவாதத்தைப் பேசின. ஆனால் 1990களில் அரசியல் சூழல் மாறியிருந்தது. தமிழ் அதிகாரவெளியில் சூத்திர சாதிகள் தீர்மானகரமான இடத்தைப் பிடித்திருந்தன. ஆகவே அடையாள அரசியல் எழுச்சி தேவைப்பட்டன. சொந்த அடையாளங்களும் நலன்களும் அரசியலில் அழுத்தம் பெற்றன. எனவே இக்காலக்கட்டத்தின் அரசியலை இக்காலப்படங்கள் பிரதிபலித்தன. இவ்வாறுதான் புதிய சொந்த ஊர் சினிமாக்களின் பயணம் அமைந்தது.

* * *

கிராமியக் களத்தைக் கொண்ட படங்கள் என்ற வகையில் கலாச்சார நம்பகத்தன்மை கொண்ட புதிய சொந்த ஊர் சினிமாக்களைத் தவிர்த்து மற்றொரு வகை கிராமியப் படங்களும் 1980களில் வெளிவந்தன. இவை நேரடியான சமூகமாற்றங்களைக் கோரும் படங்களாக இருந்தன. கிராம அமைப்பிற்குள் நிலவிய ஏற்றத்தாழ்வு, அரசு நிர்வாகம் மற்றும் அரசியல் கட்சிகள் சார்ந்த சுரண்டல்வாதம் போன்றவை இப்படங்களின் கதைகளாய் இருந்தன. ஆனால் புதிய சொந்த ஊர் சினிமாக்களைப்போல் கதை, கதைப் பரப்பு சார்ந்த நம்பகத்தன்மைக்கு முக்கியத்துவம் தருவதைக் காட்டிலும் பிரச்சினைகள், அப்பிரச்சினைகளுக்கான எளிய தீர்வுகள்

என்று இப்படங்கள் அமைந்துவிட்டன. சமூக அமைப்பின் குளறுபடிகள் பற்றிய நுட்பமான விவரணைகள் இல்லாமல் சண்டை, பழிவாங்கல் என்கிற கதாநாயகத்துவக் கதையாடலில் இவை அடங்கிவிட்டன. 1970களில் செல்வாக்கு பெற்ற தீவிர இடதுசாரிவாதத்தின் தாக்கமும், நம்பப்பட்ட தேசிய பிராந்திய அரசியல் அமைப்புகள் மற்றும் அவற்றின் தலைமையிலான அரசு நிர்வாகம் மீதான நம்பிக்கையின்மை சார்ந்து புதிய அரசியல் லட்சியத்தைக் கனவுகண்ட வேகம் கொண்ட இளைஞர்களின் கோபக்குரல் இவற்றிலிருந்தன. கிராம அமைப்பின் நிலம் சார்ந்த உறவுகள் அதனோடு பிணைந்து நின்ற சாதிப்பாகுபாடு இக்காலப் படங்களில் கண்டிக்கப்பட்டன. மேலும் நீதியும், சட்டமும் பணக்காரர்களுக்குச் சாதகமாக மாற்றப்படுதல் போன்றவையும் சுட்டப்பட்டன. புதிய அரசியல்வாதிகளின் ஊழல்களும் சாடப்பட்டன.

1968ஆம் ஆண்டு வெண்மணியில் 44 தலித் விவசாயிகள் எரித்துக் கொல்லப்பட்ட பதிவைத் தாங்கி இக்காலகட்டத்தில் வந்த படங்கள் குறிப்பிடத்தக்கவை. தி.மு.க .ஆட்சிக்கு வந்த அடுத்த ஆண்டு இப்படுகொலை நடந்தது. பெரியாரும் அப்போது உயிரோடு இருந்தார். திராவிட இயக்கத்தின் சமூக நோக்கில் இச்சம்பவம் எத்தகைய தாக்கத்தையும் ஏற்படுத்தவில்லை. இச்சம்பவம் இடதுசாரி இயக்கத்தின் பிரச்சினையாக மட்டுமே பார்க்கப்பட்டது. ஏழைப் பங்காளன் அடையாளத்தோடு பல்வேறு படங்களில் நடித்த எம்.ஜி.ஆர். படங்களில் இச்சம்பவங்களோ இதுபோன்ற நிலவுடைமைச் சாதிய வன்முறைகளோ சிறிய அளவில்கூட இடம்பெற்றதில்லை. ஆனால் இக்கொலைக்குக் காரணமானவர் என்று குற்றம்சாட்டப்பட்ட பண்ணையார் மேல்நீதிமன்றத்தால் விடுவிக்கப்பட்டார். நீதிமன்றத்தால் விடுவிக்கப்பட்ட அவர் சில ஆண்டுகளில் தீவிர இடதுசாரி இயக்கத் தாக்கம் பெற்றவர்களால் கொல்லப்பட்டதாகக் கருதப்படுகிறார். அதாவது அரசும் நீதித்துறையும் நியாயம் செய்யவில்லை. அதற்காக மக்கள் பழிவாங்கினர் என்கிற அரசியல் தாக்கம் இதிலிருக்கிறது. இந்த அணுகுமுறைதான் 1980களின் நிலவுடைமை எதிர்ப்புப் படங்களில் இருந்தது. அதே வேளையில் *கண் சிவந்தால் மண்சிவக்கும்* (1983) படத்தைத் தவிர மற்ற படங்களில் இச்சம்பவம் நேரடியாக இல்லாமல் பண்ணையார் சுரண்டல் என்கிற பெயரில் மறைமுகமாகவும் பொத்தாம் பொதுவாகவும் இடம்பெற்றது. பாடல் வரிகளில் வசனங்களில், ஓரிரு காட்சிகளில் இதைப் பற்றிய பதிவு இருந்தது (*அலைஓசை, சிவந்த கண்கள், சிவப்பு மல்லி*).

மேலும் இவ்வகை படங்களில் சமூக சுரண்டலுக்கு எதிரான கோபமும் மாற்றமும் இரண்டு அடையாளங்கள் மூலம் சுட்டப்பட்டன. 'புதிய', 'சிவப்பு' என்கிற இரண்டு அடையாளங்களே அவை. இரண்டும் இடதுசாரி அரசியல் கண்ணோட்டத்தோடு தொடர்புடையதாகும். பழைய / நிலவும் சமூக அமைப்பை மாற்றி புதிய அமைப்பைக் கோருவது 'புதிய' என்கிற பெயரிலும் (*கீழ்வானம் சிவக்கும் — 1981, சிவப்பு மல்லி — 1981. சிவந்த கண்கள் — 1982, சிவப்புச்சூரியன் — 1983. நான் சிகப்பு மனிதன் — 1985*) சிவப்பு என்பது போராட்டத்திற்கான குறியீடாகவும் அமைந்தது (*புதியவன், புதிய சங்கமம், புதிய சகாப்தம், புதிய தீர்ப்பு, புதுயுகம்*). இதே காலகட்டத்தில்தான் தொழிற்சங்கப் போராட்டங்களும் கதைகளில் இடம்பெறத் தொடங்கின.

1980களில் மட்டும் மாற்றத்தை வலியுறுத்தும் தலைப்பு கொண்ட இவ்வகை படங்கள் ஏராளமாக வெளியாயின. இவை மட்டுமல்லாது சட்டம் மற்றும் நீதியமைப்பு பற்றிய விமர்சனம், புதிய அரசியல்வாதிகளின் ஊழல், ரவுடியிசம் பாலியல் பலாத்காரம் போன்றவை கதைகளில் இடம்பெற்றன. இப்படங்களும் மாற்றத்தைப் புதிய சமூக அமைப்பைத் தலைப்பிலும் கதையளவிலும் பேசுபவையாக இருந்தன (*1981— காலம் ஒருநாள் மாறும், சட்டம் ஒரு இருட்டறை, சாதிக்கொரு நீதி, நீதி பிழைத்தது. 1982—சட்டம் சிரிக்கிறது, தீர்ப்புகள் திருத்தப்படலாம். 1983— எங்களாலும் முடியும், ஒரு கை பார்ப்போம், சட்டத்துக்கு ஒரு சவால். 1984—தீர்ப்பு என் கையில், நாளை உனது நாள். 1985—உரிமை, எரிமலை, எங்கள் குரல், ஏமாற்றாதே ஏமாறாதே, நீதியின் மறுபக்கம். 1986—நான் அடிமை இல்லை, எனக்கு நானே நீதிபதி. 1987 — இவர்கள் வருங்காலத் தூண்கள், இனி ஒரு சுதந்திரம், ஒரே ரத்தம், ஒன்று எங்கள் சாதியே, காலம் மாறுது, சட்டம் ஒரு விளையாட்டு, நீதிக்குத் தண்டனை, மக்கள் என் பக்கம். 1988— இது எங்கள் நீதி, உழைத்து வாழ வேண்டும், உன்னால் முடியும் தம்பி, மக்கள் ஆணையிட்டால்*) இப்படங்களில் பெரும்பாலும் 1970, 1980களின் அரசியல் சூழல்தான் விமர்சிக்கப்பட்டன. அதேபோல வேலையில்லாத திண்டாட்டமும் அதற்கு எதிரான கோபமும் இக்காலப் படங்களில் இடம்பெற்றன (*பாலைவன சோலை, நிழல்கள், வறுமையின் நிறம் சிவப்பு* போன்றவை).

ஆனால் இப்படங்கள், சமூக அமைப்பு பற்றிய அடிப்படையான விமர்சனங்களிலிருந்து இக்கதைகளை

உருவாக்காமல் சமூகப் பிரச்சனைகளை சமகால அரசியல் சூழலுக்கு எதிரான கோபத்திலிருந்து மட்டுமே விளக்கின. அந்த வகையில் இப்படங்களின் அரசியல் மேலோட்டமாக நின்றுவிட்டன. அதனால்தான் இப்பிரச்சனைகள் ஹீரோவின் கோபத்தாலும் பழிவாங்கலாலும் தீர்ந்துவிடக் கூடியவையாகக் காட்டப்பட்டன. இவ்வாறு இடதுசாரித்தாக்கம் கொண்ட படங்கள் சமூக அமைப்பிற்கு எதிரான கோபத்தைச் சண்டை, பழிவாங்கல் என்றே குறுக்கிவிட்டிருந்த நிலையில் அதே காலகட்டத்தின் அரசியல்வாதிகள் மீதான விமர்சனப் படங்களின் சராசரியான சண்டை, பழிவாங்கல் போன்றவை இவ்விரண்டு போக்கையும் ஒரே நேர்க்கோட்டில் நிறுத்திவிட்டன. மொத்தத்தில் இத்தனை படங்கள் இக்காலத்தில் வெளியாகியும் தேர்ந்த அரசியல் சினிமா என்று சொல்வதற்கு ஒன்றுமே மிஞ்சவில்லை.

1980களின் இடதுசாரித்தாக்கம் கொண்ட அரசியல் படங்களை இயக்கியவர்கள் எல்லோரையும் அக்கருத்தியலை அரசியல் ரீதியாக ஏற்றவர்கள் என்று கூறமுடியாது. சரியாகச் சொல்வதனால் தாக்கம் பெற்றவர்கள் என்று கூறமுடியுமே ஒழிய, நேரடியாக அவ்வரசியலைப் புரிந்து ஏற்றுப் பேசியவர்கள் என்று குறிப்பிட்டுச் சொல்ல முடியாது. ஆனால் இவ்வகைமையிலான படங்கள் சமூகச் சூழலின் பொருத்தப்பாட்டோடு கதைக்கான கச்சாப்பொருட்களாகவும் வணிக ரீதியான வெற்றியாகவும் அமைந்தபோது குறிப்பிட்ட அக்கருத்தியலோடு தொடர்பில்லாதவர்களால்கூட அவ்வகை மாதிரி படத்தை எடுக்க முடியுமென்பதற்கு இவையே உதாரணங்களாகி நிற்கின்றன. (ராம.நாராயணன் படங்களில் சிவப்பு அரசியல் பேசப்பட்ட அளவிற்குக்கூடத் தன்னை இடதுசாரி மற்றும் தமிழ் அடையாளவாதி என்று கூறிக்கொண்ட மணிவண்ணன் படம் ஒன்றையுமே சொல்ல முடியவில்லை). இவ்வகை படங்களுக்கான காலகட்டம் அது. சமூகச் சூழல், அதற்காகச் சமூகத்தில் நிலவும் அரசியல் நம்பிக்கை போன்றவை அக்காலப் படங்களின் மீதும் தாக்கம் செலுத்துகின்றன. அத்தாக்கத்தை வணிக வாய்ப்புக்கேற்ப சினிமா குறுக்கியும் நீட்டியும் வெளிப்படுத்த முனைகின்றன. அதேவேளையில் வணிகவாய்ப்பு என்கிற பெயரில் குறிப்பிட்ட சூழலில் உருவாகிக்கொண்டிருந்த கட்டுப்பாட்டின் வரையறையை விமர்சனப்பூர்வமாக மதிப்பிடாமலும் இருக்கமுடியாது.

1970களின் இறுதி தொடங்கி 1980களில் செல்வாக்கு பெற்ற புதிய சொந்த ஊர் சினிமா, இடதுசாரித் தாக்கம்கொண்ட

சினிமா ஆகிய இரண்டு போக்கிலும் பெரும்பான்மை கிராமங்களே கதைக்களமாக இடம்பெற்றன. புதிய சொந்த ஊர் சினிமா மற்றும் அதன் தொடர்ச்சியாய் அமைந்த சினிமாக்கள், கதை, அதன் இடம் மற்றும் காலம் ஆகியவற்றையும் அதில் இடம்பெறும் மாந்தர், மொழி, வாழ்க்கை நடைமுறைகள் என யாவற்றையும் துல்லியமாகவும் சற்றே நெருக்கமான திரைமொழியோடும் பேசின. பிரச்சினைகளை முழுமையாகக் குறுக்கிவிடாமல் சற்று நுட்பமாகச் சுட்ட முயன்ற படங்களென்று இவற்றைக் கூறலாம். ஆனால் இடதுசாரித் தாக்கம்கொண்ட சினிமாக்கள் சமகால அரசியல் சுரண்டலை வெளிப்படையாகச் சுட்டின என்றாலும் அவை சித்திரிப்பு சார்ந்து தட்டையான தளத்தில் இயங்கின. சமூக ஏற்றத்தாழ்வை ஓங்கி மறுத்த அதேவேளையில் கதாநாயக சாகசத்திற்குள் குறுகிவிட்டன. இரண்டு வகை சினிமாக்களில் ஒன்றிருந்த இடத்தில் மற்றொன்று இல்லை என்கிற நிலை. அரசியல் இருந்த இடத்தில் கலாச்சாரப் பதிவுகளும் சித்திரிப்பு மேம்பாடும் இல்லை. கலாச்சார நுட்பம் கொண்ட படங்களில் முழுமையான அரசியல் விமர்சனம் இல்லை. இரண்டு போக்குகளும் இணையவில்லை.

இடதுசாரித் தாக்கம் படங்களானது நிலவுடைமை அமைப்பின் பண்ணையார் மற்றும் அரசியல் பணக்காரர்களின் சுரண்டலைச் சுட்டி அவற்றுக்கெதிராகச் சண்டையிட்டன. இதனூடாகச் சாதியை அப்படங்கள் கண்டித்தன. உழைப்பவன், கூலி, விவசாயி என்கிற விதத்தில் ஒடுக்கப்பட்டவர்களுக்கு ஆதரவாகப் பாடின; வசனம் பேசின. ஆனால் புதிய சொந்த ஊர் சினிமாக்கள் தொடர்ச்சியில் வந்த சினிமாக்கள் நேரடியாக அரசியல் பேசவில்லை. மாறாக தம் கதையாடலினூடாக நுட்பமான அரசியல் கொண்டிருந்தன. ஆனால் அவை தொடக்க கட்டத்தைத் தாண்டி முழுமையை எட்டவில்லை.

சாதியை நேரடியாகவோ மறைமுகமாகவோ கொண்டாடிய பிற்காலப் படங்களுக்கான வேர் சாதியை ஓரளவு விமர்சனமாக அணுகிய 1980களின் மண்வாசனைப் படங்களிலேயே தொடங்கிவிட்டது என்பதுதான் குறிப்பிடப்பட வேண்டிய முரண். தொடக்கத்தில் கிராமத்தின் சேவை சாதியைக் கதாநாயகியாகக் காட்டிய (*கிழக்கே போகும் ரெயில்* 1978), காதலை ஏற்க மறுப்பதால் சிலுவையோடு பூணூலையும் துறக்கும் (*அலைகள் ஓய்வதில்லை* 1981) படங்களையெடுத்த பாரதிராஜாவின் *மண்வாசனை* (1983) என்கிற படம்தான் தமிழின் முதல் இனவரைவியல் படத்திற்கான (மதுரைக்கு

மேற்கே வாழும் பிரமலைக் கள்ளர் சாதி) தொடக்கம் எனலாம். குறிப்பிட்ட சாதியொன்றின் நிலப்பரப்பு, பேச்சுவழக்கு, சடங்கு, சாதி சார்ந்து இப்படத்திற்கு இணையான சித்திரிப்புத் துல்லியம் அதற்கு முன்பு இருந்ததில்லை. இத்துல்லியம்தான் விமர்சனம் என்பதை விடுத்து பிற்காலப்படங்களின் பெருமிதத்திற்கு இட்டுச்சென்றது. கிராமத்தில் தன் முறைப்பெண்ணை மணந்துகொள்ளவிருந்த நாயகன் அவளுக்காக நடந்த மோதலை ஒட்டி வெளியே பட்டாளத்திற்கு ஓடிவிடுகிறான். ராணுவம் என்னும் வெளியுலக நவீன வாய்ப்பு அவனை தன் உறவல்லாத (சாதிக்கு வெளியே) பெண்ணை மணமுடிக்க இட்டுச்செல்லுகிறது. அப்பெண்ணோடு ஊர்திரும்பும் அவனைத் தாய், முறைப்பெண், ஊரார் என எல்லோரும் அதிர்ச்சியோடும் எரிச்சலோடும் எதிர்கொள்கின்றனர். மாமனோடு மணம் கைகூடாத வருத்தத்தில் முறைப்பெண் வேறு மணமுடித்துக் கொள்ள மறுக்கிறாள். ஆனால் படத்தின் முடிவு உறவல்லாத வெளியூர் பெண்ணை பலிகொண்டு உள்ளூர் ரத்த உறவுகளுடனான உறவைப் புதுப்பிப்பதாகவும் அதற்கான மோதலாகவும் அமைந்துவிடுகிறது. ஏறக்குறைய ரத்த உறவிலிருந்து விலக வாய்ப்பிருந்தும் உறவு, மண் என்கிற பெயர்களில் சாதிய உறவுகள் இம்முடிவில் புதுப்பிக்கப்படுகின்றன.

இதேபோலத்தான் *முதல் மரியாதை* படத்தில் தன் மருமகனைக் காதலிக்கும் அருந்ததியர் பெண்ணுக்கு மணம் முடித்துவைத்துப் பெருமிதம் காட்டும் சின்னையா தேவர் (பெண்ணின் தந்தையான அருந்ததியர் பாத்திரம் சின்னையா தேவரைப் பார்க்கும் போதெல்லாம் காலில் விழுகிறார்) தன்னை மணப்பதற்கு முன்பே கற்பிழந்துவிட்ட மனைவிக்கு வாழ்நாள் 'தண்டனை'யாக அவளைத் தொடாமலே இருந்து பெருமிதமாக வாழ்ந்து காட்டுகிறார். இது தன் குலசாதி கௌரவத்தைத் தக்கவைக்கும் பெருமிதமாகும். பாரதிராஜா படங்களில் நிகழும் சாதிய உடைவு என்பது மேலே இருந்து மனம் நெகிழ்ந்து தரப்படும் சலுகை மட்டுமே. அது கீழே இருந்து எழும் உரிமைக்குரல் அல்ல. இதற்குக் காரணம் அந்தக் குறிப்பிட்ட வட்டாரமோ, குழுவோ கொண்டிருக்கும் பண்பாட்டு அதிகாரம்தான். இப்படங்கள் அவ்வகைப் பண்பாட்டு அம்சங்களையே கிராமியப் பண்பாடாக, தமிழ்ப் பண்பாடாகச் சிலாகித்தன. எனவே மெல்லமெல்லச் சாதி மீறல் பற்றிய குரலை மரபார்ந்த பண்பாட்டின் மீதான நவீனத்தின் தாக்குதலாக மாற்றிப் பார்க்கும் நிலைக்கு நகர்ந்துவிட்டது.

பாரதிராஜாவின் கிராமப் படங்களில் அங்கு வாழும் வெவ்வேறு குழுவினர் என்கிற முறையில் சாதிகளுக்கிடையேயான அதிகார உறவு ஆழமாக அலசப்பட்டதில்லை. அதிலும் அவருக்கு வரையறை இருந்தது. அவர் படங்களில் கதையின் மையமாகக் கொள்ளப்படும் சாதியோடு முரண்படும் மற்றொரு சாதியைக் காட்ட வேண்டிய அவசியம் வரும்போது எதார்த்தத்தில் முரண் கொண்டியங்கும் எண்ணிக்கை பலமுள்ள சாதியைக் காட்டாமல் எண்ணிக்கை சிறுபான்மைச் சமூகத்தையோ, சேவை சாதியையோதான் எடுத்தாண்டு இருக்கிறார். முழுக்க அடித்தளச் சாதியைப் பற்றி அவர் எடுத்த ஒரே படமான *என்னுயிர்த்தோழன்* (1989) படம் சாதிமுரணைக் கதையின் மையமாக கொண்டிருக்கவில்லை. அவர் பிறந்து வளர்ந்த சாதியைக் கதையாக்கும்போது இரண்டு அம்சங்கள் அவரிடம் வெளிப்பட்டிருக்கின்றன. அவை, ஒன்று: உள் சீர்திருத்தம் பேசுவதற்கேற்ப வட்டார அளவில் பிரதான முரண்பாடாக இல்லாத பிராமணர் போன்ற சாதிகளுடனான முரண்பாட்டைக் காட்டுவது. இரண்டு: ஒரேயொரு சாதியை மட்டும் மையமாக்கி அதிலிருக்கும் உறவையும் முரணையும் பேசுவது (*மண்வாசனை, கிழக்குச் சீமையிலே* போன்று) சாதியின் உள்முரண்களை தனித்துப் பேசிய இரண்டாம்வகைப் படங்களே மண்ணின் பண்பாடு என்ற பெயரில் சாதியப் படங்களாகப் பின்னாளில் மாறின.

1980களின் கிராமியப் படங்கள் கிராமக்களம் என்கிற வகையில் சாதியை நேரடியாகவோ மறைமுகமாகவோ பேசின. சாதியமைப்பு சித்திரிக்கப்பட்ட முறையில் தொடக்க காலத்தில் ஒருவித வரையறையோடு கூடிய விமர்சனமுறையும், பிறகு விமர்சனம் குறைந்து சாதிப்பெருமை பேசும் படங்களும் பெருகின என்பதைப் பார்த்தோம். மண்வாசனைப் படங்கள் பற்றிப் பேசும் வெங்கடேஷ் சக்கரவர்த்தி அதுவரை தமிழ் சினிமாவில் பார்க்காத பிம்பங்களும் கேட்காத மொழியும் தமிழ்சினிமா பார்வையாளர்களிடையே பெரிய வரவேற்பைப் பெற்றன. இத்தாக்கத்தினால்தான் பிறகு (1990களில்) சாதிப் பெயர்களையே தலைப்பாகக்கொண்ட படங்கள் வருவதும் சாத்தியமானது என்றும் 1980களின் இறுதியிலிருந்து தமிழ் சினிமாவில் சாதியம் வெளிப்படையாகவே தன் இருப்பைப் பிரதிபலிக்கத் துவங்கியது என்றும் கூறுவதன் மூலமும் இவற்றை உறுதிப்படுத்திக்கொள்ளலாம் (சினிமாவில் சாதியைப் பற்றிப் பேசலாமா? நவம்பர் 2003, குமுதம் தீராநதி).

இவ்வாறு 1980களில் கிராமத்தை மையமாகக் கொண்ட மண்வாசனைப் படங்கள், இடதுசாரித் தாக்கம் பெற்ற சாகசப் படங்கள் ஆகிய இரண்டு போக்கிலிருந்தும் வணிக வாய்ப்பிற்குண்டான அம்சங்களை உள்வாங்கிய வெகுஜனக் கதையாடல் உறுதிப்பட்டன. இப்படங்களின் கிராமிய அம்சங்கள் சாதியச் சட்டகத்திற்குள் அடங்குபவையாக இருந்தும் அவ்வாறு சொல்லப்படாமல் பதிவாயின. ரஜினியும் கமலும் உச்ச நட்சத்திர அந்தஸ்தை அடைந்த *முரட்டுக்காளை* (1980), *சகலகலா வல்லவன்* (1982) ஆகிய இரண்டு படங்களும் கிராமத்தைக் களமாகக் கொண்ட சாகசப் படங்கள். இரண்டு படத்திலும் நாயகர்கள் பண்ணையார் அந்தஸ்து கொண்டவர்களே. இப்படங்களின் பிரதான முரண் சாதி அல்ல. ஆனால் ஒரே சாதியைச் சேர்ந்த பண்ணையார்களுக்கிடையேயான அல்லது ஒரே சாதியில் வர்க்க நிலையில் வேறுபட்டிருப்பவர்களுக்கான மோதல் என்கிற அளவில் இக்கதைகள் அமைந்துள்ளன. இந்த வகையில் இக்கதைகள் கிராமத்தின் உடைமை வர்க்க ஆதிக்கச் சாதி குடும்பங்களின் உறவும் முரணும் பற்றியது எனலாம். மொத்தத்தில் இவற்றை ஆதிக்கச் சாதியினரிடையேயான வர்க்கரீதியான முரணைப் பேசும் படங்கள் எனலாம்.

இதே காலத்தில் ராபின்ஹுட் வகையிலான மக்கள் சார் கொள்ளையர்கள் அல்லது வீரர்கள் பற்றிப் படங்கள் வெளியாயின. ஒவ்வொரு வட்டாரத்திலும் சமூக அளவில் உலவிவந்த கதைகள் படங்களாக எடுக்கப்பட்டன. கொள்ளை, கொலை, துரத்துதல், பழிவாங்கல் என்று வெகுஜன சாகசக் கதையாடலுக்கான அம்சங்களைக் கொண்டிருந்ததால் இக்கதைகள் படங்களாக மாறின. *மலையூர் மம்பட்டியான்* (1983), *கரிமேடு கருவாயன்* (1986) போன்ற படங்கள் இவ்வகையில் வெற்றிப் படங்களாயின. இக்கதைகள் பெரும்பாலும் ஒரே சாதிக்குள் இருவேறு வர்க்கத்திற்குள் நடப்பவையாக இருந்தன. அதேவேளையில் *மலையூர் மம்பட்டியான்* தவிர மற்ற படங்கள் தென்மாவட்டங்களைக் களமாகக் கொண்டு குறிப்பிட்ட சாதி சார்ந்தவையாகவும் அமையலாயின. பாரதிராஜாவுக்குப் பிறகு வலுப்பெற்ற தென் தமிழகக் கதைக்களம் அவர் சித்திரித்த சாதியையோ அல்லது அதற்கிணையான சாதியையோ எடுத்துக்கொண்டன.

இங்கு ராமராஜன் நடித்த முதல்படமான *நம்ம ஊரு நல்ல ஊரு* (1986), பாரதிராஜாவிடம் உதவி இயக்குநராய் இருந்த

கே.ரங்கராஜ் இயக்கிய *நினைவே ஒரு சங்கீதம்* (1987) ஆகிய இரண்டு படங்களை எடுத்துக்கொள்ளலாம். இப்படங்களின் கதையை எந்தக் கிராமத்திலும் நடப்பதாகக் காட்ட முடியும். ஆனால் இரண்டு படங்களிலும் இடத்தின் பெயர் பசும்பொன். இப்பெயர் இல்லாவிட்டாலும் கதைக்கு எந்தப் பங்கமும் வராது. அதேபோலப் பாத்திரங்களின் பெயர்களையும் வீரம் கௌரவம் போன்ற அம்சங்களை வசனங்களாக, காட்சிகளாகக் கட்டமைத்துள்ளனர். தொடர்ந்து *எங்க ஊரு பாட்டுக்காரன்* (1987), *எங்க ஊரு காவல்காரன்* (1988), *பாண்டிநாட்டுத் தங்கம்* (1989), *பெரியவீட்டு பண்ணைக்காரன்* (1990), *மருதுபாண்டி* (1990), *வெள்ளையத்தேவன்* (1990), *தெற்கத்திக் கள்ளன்* (1988), *தென்பாண்டி சீமையிலே* (1988) போன்ற படங்களைக் கூற முடியும். இப்படங்களின் இயக்குநர்களும் தயாரிப்பாளர்களும் பெரும்பாலும் படத்தில் சித்திரிக்கப்பட்ட சாதியைச் சார்ந்தவர்களே (இவற்றில் அதிகப் படங்கள் சங்கிலி முருகன் தயாரித்தவை). மேலே சொல்லப்பட்ட இத்தலைப்புகள் பிரதேசம் சார்ந்தும், வீரம் காட்டுதல் சார்ந்தும் குறிப்பிட்ட சாதியைத் தொடர்புபடுத்துவதைப் பார்க்கலாம்.

இப்படங்கள் சாதிப்பெருமை பேசும் படத்திற்கான அத்துணை அம்சங்களையும் கொண்டிருந்தன. ஒரு கிராமம் அல்லது பகுதி சார்ந்த வீரம், உரிமை போன்றவற்றைச் சாதிக்குரியதாக்கும் இந்தப் பார்வையால் பிறர் வெளித்தள்ளப்படுகின்றனர். இங்கு வீரத்திற்காகச் சண்டை என்பது கிராமத்தின் பாரம்பரியத்தை (சாதி உள்ளிட்டவை மீறப்படும்போது) காப்பதாகவும், அவரவர் தொழிலை அவரவர் செய்யாமல் வழுவுவதிலிருந்து தடுப்பதாகவும் கூட அமைகிறது. மற்றொரு சாதி மீதான வன்முறையாகவும் இருக்கிறது. எனவே இப்போக்கு தொடர்புடைய சாதிக்கு உளவியல் பலத்தையும் முரண்கொண்ட சாதிக்கு அச்சுறுத்தலையும் தருகிறது. இந்நிலையில்தான் இக்காலப் படங்கள் சமூக அரசியல் தளத்தில் உளவியல் ரீதியாகவும் வெளிப்படையாகவும் தன் பங்கைச் செலுத்தத் தொடங்கின.

இங்கு இன்னொரு பொருத்தப்பாட்டையும் இணைத்துப் பார்க்க வேண்டியுள்ளது. தமிழிலக்கிய மரபில் பயின்றிருக்கும் வீரம், காதல் என்ற இரண்டு அம்சங்களும் தமிழ் வெகுஜன சினிமாவில் கதையாடலுக்குள் அழுத்தம் பெற்றிருக்கின்றன. வெகுஜனக் கதையாடலின் பிரதான அம்சங்களாகச் சண்டையையும் காதலையும் கூறலாம். நாயகன் நாயகி பாத்திரங்கள் இவ்விரண்டின் மீதே கட்டமைக்கப்படுகின்றன.

பெண்ணின் காதலைப் பெறுவதற்கான உத்தியாக ஆணின் வீரம் (அதாவது ஆண்மை/ ஆண் தன்மை) நிறுவப்படுகிறது. இந்த நிலையில் 1980களின் கிராம சினிமாக்களில் ஆணின் ஆகிருதி கிராம வெளியில் அவன் பெற்றிருக்கும் செல்வாக்கை அடிப்படையாகக் கொண்டு விஸ்தரிக்கப்படுகின்றன. ஆணின் பெருமிதமும் வீரமும் கிராமத்தில் பெற்றிருக்கும் பண்பாட்டு அதிகாரம் சார்ந்தும், உடைமை சார்ந்தும் மறுவார்ப்பு செய்யப்பட்டன. இவற்றின் தொடர்ச்சியில் மாடு பிடித்தல், சிலம்பம் ஆடி ஜெயித்தல், இளவட்டக்கல் தூக்குதல், ஏலத்தில் ஜெயித்தல் என்றெல்லாம் காட்சிகள் அமைந்தன. கிராமப் பரப்பில் பண்பாட்டு அதிகாரத்தையும் உடைமையையும் காப்பதற்கான வன்முறையும், மோதலும் சினிமாவின் கதையாடலில் சண்டைக் காட்சிகளுக்கான வாய்ப்புகளாக விரிந்தன. ஒவ்வொரு சாதிக்கும் அதற்கெனத் தனித்தனி வெளிகள் உண்டெனினும் கிராமத்தின் பொதுவெளியென்பதும் கோயில் உள்ளிட்ட பொது மரியாதையென்பதும் கிராமத்தின் அதிகாரச் சாதிகளுக்குரியதாக மட்டுமே இருக்கிறது. எனவே கிராமத்தின் இப்புழங்குவெளிகள் கதையாடலில் கொணரப்படும்போது அவற்றோடு அதற்குரிய சாதிகளும் உள்ளே வருகின்றன. இந்நிலையில் 1980களின் தமிழ் சினிமாவில் அழுத்தம் பெற்ற 'கிராமம்' என்பது தன் கதையாடலுக்காகத் தென்தமிழகம் என்னும் பிராந்தியத்தையும் அங்கு அதிகாரத்தோடும் வன்முறையோடும் தொடர்புடைய குறிப்பிட்ட சாதியையும் தேர்ந்து கொண்டன. இவ்வாறுதான் தமிழ் சினிமாவில் தென்தமிழக தேவர் சாதிக் கதைகள் செல்வாக்கு பெற்றன. இசைநாடகம் மற்றும் கம்பெனி நாடகங்களின் தொடர்ச்சியாக சினிமா உருப்பெற்ற காலத்திலிருந்தே இடைநிலைச் சாதிகளின் பரிமாற்றம் சினிமாவில் நடந்தேறிவிட்டன. எனவே சினிமாவின் தொடக்ககாலம் முதலே இச்சாதியினர் நடிகர்களாகவும் பிறகு இயக்குநர்களாகவும் குறிப்பிட்ட அளவில் இடம்பெற்று வந்தனர் என்பது குறிப்பிடத்தக்க துணைச் செய்தியாகும்.

1974—இல் வெளியான *என்மகன்* என்ற படத்தில் தந்தை, மகன் என்று சிவாஜி கணேசன் இரட்டைவேடத்தில் நடித்தார். இதில் தந்தை நேர்மையான போலீஸ். ஆனால் அவரின் முழுப்பெயர் ராமையா தேவன். அதோடு நான் சாதியால் தேவன், பொய் சொல்லமாட்டேன் என்று அப்பாத்திரம் ஓரிடத்தில் பேசுகிறது. சாதி சார்ந்த

குணாம்சத்தை புனைவு சார்ந்து கட்டமைக்கும் வசனம் இது. இதற்கு முன்பே வெளியான சிவாஜி நடித்த *பட்டிக்காடா பட்டணமா* (1972) படத்தில் நாயகன் பெயர் சோழவந்தான் மூக்கையா சேர்வையாகும். *முதல் மரியாதை* (1985)யில் சின்னையாத் தேவர். *தேவர் மகனில்* (1992) பெரியத்தேவர், முத்துராமலிங்கத் தேவர் பிறந்த ஊரை தலைப்பாக்கிக் கொண்ட *பசும்பொன்* (1995) படத்தில் துரைராசுத் தேவர் என்றும் பெயர் பெற்றிருப்பதைப் பார்க்கலாம். திரையுலகின் மூத்த நடிகரொருவர் கதையில் ஊர்ப் பெரியவராக தேவர் சாதி வேடத்தில் நடிப்பது சமூகத்தில் அச்சாதி பற்றிய பிம்ப உருவாக்கத்தில் தனக்குரிய அளவில் பங்கைச் செலுத்தியது. கிராமப் பாரம்பரியம் ஜல்லிக்கட்டு போன்ற வீரவிளையாட்டு, அது தொடர்பான சவால் போன்றவற்றை கிராமத்தின் அதிகாரச் சாதியோடு இணைத்துச் சொல்லியதின் தொடக்கமென்று இதைக் கூறலாம். இதற்கான தொடக்கம் 1980களில் உருவாகிப் பிறகு வெளிப்படையாகக் காலூன்றியது. மொத்தத்தில் 1980களை எட்டும்போது கிராம சினிமாக்களில் தேவர்சாதி அடையாளம் உறுதிப்பட்டுவிட்டது. இவ்வாறு தென்தமிழகக் களமும் தேவர்சாதி சார்ந்த வாழ்வும் கதைக்கான கச்சாப்பொருளாகவும் வர்த்தக ரீதியான வெற்றியாகவும் ஆக்கப்பட்டுவிட்ட பின்னால் தேவர்சாதி சாராத இயக்குநர்கள் மற்றும் தயாரிப்பாளர்கள் கூட கிராமம் என்றால் வணிகவெற்றி மற்றும் பார்முலா கதை என்று கருதி தேவர் சாதியை மையப்படுத்தும் கதைகளையே படமெடுக்கத் தொடங்கினர்.

இத்திசையில் எழுதப்பட்ட ராஜன் குறையின் (*கதாநாயகனின் மரணம் — கயல்கவின்* 2012) 'தென்தமிழகம்' என்கிற கற்பித நிலப்பரப்பு என்னும் கட்டுரை முக்கியமானது. நவீனம் என்கிற எதிர்வில் தென்இத்தாலியும் வடஇத்தாலியும் கொண்ட முரணைப் பற்றிய பார்வையை அப்படியே தமிழ் சினிமாவின் தென்தமிழகச் சித்திரிப்பைப் புரிந்துகொள்ளப் பொருத்தியிருக்கிறார். இம்முரணைப் புரிந்துகொள்ள இக்கட்டுரை தன்னளவில் உதவுகிறது. எனினும் அது சூழலை முற்றிலுமாகப் புரிந்துகொண்டதாகத் தெரியவில்லை. சூழலின் தனித்த அம்சங்களைக் கூர்ந்து கவனிப்பதிலிருந்து விலகி அக்கட்டுரை பிரச்சினைகளைப் பொதுமைப்படுத்துகிறது. தமிழக நவீனத்தின் பரப்பான சென்னை என்கிற வடக்கு தெற்கைப் பாரம்பரியத்தின் பேரில் பின்தங்கிய பகுதியாகப் பார்க்கிறது என்பது மட்டுமே உண்மையென்றால் தேவர்

என்கிற ஒரே சாதி மட்டும் தென்தமிழகத்திலிருந்து காட்டப்பட்டு, பிறசாதிகள் ஏன் காட்டப்படவில்லை என்கிற கேள்வி இங்கு முக்கியமானது. தென்தமிழக தேவர் சாதிப் படங்களைச் சாதியப் படங்களாகக் 'குறுக்கி'ச் சித்திரிக்கும் விமர்சனங்களைச் சாடும் தொனியுடன் எழுதப்பட்ட இக்கட்டுரை, சூழலைக் கோட்பாட்டுப் பிரச்சினையாக விவரித்து திருப்திகொள்ள முனைகிறது. ஆனால் இங்கு இவ்வாறான படங்கள் சமூகப் பரப்பில் ஏற்படுத்தும் தாக்கம் மற்றும் விளைவைக் கணக்கில் கொண்டு இச்சித்திரிப்புகளை அக்கட்டுரை மதிப்பிடவில்லை. அதிலும் குறிப்பிட்ட சாதி பற்றிய சித்திரிப்பு படத்தோடு மட்டும் நின்றுபோவதில்லை. சமூகப் பரப்பிலும் வினையாற்றுகிறது. அதாவது ஒரு சாதி சித்திரிக்கப்படும் விதம்சார்ந்து அக்குறிப்பிட்ட சாதியிடமும் பிற சாதியிடமும் உளவியல் ரீதியாகவும் நேரடியாகவும் செயல்படுகிறது. சாதியைக் கொண்டாடுவதற்கும் /பிற சாதியோடு முரண்கொள்வதற்கும் பாடல், வசனம், பிம்பங்கள் போன்றவை இப்படங்களிலிருந்து கிடைக்கின்றன. இதையொட்டி மோதல்களும் இழப்புகளும் நடக்கின்றன.

சாதி உள்ளிட்ட 'பண்பாட்டு அடையாளங்களை' சினிமாவில் சித்திரித்திருக்கக்கூடாது என்பது இதன் பொருளல்ல. சாதிய அமைப்பையும் ஒன்றுக்கொன்று முரண்படும் அதன் நலன்களையும் சனநாயகப் பூர்வமாகவும், விமர்சனப் பூர்வமாகவும் சித்திரிக்காமல் ஒற்றையாக மட்டுமே சுருக்கியதால் அதன் இயல்பான நீட்சியாகிய சாதிப்பெருமையை நோக்கி வந்து நிற்கிறது. 1970களின் இறுதியிலும் 80களின் ஆரம்பத்திலும் பகுதியளவு விமர்சனப் பூர்வமாக உருப்பெற்று மத்தியில் ஒற்றைச்சாதி சார்ந்த முரண்களைப் பேசுவதாக மாறி மெல்ல மெல்ல விமர்சனச் சொல்லாடல் முற்றிலுமாக மறைந்து, பின்னர் குறிப்பிட்ட சாதியின் பெருமையைப் பேசுவதாகவும் கட்டமைப்பதாகவும் வடிவம் பெற்றன. கிராமம் என்ற களத்தில் ஊர் மரியாதை, குல கௌரவம், ரத்த உறவின் பெருமை, பாரம்பரிய அதிகாரத்தின் மகத்துவம் என்றெல்லாம் படங்கள் 1980களின் இறுதி தொடங்கி 1990கள் முழுக்க செல்வாக்கு பெற்றன.

அந்த வகையில் சில படங்களை இங்கு பட்டியலிட முடியும். 1992—ஊர் மரியாதை, எல்லைச்சாமி, சின்னக் கவுண்டர், தேவர் மகன், பாண்டித்துரை, பெரியகவுண்டர் பொண்ணு. 1993 - அரண்மனைக் கிளி, உத்தமராசா,

ஏஜமான், கட்டபொம்மன், சர்க்கரைத்தேவன், சின்ன ஜமீன், பாரம்பரியம், மறவன். 1994 - வண்டிச்சோலை சின்னராசா, சீவலப்பேரி பாண்டி, சீமான், நம்ம அண்ணாச்சி, நாட்டாமை, பெரிய மருது, ராஜகுமாரன், மேட்டுப்பட்டி மிராசு. 1995-பசும்பொன், பெரிய குடும்பம், மண்ணத்தொட்டு கும்பிடனும், மண்ணுக்கு மரியாதை, முறைமாமன், முறைமாப்பிள்ளை. 1996-கட்டப்பஞ்சாயத்து, சேனாதிபதி, பரம்பரை, பரிவட்டம். 1997-எட்டுப்பட்டி ராசா, சாதிசனம், சூரியவம்சம், மாப்பிள்ளை கவுண்டர் போன்ற படங்களைப் பார்க்கலாம். இப்படங்கள் யாவும் கிராமியக் களத்தைக் கொண்டவை. (இப்பெரும்போக்கிலிருந்து ஆத்தாவின் கோயிலிலே 1990, இந்திரா 1995, பாரதி கண்ணம்மா 1997, இரணியன் 1999, கோவில்பட்டி வீரலட்சுமி 2003, காதல் 2004 ஆகிய படங்களை விதிவிலக்காக வேறுமாதிரி பிரித்து அணுக வேண்டியுள்ளது).

1980களின் தொடர்ச்சியில் பிறந்த படங்களின் கிராமப்புற பாரம்பரிய அதிகாரம் மீதான உரிமை, ஆண்ட பெருமை, ரத்த உறவு போன்றவற்றைச் சுட்டுவதாக அமைந்திருப்பதை எளிமையாகக் கண்டுகொள்ளலாம். இப்படங்களின் கதையமைப்பு முழுக்க கிராமப்புற இடைநிலை அதிகார சாதிகளை மையமாகக் கொண்டவை. அந்தச் சாதிகள் கிராமங்களில் பெற்றிருக்கும் சாதி உள்ளிட்ட பெருமைகளை இக்கதையாடல்கள் நியாயப்படுத்தின. பல வேளைகளில் நேரடியாகச் சாதி பற்றிய குறிப்பு இல்லாமல் இருக்கலாம். ஆனால் அப்படங்களில் அதிகார உறவுகளைச் சித்திரிக்கும் விதத்தில் சாதிக் கருத்தியல் செயலாற்றின. இந்த வகையில் செந்தில் கவுண்டமணி நகைச்சுவைச் சித்திரிப்பில் செயற்படும் மேல்கீழ் உறவைக் குறித்து சுந்தர் காளி எழுதிய ஆங்கிலக் கட்டுரை பெயர்பெற்றதாகும். இதேபோல இப்படங்களில் இடம்பெற்ற சாதிப்பெருமை கூறும் பாடல்களும் அவை சமூகப் பரப்பில் செலுத்திய தாக்கங்களும்கூட தனியாய்விற்கு உரியதாகும். குறிப்பாக தேவர் மகன் (1992), சீவலப்பேரி பாண்டி (1994) பெரியமருது (1994) படங்களில் இடம்பெற்ற தேவர் சாதிப் பெருமையைப் பறைசாற்றும் பாடல்கள் தென்மாவட்ட தேவர் சாதி மேடைகளில் பிரதானமாக இடம்பெற்றன.

மொத்தத்தில் நவீன அரசு மற்றும் சட்டவரம்புகளுக்கு உட்பட்டிராத வட்டாரப் பண்பாட்டு நடைமுறைகள் இப்படங்களில் கொண்டாடப்பட்டன. மேலும் நவீனத்தின் தீமைகளுக்கு எதிரில் வைத்துப் பாரம்பரியப் பெருமைகள்

பேசப்பட்டன. இவ்விடத்தில் பாரம்பரியம் என்ற பெயரில் சாதி அதிகாரம் நியாயமாகி விடுவதும் அதைத் தடைசெய்யும் நவீனச் சட்டங்கள் தீமையாகவும் அர்த்தம் பெறுவதைப் பார்க்க முடிந்தது. இதே காலகட்டத்தில் தமிழகத்தின் மேற்குப் பகுதிகளைப் பிரதிபலிக்கும் கவுண்டர் சாதி ஆண்ட பெருமை படங்களும் வெளியாயின என்பதையும் இணைத்துக்கொள்ள வேண்டும். இவ்வாறு எப்போதும் இல்லாத அளவிற்கு கிராமம் தமிழ் சினிமாவில் பாரம்பரிய அதிகாரம் பற்றிய நியாயப்படுத்தலோடு வெளியாயின. இதற்கான வேர் 1980களில் தமிழ் சினிமா கட்டமைத்த கிராமத்திலேயே இருந்தது. இத்தொடர்ச்சியின் மீது மாற்றத்தை ஏற்படுத்திய இரு திரைநிகழ்வுகள் 2000த்தில் நடந்தன. ஏற்கனவே *தேவர்மகன்* படமெடுத்த கமல் *சண்டியர்* (2003) என்ற பெயரில் தேவர் சாதியை மையப்படுத்திய கதையை மீண்டும் படமாக்க முனைந்தபோது தென்தமிழக தலித் அமைப்பான புதிய தமிழகம் எழுப்பிய எதிர்ப்பு முதல் நிகழ்வு. இந்த எதிர்ப்பின் சனநாயக அர்த்தம் விவாதிக்கப்படத்தக்கது. என்றாலும் திரையுலகிற்கு முற்றிலும் வெளியே இருந்து எழுந்த எதிர்ப்பு திரைப்படங்களின் சாதியச் சித்திரிப்பில் குறிப்பிடும்படியான தாக்கத்தை உண்டு பண்ணியது. ஆனால் இத்தாக்கம் மறைமுகமானது. அடுத்து 1980களிலும் 1990களிலும் வெகுஜனக் கதையாடலுக்குள் புழங்கிய கிராமமும் அதன் அடையாளங்களும் *காதல்* (2004) படத்தின் மூலம் புதிய எதார்த்தவாத அழகியலைக் கட்டமைத்துக்கொண்டன. *காதல்* படத்தின் நாயகன் தமிழ்சினிமா காட்டும் வழக்கமான சாகச நாயகன் அல்ல. அதைத் தொடர்ந்து நன்மைxதீமை, நாயகன்xவில்லன் என்கிற எதிர்வுகளைக் கடக்கும் சினிமாக்கள் உருவாயின.

காதல் படம் சாதிக்கு ஆதரவான பிரதியல்ல, மாறாக அதன் வன்முறை முகத்தைத் துல்லியமாகச் சொன்ன படம். அதேவேளையில் வன்முறையை நிகழ்த்தும் சாதியை மட்டும் துல்லியமாகச் சொன்ன இப்படம் வன்முறையால் பாதிக்கப்படுகிறவனின் அடையாளத்தை மௌனமாக்குகிறது. இந்த அம்சம் வன்முறை பற்றிய சித்திரிப்பில் அடுத்துவந்த படங்களுக்கான புதிய போக்காகிவிட்டது. தொடர்ந்து *சுப்பிரமணியபுரம், பருத்திவீரன்,* பாலாஜி சக்திவேல் இயக்கிய படங்கள், *சுந்தரபாண்டியன்* போன்ற படங்களில் வன்முறை நீங்காத இடத்தைப் பெற்று நிற்கிறது. பெரும்பாலான படங்களில் இந்த வன்முறைகள் தென்தமிழகத்தின்

பொது அம்சமாகக் காட்டப்படாமல் அப்பிராந்தியத்தின் சமூக அதிகாரத்தையும் அரசியல் அதிகாரத்தையும் வைத்திருக்கும் குறிப்பிட்ட சாதியோடு தொடர்புபடுத்திக் காட்டப்படுகின்றன. எதார்த்தத்தில் வன்முறை குறிப்பிட்ட சாதியின் அடையாளமாகவோ விருப்பமாகவோ இருக்கிறதா என்கிற ஆய்வு ஏதும் இங்கில்லை. அதேபோல வீரம் /வன்முறை பற்றி உளவியல் பூர்வமாகவும் சமூகவியல் ரீதியாகவும் ஆராய்ந்த ஆழமான சினிமாக்கள் இல்லை. வன்முறையானது ஒரு குழுவிற்குள்ளேயே நிகழ்கிறது என்றாலும் அதுவும் ஆராயப்பட வேண்டியதுதான். இந்நிலையில்தான் வன்முறை பற்றிய சினிமாக்களின் விமர்சனமற்ற சித்திரிப்பு சமூக உளவியலில் எதிர்மறையாக மட்டுமே தாக்கம் செலுத்துகிறது. குறிப்பிட்ட சாதியைக் கலாச்சாரரீதியாக வன்முறைப் பண்பாட்டோடு இணைத்துப் பார்த்துக்கொள்ள சூழலும் உளவியலும் உந்துகின்றன. இத்தகைய மனநிலைதான் வன்முறையை வீரமாக்குகிறது. ஆனால் இங்கு எதிர்வன்முறையும் இருக்கிறது. அதைப் பற்றிய பதிவோ சமூக விமர்சனக் காரணிகளோ பதிவு செய்யப்பட்டதே இல்லை. இந்நிலையில், ஒரு குறிப்பிட்ட சாதி பற்றிய வன்முறை பிம்பம் அதன் சமகால அதிகார இருப்பிற்குப் பயன்படுகிறது. ஏனெனில் ஒரு வட்டாரத்தின் சாதிய மேலாண்மையானது அது உருவாக்கும் / தக்கவைக்கும் வன்முறை பற்றிய பிம்பத்திலும் அடங்கியிருக்கிறது.

சாயாவனத்திலிருந்து புறப்பட்ட தேவர்மகன்
(பாரம்பரியத்தின் சுமையும் நவீனத்தின் இளைப்பாறலும்)

கதைப்போக்கில் உருவாகும் முரண்களுக்கிடையேயான மோதல்தான் சம்பந்தப்பட்ட பிரதியையே வளர்த்தெடுத்துச் செல்கிறது. அம்முரண் தீர்க்கப்படுவதாகக் காட்டப்படலாம் அல்லது முரணாகவே கூட விடப்படலாம். இந்த முரண் நபர்களுக்கிடையிலானதாக, இருவேறு பார்வைகளுக்கிடையிலானதாக, கொள்கைகளுக்கிடையிலானதாக, காலகட்டத்திலானதாக என எவ்வாறும் அமையலாம். ஒரு நுட்பமான பிரதி இவற்றை நபர்களுக்கிடையிலான முரண்போலக் காட்டுவதன் மூலமும் ஒரு நுட்பமான பிரதி இவற்றையெல்லாம் பேசிவிட முடியும்.

இருபதாம் நூற்றாண்டு இந்தியாவில் சமூக தளத்தில் உருவான முக்கிய முரணாக அதற்கு இரண்டு நூற்றாண்டுகளுக்கு முன்னர் இருந்தே அறிமுகமாகி வந்த நவீன கால மாற்றங்கள், உள்ளூர் பாரம்பரிய அடையாளங்களை எதிர்கொண்டமையைக் கூறலாம். இவற்றைப் பாரம்பரியம் அல்லது மரபு, நவீனம் என்று கூறலாம். ஒருவகையில் இருபதாம் நூற்றாண்டு கால இலக்கியப் பிரதிகளில் நவீனத்திற்கும் பாரம்பரியத்திற்கும் இடையிலான ஊடாட்டமே

நேரடியாகவும் மறைமுகமாகவும் இடம்பெற்றிருக்கின்றன. தமிழில் எழுந்த தொடக்ககால நாவல்களிலேயே இந்த முரண் கதையாடலின் பின்னணியாக இடம்பெற்றது. பாரதியின் குரலிலும் இவ்விரண்டின் தாக்கத்தைப் பார்க்கலாம். திரைப்படங்களிலும் இம்முரண் இடம்பெற்றதைப் பார்த்திருக்கிறோம்.

நாவல், திரைப்படம் என்ற இரண்டு வடிவங்களில் இம்முரண் வெளிப்பட்டதைப் பற்றி இக்கட்டுரையில் பேசப்படுகிறது. உள்ளூரின் மரபு அல்லது பாரம்பரியம் என்னும்போது சாதி போன்ற பழைய சமூகஅமைப்பின் கூறுகளைத் தவிர்த்துவிட்டுப் பார்க்க முடியாது. நவீனம் என்னும்போது கருவிமாற்றங்கள் மட்டுமல்லாது கருத்தியல் மாற்றங்களையும் குறிக்கிறது. சனநாயகம், சமத்துவம் போன்ற நவீனக் கருத்துகள் சாதி போன்ற பாரம்பரிய நம்பிக்கையோடு முரண்கொள்ள நிர்பந்தம் உருவாகிவிடுகின்றன. இதன் மூலம் நவீனத்திற்கும் பாரம்பரியத்திற்குமான உறவிலும் முரணிலும் சாதி எவ்வாறு அமைகிறது அல்லது மாறுபடுகிறது என்பதை அறிவதே இக்கட்டுரையின் நோக்கம்.

சா.கந்தசாமி எழுதிய சாயாவனம் (1969) நாவலும் கமலஹாசனின் கதையிலும் நடிப்பிலும் (இயக்கம் பரதன்) வெளியான தேவர்மகன் (1992) திரைப்படமும் இங்கு ஒப்பிடப்படுகின்றன. இரண்டும் இருவேறு வடிவம்; இருவேறு காலம். பெரும்பாலும் இருவேறு பார்வையாளர்கள் / வாசகர்கள். கதைக்களமும் வேறுவேறு. நாவலின் களம் காவிரி. கடலோடு கலக்கும் தஞ்சையின் வடக்கு வட்டாரம். திரைப்படமோ மதுரைக்கு அருகேயுள்ள மாவட்டம். அவற்றை ராமநாதபுரம் வட்டாரமென்று கருதலாம். இக்கட்டுரை விவாதிக்கும் கருத்தைச் சார்ந்து இவ்விரு பிரதிகளுக்கும் அடிப்படையான பொதுத்தன்மை இருப்பதாலேயே இங்கு ஒப்பிட எடுத்துக்கொள்ளப்பட்டுள்ளன. அதாவது பாரம்பரியத்தின் வெளிக்குள் நவீனம் நுழைவதைச் சார்ந்தும் அதன் விளைவுகள் சார்ந்தும் இவ்விரண்டு பிரதிகளின் பின்புலமும் அமைந்துள்ளன. இந்த இரண்டு அடையாளங்களின் சந்திப்பு, மோதல், இணக்கம் பற்றிப் பேசும்போது இயல்பாகவே சாதி இப்பிரதிகளில் ஊடாடுகிறது. திரைப்பிரதியின் பெயரே சாதியைக் குறிப்பதாக இருப்பது இதற்கு போதுமான சான்றாகும். இறுக்கத்தைக் கறாராகக் கொண்டிருக்கும் கிராமத்தின் அதிகார அமைப்பு இரண்டு பிரதிகளிலும் துல்லியமாகப் பதிவாகியுள்ளன. எல்லாவற்றையும்விடத்

தமிழகச் சாதி அமைப்பில் நடைபெற்ற அதிகார மாற்றத்தையும் அவை தக்க வைக்கப்பட்டதையும் இப்பிரதிகள் சொல்கின்றன. இரண்டு பிரதிகளும் தமிழகத்தின் இடைநிலைப் பிரிவினரான தேவர் சாதியினரைப் பற்றியே பேசியுள்ளன. அதாவது உள்ளூர் அளவில் மூளைபலம் கொண்ட சாதிகளிடமிருந்து (பிராமணர்) உடல்பலம்கொண்ட சாதிகளிடம் (இடைநிலை எண்ணிக்கை பெரும்பான்மை சாதியினர்) அதிகாரம் மாறிய தருணத்தை அவை பதிவு செய்துள்ளன. இம்மாற்றத்தில் நவீனத்தின் தொடர்பு இக்கதையாடல்களில் சித்திரிக்கப்பட்டுள்ளன.

அதேவேளையில் இரண்டு பிரதிகளும் புனைவுகள் என்பதை மறந்துவிட்டு இந்த வாசிப்பைப் புரிந்துகொள்ளக்கூடாது. சமூக எதார்த்தத்தின் ஊடாட்டம் வழியாகக் கட்டியெழுப்பப் படுபவையே புனைவுகள் என்ற புரிதலில் இந்த வாசிப்பு அமைகிறது. இலக்கியப் பிரதி என்கிற முறையில் சாயாவனம் தனக்கான புனைவுப் பரப்பைக் கட்டமைக்கும் சாத்தியத்தில் சுதந்திரமாக இயங்கியுள்ளது. தேவர் மகனில் 'உள்மெய்'யாக வாசித்து அறியவேண்டியவை நாவலில் இயல்பாகப் பதிவாகியுள்ளது. ஒரு கிராமத்தில் சாதிய அடுக்கு அழுத்தமாகவும் விரிவாகவும் பதிவாகியுள்ள தமிழ் நாவல்களில் சாயாவனமே முதன்மையானது. சாதிகளுக்கிடையே அமைந்திருக்கவேண்டிய முரண், தேவர்மகன் படத்தில் ஒரே குழுவிலுள்ள பங்காளிகளுக்கிடையிலான முரணாக மட்டும் நிறுத்திக்கொள்ளப்பட்டுள்ளது. இரண்டிலும் சாதிப்பெருமை நீங்காத இடம்பெற்றுள்ளது அல்லது சாதிப்பெருமை கொண்டோர் முதன்மைப் பாத்திரங்களாக உள்ளனர்.

சாயாவனம் நாவலில் சிவனாண்டி தேவர், சிதம்பரம் என்ற இரண்டு பாத்திரங்கள். இருவேறு தலைமுறையினர். ஒருவர் பெரியவர் மற்றொருவர் இளைஞர். சிவனாண்டிக்குச் சிதம்பரம் தூரத்து உறவினர். மாமன்முறை. சிதம்பரம் வெளியூரிலிருந்து உள்ளூரான சாயாவனத்திற்கு வருகிறான். அதாவது கொழும்பு, சிங்கப்பூர் போன்ற ஊர்களில் சம்பாதித்த பணத்தோடு வருகிறான். விவசாயத்தை மட்டுமே பின்புலமாகக் கொண்ட அவ்வூரில் கரும்பாலை ஒன்றை உருவாக்க வேண்டுமென்பது அவன் எண்ணம். அதுவரையிலும் விவசாயப் பின்புலம் கொண்டதாக இருந்த சாயாவனம் பாரம்பரியத்தின் அடையாளமாகவும் அங்கு புதிதாக வரவிருக்கும் தொழிற்சாலை நவீனத்தின் அடையாளமாகவும் அர்த்தம் பெறுகிறது. தொழிற்சாலை திட்டத்தோடு ஊருக்குள் வந்த சிதம்பரம் நவீனத்தின் குறியீடு ஆகிறான். உள்ளூர் x

வெளியூர் அல்லது உள்ளேXவெளியே என்பது இங்கு பாரம்பரியம்Xநவீனம் என்று அர்த்தம் பெறுகிறது.

சாயாவனத்தில் சாதி இயல்பாக இருக்கிறது. சாதிப்பெயர், சாதிக்குடியிருப்பு, சாதிஅடுக்கு, சாதித்தொழில் போன்றவை எந்த நெகிழ்வும் இல்லாமல் விளங்குகிறது. சாதிப்பெயர் இல்லாமல் எந்த நபரின் பெயரும் இல்லை. இவற்றில் மாற்றம் உருவாகத் தொடங்கிய காலத்தை நாவல் சித்திரிக்கிறது. அம்மாற்றம் நவீனக் கருத்துகள் தரும் விழிப்புணர்வு சார்ந்ததாக இல்லாமல் உற்பத்தி முறையினாலே நிகழ்கிறது. அந்த உற்பத்திமுறை பாரம்பரிய உற்பத்திமுறைக்கு மாற்றான நவீன உற்பத்திக் கருவிகளைக் கொண்ட தொழிற்சாலை சார்ந்ததாகிறது. இந்த உற்பத்திமுறையை பிராமணர் உள்ளிட்ட உயர்சாதியினருக்கு அடுத்திருக்கும் இடைநிலை வகுப்பினர் மூலமே வருகிறது. அதற்குப் பாரம்பரிய கிராம அமைப்பு குறிப்பாகச் சாதியமைப்பு எவ்வாறு வழிவிடுகிறது என்பதையும் நாவல் சித்திரிக்கிறது.

அதுவரையிலும் கிராமத்தில் பிராமணர் உள்ளிட்ட உயர்சாதியினரிடமே நிலங்கள் இருக்கின்றன. சிவனாண்டித் தேவர் போன்றோர் அந்நிலத்தின் காவல்காரர்களாக, சமயங்களில் குத்தகைக்காரர்களாக இருக்கிறார்கள். அதிலும் சாதிவாரியான படிநிலையே நீடிக்கிறது. அந்நிலங்களைப் பரம்பரை பரம்பரையாகப் பாதுகாத்தும் உழைத்தும் வருவதால் அதன்மீது உரிமையில்லாத உரிமையாளர் போன்ற சிவனாண்டி இருக்கிறார். அந்தப் படிநிலை மாற வேண்டுமென்று அவர் யோசிக்கக்கூட முடியாது. நிலவும் அமைப்பு ஏற்றத்தாழ்வாக இருந்தாலும் அதுவே மரபென்று நினைப்பவர். படிக்காதவர். சுற்றுவட்டாரத்தின் பத்து ஊர்களே அவர் போன்றோர் அறிந்த உலகமாக இருக்க முடியும். இந்த நிலையில்தான் அந்த ஊருக்கு இடப்பெயர்ச்சி மூலம் உருவான வருமானத்தோடும், எதிர்கால மாற்றங்களை அறியக்கூடிய கல்வியறிவோடும் சிதம்பரம் வருகிறான். ஒரே இடத்தில் தங்கியிருப்போரைக் காட்டிலும் இடம்விட்டு இடம்பெயர்ந்தோருக்குப் பல்வேறு அனுபவங்களும் அதன் வழியே புதிய யோசனைகளும் உருவாவதுண்டு. அதனாலேயே மாற்றங்களை யோசிப்பவர்களாகவும் அதற்குத் தயாராகுபவர்களாகவும் அவர்களே இருந்துள்ளனர். தமிழ்ச் சமூகத்தில் மற்றவர்களைக் காட்டிலும் இடம்பெயர்ந்த குழுவினர் நவீனத்தோடு தொடர்புகொண்டவர்களாய் இருப்பது இதனாலேயாகும். குறிப்பாக இரு நூற்றாண்டு

காலத்தில் தமிழர்களிடையே நடந்த இடப்பெயர்ச்சிகள், அதன் மூலம் உருவான பொருளாதார வாய்ப்புகள், சென்ற இடத்திலும் சொந்த ஊர்களிலும் அந்த நிதியாதாரங்களினால் ஏற்படுத்திக்கொண்ட நலன்களென்று விரித்துப் பேசுவதற்குச் சமூகவரலாறு இருக்கிறது. சிதம்பரம் அந்தச் சமூக வரலாற்றிற்கான புனைகதை தரப்பிலிருந்து கிடைக்கும் ஆதாரமாகிறான்.

ஊரிலேயே இருந்திருந்தால் சிதம்பரமும் சிவனாண்டிதான். ஆனால் இடப்பெயர்ச்சி அவனை சிவனாண்டி ஆவதிலிருந்து விடுவித்திருக்கிறது. அதாவது ஊரில் சொந்தமாக சொத்து இல்லாத ஒருவன் நவீன வெளியான நகரத்தில் பணம் படைத்தவனாகிறான். அந்தப் பணத்தைக் கொணர்ந்து ஊரில் முதலீடு செய்கிறான். சிதம்பரம் வாங்கும் அந்த நிலம் ஊரில் பரம்பரை நிலவுடைமையாளராக உள்ள சாம்பமூர்த்தி அய்யரின் பூர்வீகச் சொத்து. இது சமூக வரலாற்றின் முக்கியமான மாற்றத்தைக் காட்டுகிறது. நவீனத்தின் காரணமாக உருவான புதுப்பணக்காரர்களை இங்கே பார்க்கிறோம். நவீன பணக்காரர்கள் உருவாக்கப் போகும் தொழிலகங்களுக்காகப் பாரம்பரிய நிலங்கள் கைமாறுகின்றன. இதனை பிராமணர்களின் பாரம்பரியத்தின் பெயரிலான அதிகாரம் அடுத்த நிலையிலிருந்த இடைநிலைச் சாதிகளுக்கு மாறியதாகப் பார்க்கலாம். நிலத்தைக் காவல்காத்த சாதியினரின் எழுச்சி நிலத்தை அவர்களிடமே விடுத்து பிராமணர்களை வெளியேறச் செய்தது. இதற்கு நவீனம் பின்புலமாயிருந்தது.

பாரம்பரிய சொத்துக்களை அடுத்த நிலையில் இருப்பவர்களிடம் கைமாற்றித் தருவது, பாரம்பரியத்தின் பெயரிலான சமூக அதிகாரங்கள் கைமாறுவதையும் சேர்த்தே குறிக்கிறது. நெடுங்காலம் கொண்டிருந்த சமூக அதிகாரம் எளிமையாகக் கைமாற்றப்பட்டுவிடுமா? அதுவரையில் காவலுக்கிருந்த உடல் அதிகாரமும், புதுப்பணக்கார நவீன அதிகாரமும் ஒன்றிணைகிறது. வெளியிலிருந்து வந்த சிதம்பரத்தோடு உள்ளூரிலிருக்கும் சிவனாண்டி துணைசேர்வது அதனையே காட்டுகிறது. இந்த வாய்ப்பு புதுப்பணக்கார தலித் ஒருவருக்குக் கிடைத்துவிடுவதும், உடனே ஆதரவு கிடைப்பதும் சாத்தியம்தானா? இங்கு வர்க்கத்தைத் தாண்டி சாதி செயல்படுவதைப் பார்க்க முடியும். இந்தத் திசையில் யோசிப்பது நாவலின் எல்லை சார்ந்தது அல்ல என்றாலும் இப்படியொரு சாத்தியத்தை இவ்விடத்தில் யோசித்துப் பார்ப்பது தவறென்று

கூறமுடியாது. தலித் ஒருவருக்குப் பல தடைகள் இருந்திருக்கும். நவீனத்தின் பணக்காரத்தனத்தால் சிதம்பரத்திற்கு நிலம் கைமாறினாலும், அங்கொரு உற்பத்திக்களம் நிலைபெற உள்ளூர் காவல்கார மாமாவின் ஆகிருதி (உடல்பலம்) துணை செய்கிறது. அதாவது உள்ளூரின் சாதிய அடுக்கு அவனை ஏற்கிறது. அதேவேளையில் அவன் வெளியிலிருந்து வந்தவனென்ற முறையில் சிந்தைகளேயில்லாமல் உடனே ஏற்பதில்லை. தொடர்ச்சியான ஊடாட்டத்திலிருந்தேதான் ஏற்கத் தொடங்குகிறது. நவீனத்திற்குப் பாரம்பரியம் மெல்ல மெல்லவே பழகுகிறது. அது தவிர்க்க முடியாததென்ற முறையில் இவற்றைத் தேவைக்கேற்ப கைக்கொள்ளப் பழகுகிறது. சிவனாண்டி கடந்த தலைமுறையினன், சிதம்பரம் நவீன தலைமுறையினன். இருவருக்குமிடையே நாவலில் எழும் தன்முனைப்பும் அதைத் தொடர்ந்த இணக்கமும் இருவேறு காலங்களின் சந்திப்பினால் நடக்கும் முரணும் இணக்கமுமேயாகும். இம்மாற்றத்தை "ஆரம்பத்தில் பல நாள்கள் வரையிலும் எல்லோரும் ஒரு மாதிரியாகப் பார்த்தார்கள். சற்று விலகிப்போனார்கள். இப்போதோ அவன் எல்லோருடைய மனத்தையும் கவர்ந்துவிட்டான்" (ப.88) என்று இம்மாற்றத்தை நாவல் குறிப்பிடுகிறது. மற்றொரு இடத்தில் சிவனாண்டி சிதம்பரத்தை நோக்கி "நான் என்னவோ நெனைச்சேன். ஆனா நீங்க அப்படியில்லே" (ப.110) என்கிறான். சிதம்பரத்திற்குப் பாரம்பரியம் அழிக்கமுடியாத, எளிதாயில்லாத பெரும்காட்டையே கொடுத்துச் செல்கிறது. ஆனால் அவனுக்குப் பாரம்பரியம் (சாதி) கையளிக்கிறது. எனவே நவீனம், மரபு என்று பேசுவதால் அவை முற்றிலுமான எதிர்வாகவே எப்போதும் இருந்தது என்பது இதன் பொருளல்ல. காடு பாரம்பரியம். அதை ஜெயிப்பதில்தான் சிதம்பரத்தின் அதாவது நவீனத்தின் வெற்றி அடங்கியிருக்கிறது. சாயாவனம் நாவலே அந்தக் காட்டை அழிப்பது பற்றித்தான். ஊரின் படிநிலை உறவிலான சமூக அமைப்பைத் தனக்கிருக்கும் அதிகாரத்தின் மூலம் பயன்படுத்திக் காட்டை அழிக்க சிதம்பரத் திற்கு உதவுகிறான் சிவனாண்டி. யாரும் நுழையமுடியாத காடு என்னும் பாரம்பரியத்தை மெல்லமெல்ல அழித்து வெற்றி கொள்கிறான் சிதம்பரம். இவ்வாறு அதிகாரக் கைமாறுதலோடு உள்ளூரில் நவீனம் நிலைகொண்டதை விவரிக்கிறது நாவல். பிறகு சாயாவனத்தில் பெரும்கரும்பாலை உருவாகிறது. கரும்பாலைக்குத் தீனிபோடச் சுற்றுவட்டார நிலங்களில் கரும்பு என்ற பணப்பயிர் பயிரிடப்படுகிறது. உற்பத்தி முறையின் தேவை சாலையையும் பாலத்தையும் உருவாக்குகிறது.

நாவலை இத்தோடு நிறுத்திவிட்டு தேவர்மகன் படத்திற்குச் செல்லலாம். தூவலூர் என்னும் தென்தமிழகக் கிராமம். ஊரில் பெரிய மனிதர் பெரியத்தேவர். அவர் குடும்பத்திற்கும் பங்காளி குடும்பத்திற்கும் இடையே பகை. இரண்டு குடும்பத்தினரின் பகைக்கேற்ப ஊரே இரண்டாகப் பிரிந்து சண்டையிட்டுக் கிடக்கிறது. அதாவது உள்ளூர் என்னும் பாரம்பரியவெளி உள்ளுக்குள்ளே உழன்று வீம்பு, கசப்பு, வெட்டுக்குத்து என்று இருக்கின்றன. அவற்றை எதிர்மறையானதாகக் கூறும் கதையாடல் அதிலிருந்து அச்சமூகம் மீள வேண்டுமென்பதை வலியுறுத்துகிறது. பாரம்பரியத்தின் இச்சுமையிலிருந்து விடுபட நவீனத்தைப் பரிந்துரைக்கும் கதையாடல் அம்முயற்சியில் நவீனத்திற்கும் பாரம்பரியத்திற்கும் இடையே நடக்கும் ஊடாட்டத்தையே படமாக்கியிருக்கிறது.

பெரிய தேவரின் மகன் சக்திவேல் லண்டனில் படித்துவிட்டு ரயிலில் வந்து இறங்குவதிலிருந்து படம் ஆரம்பிக்கிறது. அவன் பேண்ட், சட்டை பங்க் என்று நகர அடையாளம் பூண்டிருக்கிறான். உடன்படித்த அவன் சாதி அல்லாத பானு என்ற காதலியோடு வந்திறங்குகிறான். கல்வி, ரயில், ஆடைகள், தோற்றம், ரத்த உறவில் அமையாத காதலி என்று யாவும் நவீன வாழ்வின் பின்புலத்தில் உருவான வாய்ப்புகள். அதாவது பாரம்பரியப் பிடிவாதங்களோடு இயங்கிக்கொண்டிருக்கும் உள்ளூரில் நவீனத்தின் வருகை நிகழ்கிறது. சக்திவேல் தேவர்சாதியின் நவீன ஆண். சாயாவனம் நாவலில் வரும் சிதம்பரமும் தேவர்சாதி நவீன ஆண்தான். நாவலில் வரும் மாமா சிவனாண்டி தேவரைப் போலப் படத்தில் சக்திவேலின் தந்தை பெரியதேவர். இருவேறு தலைமுறை. முந்தைய தலைமுறை. பெரியதேவர் பாரம்பரியத்திற்கும், சக்திவேல் நவீனத்திற்கும் குறியீடு ஆகிறார்கள்.

உள்ளூரிலிருந்து உருவாகிச் சென்றவன் என்ற முறையில் ஊருடனான உறவை யோசிக்கிறானே தவிர, ஊரின் பாரம்பரிய நடைமுறைகள் மீது சக்திவேலுக்கு ஆர்வமில்லை. நகரத்திற்குச் சென்று ஓட்டல் வணிகம் மேற்கொண்டு அங்கேயே செட்டில் ஆகவேண்டுமென்பதே அவன் விருப்பம். எனவே ஊரிலிருந்து வெளியேறிவிடவேண்டுமென்றே அவன் விரும்புகிறான். ஆனால் பாரம்பரியம் தன்னுடைய ஆள் ஒருவனை அவ்வாறு எளிமையாக இழந்துவிட விரும்புவதில்லை. அவன் அவ்வளவு சீக்கிரம் அங்கிருந்து பெயரமுடியவில்லை. ஏனெனில் அவனின் நனவிலிக்குள்ளிருந்து பாரம்பரிய அடையாளம் மறைந்து போய்விடவில்லை. சிலம்பத்தில்

ஜெயித்துப் பூமுடிச்சி ஒரு சேலையைக் கட்டச்சொல்லும் பாரம்பரிய ஆண் தேவைக்கேற்ப அவனிடம் வெளிப்படவே செய்கிறான். எனவே பாரம்பரியம் முற்றிலும் அழிந்த பிறகே நவீனம் வருகிறதென்று சொல்ல முடிவதில்லை. மாறாக முதலில் முரண்டுபிடித்துக் கொண்டாலும் பிறகு இரண்டுக்கும் இடையிலே ஒரு கொள்வினை கொடுப்பினை நடக்கிறதென்பதை இத்திரைப் பிரதி சொல்கிறது. இந்த ஊடாட்டத்தின் பிரதிநிதியாகவே சக்திவேல் இருக்கிறான். அதனால்தான் உள்ளூரை வெறுத்தாலும் அவனால் உடனே அங்கிருந்து போக முடியவில்லை. உள்ளூருக்கு நவீனம் தேவைப்படுகிறது. எனவே அதைத் தன்னுடைய தேவைக்கேற்ப அமைத்துக்கொள்வது பற்றியே பாரம்பரியம் யோசிக்கிறது. பெரியதேவர் வீட்டில் பெரியாரும் இருக்கிறார். பசும்பொன்தேவரும் தேவைப்படுகிறார். எனவே நம்முடைய சமூகத்தில் அறிமுகமான நவீன மாற்றங்கள் மற்றும் நவீனக் கருத்துகள் ஆகியவை நிலைபெறுவதில் உருவான வரையறையை இப்பிரதியை ஒரு சான்றாகக் கொண்டு புரிந்துகொள்ளலாம்.

தன் குழுவைச் சேர்ந்த ஆணொருவன் வெளியேறிச் செல்வதைக் காட்டிலும், அவன் நம்பும் நவீனத்தைத் தன் வட்டத்திற்குள்ளேயே நடைமுறைபடுத்தச் சொல்லுவதன் மூலம் வெளியேறிச் செல்லுவதிலிருந்து தக்க வைக்கப்படுகிறான். அவனுக்குள் இருக்கும் பாரம்பரிய நனவிலியும் அதற்கு இடம் கொடுக்கிறது. ஊரிலிருந்து நகரத்திற்கு வெளியேறிச் செல்லும் சக்திவேலைப் பெரியதேவர் தடுக்கிறார். காட்டுமிராண்டித் தனம் என்று அவனால் சாடப்படும் இக்கிராம நடைமுறைகளைத் திருத்த வேண்டியதும் அவன் கடமையே என்று பகவத்கீதையையும் படிக்கிற பெரியதேவர் நிதானமாக மழை பெய்து கொண்டிருக்கும் பின்புலத்தில் அவனுக்கு எடுத்துரைக்கிறார். இருவருக்கும் இடையிலே விரிவான உரையாடல் நடக்கிறது. உள்ளூர் மாற வேண்டும் என்பதையும் அம்மாற்றத்தில் யாருக்கு என்ன பங்கு என்பதையும் அவ்வுரையாடலில் பேசப்படுகிறது. இது பாரம்பரியத்திற்கும் நவீனத்திற்கும் இடையே நடக்கும் உரையாடல். இவ்விடத்தில் இரண்டும் எதிரெதிராக நிற்காமல் தங்களுக்கிடையேயான இணக்கத்தை உருவாக்கிக்கொண்டு அதன் வரையறைக்கேற்ப இயங்க விரும்புகிறது. அதற்குப் பிறகு பெரியதேவர் இறந்து பாரம்பரியத்தின் பொறுப்பு நவீன ஆணான சக்திவேலிடம் வருகிறது. அவன் மெல்ல மெல்ல பாரம்பரியத்திற்குள் மூழ்குகிறான். பேண்ட் சட்டையை

இழந்து வேட்டிசட்டைக்கு மாறுகிறான். பங்க்கையும் தாடியையும் துறந்து முறுக்கு மீசையோடு வருகிறான். பானுவை விடுத்து உள்ளூரில் இருந்த பஞ்சவர்ணத்தோடு அகமணவுறவை மேற்கொள்கிறான். நவீனத்தை நடைமுறைப்படுத்த பாரம்பரியத்தோடு முரண்கொள்ள முடிவதில்லை. மாறாக அதோடு இணங்கிப் போவதன் மூலமே பயணம் செய்ய முடியுமென்று நினைக்கிறான். ஆனால் பாரம்பரியம் தன்னுடைய எல்லையை நோக்கி அவனை வரவழைக்கிறது. அதைத் தவிர்க்க முடியாமல் நவீன மனப்போக்கு காரணமாக அவனால் மனம் புழுங்க மட்டுமே முடிகிறது. அடுத்த தலைமுறையை நோக்கிப் படிக்க வேண்டுமென்று சொல்லி முடிக்கிறான். படித்த அவனைப் பாரம்பரியம் என்னவாக்கியது என்பதை அவன் ஏனோ அனுபவமாக்கிக் கொள்ளவில்லை.

பெரியதேவருக்கும் சக்திவேலுக்கும் இடையே நடக்கும் உரையாடல் சாயாவனம் நாவலில் சிவனாண்டித் தேவருக்கும் சிதம்பரத்திற்கும் இடையே நடக்கும் உரையாடலோடு ஒத்திருக்கிறது. பெரியதேவருடனான உரையாடலின் தொடக்கத்தில் முரண் எழுந்து பிறகு இணங்கிப் போவதாக மாறுகிறது. சிவனாண்டிக்கும் சிதம்பரத்திற்கும் இடையே முரண்பாடு ஏற்படுவது போலிருந்தாலும் இறுதியில் சிதம்பரத்தை நினைத்து அவர் இறும்பூது எய்துகிறார். சிதம்பரம் சாயாவனத்தில் காலூன்ற சிவனாண்டி உதவுவதுபோல சக்திவேல் ஊரிலேயே தங்க பெரியதேவரின் அறிவுறுத்தலும் சாவும் காரணமாகிறது. இரண்டு பிரதிகளிலும் பெரியவர்களிடம் குலப்பெருமை பற்றிய பெருமிதங்கள் உண்டு. ஆனால் இரண்டிலும் வரும் நவீன ஆண்களிடமும் இவை இல்லை. பாரம்பரியப் பெருமைகள் இல்லையே தவிர ஏதோவொரு வகையில் தங்களுடைய தேவைக்காகப் பாரம்பரியத்தின் துணையை சிதம்பரமும் சக்திவேலும் பற்றவே செய்கிறார்கள். இந்த முரண்தான் நம்முடைய சமூகத்தில் நவீனம் அறிமுகமான போக்கில் நடந்திருக்கிறது. ஓரிடத்தில் விமர்சிப்பதையே மற்றோரிடத்தில் கைக்கொள்ள வேண்டியுள்ளது. மாற்றத்தையும் சீர்திருத்தத்தையும் பற்றிப் பேசிய எல்லாக் குரல்களிலும் இந்த அம்சமே ஒட்டியிருப்பதை இன்றிலிருந்து பார்க்கும்போது உணரமுடிகிறது.

பாரம்பரியக் காட்டை அழித்து உருவான நவீன ஆலையால் உள்ளூர் பொருளாதார தற்சார்பு குன்றிப்போவதோடு நாவல் முடிகிறது. அதன்படி நவீனத்தின் எதிர்மறை விளைவையே

நாவல் பேசுகிறது. படிப்பது நவீனமாகிவிடுவதைப் பரிந்துரைக்கிறது *தேவர்மகன்* படம்.

சாயாவனம் நாவலின் முடிவும் *தேவர்மகன்* படத்தின் முடிவும் நமக்கு இங்கு முக்கியமல்ல. மாறாக ஒரு குறிப்பிட்ட காலக்கட்டத்தில் உள்ளூர் சமூக அமைப்பில் நடந்த அதிகார மாற்றத்தை முழுப் பின்புலமாகக்கொண்டு இப்பிரதிகள் சித்திரித்த விதமே முக்கியமாகிறது. அந்த வகையில் இரண்டு புனைவுகளும் முக்கியமான சமூக ஆவணங்களாகவும் ஆகிவிடுகின்றன. சாயாவனம் நாவல் பிராமணர்களிடமிருந்து இடைநிலைச் சாதிக்கு அதிகாரம் மாறியதைக் கோடிடுகிறது. *தேவர் மகன்* படம் பாரம்பரிய அதிகாரத்தில் நிலைத்துவிட்ட குழுவுக்குள்ளிருக்கும் முரண்பாடுகளை ஒழுங்குபடுத்தி அதிகாரத்தைத் தக்கவைக்கிறது. இரண்டிற்கும் இடையிலே இருபதாண்டு இடைவெளி. இந்த இடைவெளிக்குள் தமிழகச் சமூக அரசியல் அதிகாரவெளியில் நடத்திருக்கும் மாற்றங்களையும் இணைத்துப் புரிந்துகொள்ள வேண்டும். நவீனக் கருவிகள், உற்பத்தி, கருத்தியல் ஆகியவை இதன் பின்புலமாயிருந்தன என்பதே நாம் குறிப்பிட வந்த விசயம். அதன்படி தமிழ்ப் பகுதி நவீனம் என்னவாகயிருந்தது என்பதைக் குறிப்பிட்ட சாதியை மையமாக வைத்து இக்கட்டுரை விவாதித்துப் பார்க்க முயன்றிருக்கிறது.